மயங்காதே மைவிழியாளே(லே)

AF762594

மேகவாணி

பொருளடக்கம்

முன்னுரை

அறிவியல், ஹாரர் கலந்த ஃபாண்டஸி கதை. ஆவியான தன் நண்பனின் இறப்பையும், சுற்றி நடக்கும் மர்மத்தையும் கண்டறிய கதாநாயகன் எடுக்கும் முயற்சியும், நண்பர்களின் கலாட்டாவுமே கதைக்கரு. நன்றி!

மயங்காதே மைவிழியாலே(ளே)

****

அத்தியாயம் 1

"டொக்!டொக்...டொக்...!"

அறைக்கதவை யாரோ தட்டி அழைப்பது போல் இருக்க, கனவாக இருக்கும் என்றெண்ணி, வெள்ளை நிற கனத்தப் போர்வையை முகம் வரை இழுத்துப் போர்த்தியபடி உறங்கிக் கொண்டிருந்தான் வேதாந்த்.

கனவினில் பல கன்னியர்கள் வந்து தழுவ வேண்டிய வாலிப வயதில், அவன் இப்பொழுது மேற்கொண்டிருக்கும் கெமிக்கல் சம்பந்தமான ஆராய்ச்சிகளே, புகையாக வலம் வந்து கொண்டிருந்தது. அக்கனவு அவன் இதழ்களில் சிறு புன்னகையையும் இழையோட வைக்க, இன்னும் பலமாக அறைக்கதவு தட்டப்பட்டது.

"ப்ச்... யாரு அது?" என அவனின் துயில் ஆராய்ச்சி தடைபட்ட எரிச்சலில், புருவ மத்தியில் சிறு முடிச்சு விழ, கடுப்பாக கதவைத் திறந்தான்.

எதிரில், அவன் நண்பன் ஜெகதீஷ் கடும் முறைப்புடன் நின்றிருக்க, "ஷிட்! நீயா...? எதுக்குடா இப்படி கதவை தட்டி டிஸ்டர்ப் பண்ற. ஐ ஆம் இன் மிடில் ஆஃப் சம்திங்...!" என கழுத்தை தேய்த்து சுளுக்கு எடுத்துக்கொண்டவனின் ஆழ்ந்த குரலில் ஜெகதீஷ் ‘பே’ வென விழித்தான்.

அடுத்த கணம், வேதாந்தை தள்ளி விட்டு, உள்ளே சென்று அங்கும் இங்கும் தேடியவன், "என்ன மச்சான் உள்ள யாரும் இல்ல?" என கேள்வியாய் வினவிட,

வேதாந்த் புரியாமல் "நீ யாரடா தேடுற?" என்றான் விழி உயர்த்தி.

"அதான் வேதா. ஏதோ மிடில் ஆஃப் சம்திங்ன்னு சொன்னியே... தலை வேற கலைஞ்சு இருக்கு. கண்ணு வேற சிவந்து இருக்கு. அதான் நீ உன் ஆஞ்சநேயர் தவத்தைக் கலைச்சுட்டு உல்லாசமா இருக்கன்னு நினைச்சேன்... அப்போ பொண்ணு இல்லையா?" என தலையை சொறிந்து கேட்டிட, ஜெகதீசை தீயாய் சுட்ட வேதாந்த் அவன் மேல் தலையணையைத் தூக்கி எறிந்தான்.

"ச்சை...! நான் தூக்கத்துலயே சோடியம் கார்பனேட் ப்ளஸ் அம்மோ-னியம் கார்போனேட் கூட ஒரு புது வித கெமிக்கல் கலந்தா எப்படி இருக்கும்ன்னு ட்ரையல் பார்த்துட்டு இருந்தேன். ஸ்டுப்பிட்!" என்று 'நான் சிங்காக' பேசிட, ஜெகதீஷ்க்கு தான் எங்காவது சென்று முட்-டிக்கொள்ளலாமா என்றிருந்தது.

"மச்சான்... இப்படியே கெமிக்கல்ஸ் கூட ட்ரையல் பார்த்தா, எப்போடா பொண்ணுங்களோட கெமிஸ்ட்ரி பிக் அப் ஆகும்?" என கையை விரித்து பாவமாய் கேட்டதில்,

"எனக்கு இருக்குற கெமிஸ்ட்ரி போதும். நீ கமிட் ஆகிட்டன்னு என்னையும் டார்ச்சர் பண்ணாத. சரி இப்ப எதுக்கு வந்த...?" என்-றவன், குளிப்பதற்காக துவாலையை எடுத்துத் தோளில் போட்ட படி கேட்டான்.

"மறந்துட்டியாடா! நாளைக்கு நம்ம காலேஜ்ல அலுமினி பங்க்-ஷன். ரொம்ப வருஷம் கழிச்சு நம்ம ப்ரெண்ட்ஸ பார்க்க போறோம்! பசங்க எல்லாரும் சென்னைல ரீச் ஆகிட்டாங்க வேதா. நமக்காக தான் வெயிட்டிங்..." என்றதும், வேதாந்த் சலித்துக் கொண்டான். கூடவே ஒரு வலியும் பரவியது.

"காலேஜாடா அது? எப்ப பாரு... சண்டை, பிரச்சனை, சஸ்-பென்ஷன்னு மூணு வருஷம் நிம்மதி தான் போச்சு. சொன்னா புருஞ்சுக்கோ ஜெகா. அந்த காலேஜுக்கும் நமக்கும் ராசியே

இல்ல...! நான் வரல!" என்று உறுதியாய் கர்ஜித்தவன், குளியலறைக்குள் புகுந்து கொண்டான்.

"டேய்... நம்ம திமிரெடுத்து போய் சண்டை போட்டதுக்கு அந்த காலேஜ் என்னடா பண்ணுச்சு..." என சற்றே சத்தமாகக் ஜெகதீஷ் வினவ,

அதில் கதவை திறந்து தன் காந்த விழியால் அவனை உறுத்து விழித்தான் வேதாந்த்.

"இ... இல்ல மச்சான். காலேஜூம் ஒரு காரணம் தான். ஆனா..." என்று இழுத்தவன், மேலும் அவனின் பார்வையின் கனல் கூடுவதை உணர்ந்து,

"சரி மச்சான்... நீ போய் ஸ்நானம் பண்ணு! உன் முழு அழகை காண குளியலறைக் காத்து கொண்டிருக்கிறது..." என ஏதேதோ உளறியவன், 'அவ்வ்வ்வ்' என்ற உதறலுடன் வரவேற்பறைக்கு சென்று விட்டான்.

சில மணித் துளிகளில் குளித்து விட்டு வந்த வேதாந்த், பூந்துவாலையால் கேசத்தின் ஈரத்தை உலரவைத்தபடி, "எனக்கு டெல்லில ஒரு கான்ஃபெரன்ஸ் இருக்கு. ஐ ஹேவ் டு கோ! நீ வேணும்னா சென்னைக்கு போய் அலுமினி ஃபங்க்ஷன் அட்டெண்ட் பண்ணு..." என்று கட்டளையிட்டவன் வசிப்பது ஹைதராபாத்தில்.

எம். எஸ். சி கெமிஸ்ட்ரியோடு, பி எச் டி முடித்தவனுக்கு ரசாயனங்களின் மேல் ஆத்மார்த்தமான காதல். புதிது புதிதாய் ஏதோ ஒரு கெமிக்கலை கண்டறிந்து, அதனை சோதனைக்குட்படுத்தி, ஆராய்ச்சி துறையில் புதிதாக சாதிக்க நினைக்கும்/ சாதித்துக் கொண்டிருக்கும் துடிப்பான இளைஞன். பெற்றவர்கள் கும்பகோணத்தில் வசிக்க, ஆராய்ச்சி, படிப்பு என வெளியூரில் சுற்றிக்கொண்டிருந்தவன், மாதா மாதம் பணம் அனுப்பும் போது தான், அவர்களிடமே பேசுவான்.

தன் மகன் இப்படி ஊர் ஊராய் சுற்றுகிறானே என வருந்திய அவனின் பெற்றோர் அவனுக்குத் திருமணம் முடித்து வைக்க முற்பட, அவனோ அதற்கு பிடி கொடுக்காமல் இப்போது வரை தண்ணீர் காட்டிக்கொண்டிருக்கிறான்.

பல வித ரசாயனங்களை கண்டவனின் விழிகள் அவனுள் மாற்றம் ஏற்படுத்தும் காதல் ரசாயனத்தை இந்த நாள் வரை உணர்ந்தது இல்லை.

வேலையின் பின்னாலேயே சுற்றும் வேதாந்திற்கு 'கல்லூரி' என்ற பெயரை எடுத்தால் மகிழ்ச்சி வரும் முன், கோபம் தலைக்கு ஏறிவிடும். எந்த அளவு அக்கல்லூரி காலம் இதழோரம் பூக்கச் செய்யும் பசுமையான நினைவுகளை தந்ததோ அந்த அளவு ரணமான வலியினையும் தந்திருந்தது.

ஜெகதீஷிற்கும் அது புரியாமல் இல்லை தான். ஆனால், இப்படியே எத்தனை காலம் கல்லூரி நினைவுகளை தவிர்க்க இயலும்? அதனாலேயே எப்பாடு பட்டாவது அவனை அழைத்து செல்ல வேண்டும் என்று உறுதி கொண்டவன்,

"வேதா வேதா ப்ளீஸ் டா... கொஞ்சம் யோசிச்சு பாரு. ஒதுங்கி போக போக தான், இன்னும் நமக்கு கஷ்டம். ஏன் அதை ஃபேஸ் பண்ணி பார்க்க கூடாது" என்று அறிவுரை கூறினான்.

அதில், "அப்போ நான் ஃபேஸ் பண்ண பயப்படுறேன்னு சொல்றியா?" என கூர்ப்பார்வையில் துளைத்தெடுக்க, ஜெகதீஷிற்கு ஐயோ என்றானது.

பின் வேதாந்தே, "நீ வேணும்னா கிளம்பு. நான் இங்க இருக்கிற வேலைய பார்த்துக்கிறேன்..." என்றிட, காலில் விழுகாத குறையாக கெஞ்சி அவனை சிறிது சிறிதாய் கரைத்து, இறுதியில் கல்லூரிக்கு வர ஒப்புக்கொள்ள வைத்தான்.

***

சென்னை. ஏ.எஸ்.கே கலைக்கல்லூரி கம்பீரத்துடன் காட்சியளித்தது. வண்ண வண்ண விளக்குகளால் வாயிற்புறமே ஜொலிக்க, அந்த பரந்த மைதானம் பழைய மாணவர்களின் சிரிப்போசையில் நிறைந்தது.

ஒவ்வொருவரின் முகமும், தன் சக நண்பர்களையும், வகுப்பு மாணவர்களையும் அடையாளம் கண்டு சிறு குழந்தையாய் வியப்பைக் காட்டி இருக்க, மேடையில் கலை நிகழ்ச்சிகள் பல அரங்கேறியது.

"அச்சோ! போச்சு! இன்னைக்கு செம்ம லேட். இதுல நான் தான் ஹோஸ்ட் வேற. நானே லேட் ஆ போனா எப்படி பங்க்ஷன் நடக்கும்" என்று, தான் இருந்தால் தான் நிகழ்ச்சியே அரங்கேறும் என்-

றதொரு பாவனையில் கிளம்பிக் கொண்டிருந்தாள் மஹதி.

அந்த தாமத நிலையிலும் முன் நெற்றி முடியை பஃப் வைக்க முயற்சித்து தோற்றுப் போனவள், "சே இதுல இந்த ஹேர் ஸ்டைல் வேற சதி பண்ணுது" எனச் சலித்து இறுதியில் சென்டர் கிளிப் ஒன்றை சொருகி கூந்தலை விரித்து விட்டாள்.

மாலை சிற்றுண்டி தயாரித்து விட்டு முந்தானையில் கைகளை துடைத்தபடி வந்த மஹதியின் தாய் ரேகா, "ஏன்டி... இன்னைக்கு காலேஜ்ல பங்க்ஷன்னு சொல்லிட்டு இன்னும் கிளம்பாமல் இருக்க...! நீ இவ்ளோ லேட்டா கிளம்புவன்னு தெரிஞ்சு இருந்தா நான் பொண்ணு பார்க்க என் அண்ணன் குடும்பத்தை வர சொல்லி இருப்பேன். நீ ஆடுன ஆட்டத்துல நான் வேணாம்ன்னு சொல்லிட்டேன்" என்று அவளை வறுத்து எடுக்கத் தொடங்கினார்.

'ஆத்தாடி! ஒழுங்கா கிளம்பி இருக்கலாமோ...' என மிரண்டவள் தன் சுடிதார்க்கு ஏற்ற 'பீச்' நிற துப்பட்டாவை தோளில் சரித்து விட்டு, ஏதோ ஒரு சிறிய பொட்டினை நெற்றியில் வைத்து அழுத்தியபடி வெளியில் ஓடியே விட்டாள்.

'அய்யய்யய்ய... ஒரு சின்ன புள்ள வீட்ல இருந்தா போதுமே. உடனே மாப்ள பாக்குறேன், மாவாட்ட ஆள் பாக்குறேன்னு நம்ம தலைல மிளகா அரைக்குறது...' என வாய்க்குள்ளேயே முனகிக் கொண்டே, தன் ஸ்கூட்டியை கிளப்பினாள்.

அப்போது தான், பல்சரில் கல்லூரி நோக்கி விரைந்து கொண்டிருந்த வேதாந்த்திற்கு இதோடு பத்து முறை அழைத்து விட்டான் ஜெகதீஷ்.

"நான் வந்துட்டு தான இருக்கேன்... எதுக்கு டா நாயே இத்தனை தடவை கால் பண்ற...?" என வண்டியில் சென்றபடியே நண்பனை திட்டிட, "இல்ல வேதா... உனக்கு காலேஜ் சார்பா ஏதோ அவார்ட் தராங்களாம் அதான்... நீ வரலைன்னா அதை நாங்க வாங்கிக்கலாம்ன்னு..." என்று கிண்டலாக இழுத்தான்.

அவனோ "பெரிய பத்மஸ்ரீ அவார்ட் குடுக்குறாங்க... இவரு பங்குக்கு வராரு" என வாயில் வந்த கெட்ட வார்த்தைகளை எல்லாம் சற்று சத்தமாகவே உபயோகித்து விட்டு போனை பாக்கெட்டில் வைத்தவன், சிக்னலில் மாட்டிக்கொண்டான்.

அந்நேரம் அவனருகில் வண்டியை நிறுத்திய மஹதி, "ஹலோ சார்..." என்று வேதாந்தை அழைத்தாள்.

ஹெல்மெட் அணிந்திருந்தவனின் விழிகள் மட்டும் அவளை புரியாமல் நோக்க,

அவளோ "வண்டி ஓட்டும் போது செல்போன் பேசுறீங்க ஓகே... கெட்ட வார்த்தைய மத்தவங்க காதுல விழுகாத மாதிரி மெதுவா பேசுங்க சார்... எங்களை மாதிரி ஸ்மால் கேர்ள்ஸ் எல்லாம் ரோட்டுல வர்றோம். இதை கேட்டு கெட்டு போயிட மாட்டோமா?" என்று புருவங்கள் உயர வினவியவளை மேலும் கீழும் பார்த்தான்.

மெல்லிடை என்றால் என்னவென்று கேட்கும் படியான சற்றே பூசிய உடல்வாகும், அதற்கேற்ப உயரமும், குண்டு கன்னங்களுமாக வண்டியில் அமர்ந்திருந்தவளை ஒரு நொடி அதிகமாகவே அவன் கண்கள் அளவெடுத்தது.

அதற்குள் பச்சை விளக்கு ஒளிர, அவள் பறந்து விட்டாள். அவனோ விடாது அவளை பின் தொடர்ந்து அடுத்த சிக்னலில் பிடித்தான்.

சர்ரென மஹதியின் வெகு அருகில் வந்து நின்றவனை இப்பொழுது அவள் புரியாது நோக்க, அவன் தான்,

"இங்க பாருங்க டின்பீர் கேர்ள். ஓ சாரி சாரி ஸ்மால் கேர்ள். நீங்க முடியை விரிச்சு போட்டு வரலாம் தப்பு இல்ல... ஆனா, பொட்டை நெத்தியில தான் வைக்கணும். என்ன மாதிரி ஆம்பள பசங்க வந்து, 'ஹே புஜிலி... உங்க பொட்டு சைடா இருக்கு. கரெக்ட் பண்ணிக்கோங்க' அப்படின்னு தேனொழுக பேசுறதுக்காகவே இப்படி பொட்டை இடம் மாத்தி வச்சா எங்கள மாதிரி பசங்க மனசு பாதிக்காது? ம்ம்?" என்று வெகு நக்கலாய் அவளை வாரியவன் விருட்டென கிளம்பி விட்டான்.

முதலில் அவன் சொன்ன 'டின் பீர்' என்ற வார்த்தையே அவளை கோபம் கொள்ள வைக்க, இதில் வேண்டும் என்றே தான் இப்படி பொட்டை இடம் மாற்றி வைத்ததாக கூறியது அவளுக்கு மேலும் சினத்தை வரவழைத்தது.

அன்னையிடம் இருந்து தப்பிப்பதற்காக ஓடியதில் பொட்டு இடம் மாறியதை உணர்ந்தவள், கடுப்புடன் அதனை எடுத்து சாலையில் வீசி விட்டே கல்லூரிக்கு சென்று வண்டியை நிறுத்தி விட்டு சிடுசிடுவென உள்ளே நுழையப் போனாள்.

ஆனால், அவளின் கவனம் அந்த சிவப்பு நிற பல்சரை கவர, 'இதுல தான அந்த ஹெல்மெட் பார்ட்டி வந்தான்... என்னையவாடா அப்படி பேசுன...' என பொசுங்கியவள், அவனை பழி வாங்-

குவதாக எண்ணி, ஒரு குச்சியை எடுத்து டயரை கிழிக்க முற்பட்டாள்.

அந்தோ பரிதாபம்! டயரை கிழிக்கும் அளவு பாவைக்கு வலு போதவில்லை போலும்.

'ச்சை... சைக்கிள் டயர் மாதிரி ஈசியா இருக்கும்ன்னு பார்த்தா... இது என்ன இவ்ளோ ஸ்ட்ராங் ஆ இருக்கு...!' என்று முகத்தை சுருக்கியவளின் அருகில் "மே ஐ ஹெல்ப் யூ?" என்ற ஆண் குரல் கேட்டதில், ஒரு கணம் திகைத்தவள் 'ஸ்லோ மோஷனில்' திரும்ப, அங்கோ இடுப்பில் கை வைத்து தலையை சாய்த்தபடி நின்றிருந்தான் வேதாந்த்.

***

அத்தியாயம் 2

எதிரில் நின்ற வேதாந்தை திகைத்து பார்த்த மஹதிக்கு, முதலில் அவன் யாரென்று தெரியவில்லை. பின், அவனின் சட்டை நிறத்தையும், கையில் அணிந்திருந்த சில்வர் நிற கைக்கடிகாரத்தையும் வைத்து தான் கண்டறிந்தாள்.

"என்ன பண்ற?" ஏற்ற இறக்கத்துடன் புருவத்தை வளைத்து கேட்டான் வேதாந்த்.

அவனை மனதினுள் வஞ்சித்தபடி, "அது... அது... ஹான்! டயருல முள்ளு குத்திருந்துச்சு அதான்... எடுத்து போடலாம்ன்னு வந்தேன்..." என தீவிரத்துடன் விளக்கமளித்தவளை, இன்னும் எகத்தாளத்துடன் பார்த்தவன்,

"ஹோ... இவ்ளோ பெரிய டயர்ல இத்துனூண்டு முள்ளு குத்துனது, இந்த மூஞ்சூறு கண்ணுக்கு தெரியுதோ...? வாவ் வாட் அ பவர்..." என்றான் நக்கல் சிரிப்புடன்.

கோபத்தில் பெருமூச்சுக்கள் விட்டவள், "நான் மூஞ்சூறு கண்ணுன்னா, நீ முட்டைக்கண்ணுடா... உன் வண்டி டயர கிழிக்க தான் வந்தேன். இப்போ என்ன பண்ணுவ?" என்று மரியாதையை விடுத்து எகிறினாள்.

அப்போது ஜெகதீஷ் அங்கு வந்தவன், "இங்க என்ன வேதா செஞ்சுட்டு இருக்க? பைக் சைட் லாக் போட்டுருக்கான்னு பார்த்துட்டு வர இவ்ளோ நேரமாடா..." எனக் கேட்டுக்கொண்டே, வண்டியை சரி பார்க்க, மஹதிக்கு ஒரே குழப்பம்.

ஏனெனில், அவனும் வேதாந்த் போலவே ஒரே நிற சட்டையும், கைக்கடிகாரமும் அணிந்திருந்தான்.

'என்ன இவனும் ஒரே மாதிரி ட்ரெஸ் போட்டுருக்கான். இதுல யாரு நம்ம கிட்ட வம்பிழுத்தான்னே தெரியலையே...' என்றவள் இருவரையும் மாறி மாறி பார்க்க, அவளின் குழப்பத்தை உணர்ந்த வேதாந்த், கேலி நகையுடன், "யாரு ஜெகா இந்த பொண்ணு. என்னென்னமோ பேசுது உனக்கு தெரியுமா?" என அப்பாவி போல் வினவினான்.

அக்கேள்வியில் மஹதி மானசீகமாக தலையில் அடித்துக்கொண்டாள்.

'அய்யயோ இவன்னு நினைச்சு இந்த சாரை போய் முறைச்சுட்டோமே. சே...' என எண்ணியவள்,

"சாரி சார். இந்த வீணாப்போனவன்னு தப்பா நினைச்சு உங்களை மரியாத இல்லாம பேசிட்டேன். இந்த மாதிரி ஆளுங்க கிட்ட எல்லாம் பழகாதீங்க சார்..." என இலவச அறிவுரையை வேறு வழங்கி, ஜெகதீஷை பார்வையால் சுட்டு விட்டு சென்றவளை,

வேதாந்த் தான், "ஆளு தான் டின்பீர் சைஸ்ல இருக்குன்னு பார்த்தா, அறிவும் டின்பீர் அளவு தான் இருக்கும்போல... உடனே நம்பிட்டா!" என்று புன்னகைத்துக்கொண்டான்.

ஆனால், ஜெகதீஷ் தான் பாவம்.

"இப்ப நான் என்ன பண்ணிட்டேன்னு அவள் என்ன வீணாப்போனவன்னு சொல்லிட்டு போறா... வண்டில சைட் லாக் சரியா இருக்குன்னு செக் பண்ணது ஒரு குத்தமா..." என வாய் விட்டே புலம்பியவனுக்கு என்ன நடந்தது என்றே தெரியாமல் போக, சிரிப்பை அடக்கிக்கொண்டு அவனை உள்ளே கடத்திச் சென்றான் வேதாந்த்.

சுற்றிலும் மின்னிய விளக்குகளைப் போல், பழைய மாணவர்களின் முகமும் மகிழ்ச்சியில் மின்ன, வேதாந்த்தின் விழிகள், அவர்களின் கல்லூரி விடுதி கட்டிடத்தை நோக்கியபடியே இருந்தது.

அவன் பார்வை செல்லும் திசையை உணர்ந்த ஜெகதீஸ், "அந்த பக்கம் பாக்காம வாடா! நம்ம செட் எல்லாரும் கேன்டீன்ல வெய்ட் பண்றாங்க..." என்று தர தரவென இழுத்துச் செல்ல, நண்பனின் கூற்றில் இருக்கும் உட்பொருளை அறியாமலேயே அவன் பின் சென்றான்.

அங்கோ, அவர்களின் நண்பர்களான நாகேந்திரனும், ப்ரீத்தியும் சோகத்தின் மறுவுருவாக அமர்ந்திருந்தனர்.

வேதாந்த் புரியாமல் ஜெகதீஷை நோக்க, அவனோ "என்னன்னே தெரியல மச்சான். வந்ததுல இருந்து இந்த ரெண்டும் இப்படி தான் இருக்கு. என்னன்னு கேட்டாலும் சொல்ல மாட்டேங்குதுங்க..." என்றதில், வேதாந்த் இருவரின் முதுகிலும் நங்கென்று ஒரு அடி வைத்தான்.

அதன் பிறகே அவனைக் கண்ட இருவரின் முகத்திலும் ஒரு துளி மகிழ்ச்சி வந்து போக, அதுவும் வேதாந்த் கேட்ட கேள்வியில் மறைந்து போனது.

"ஏன் எருமைங்களா, எரும சாணிய மிதிச்ச மாதிரி இருக்கீங்க?" என்றவன், கல்லூரி நாட்களில் கூட இருவரையும் வருத்தம் தோய்ந்த முகத்துடன் பார்த்தது இல்லை சில விஷயங்களில் தவிர.

அதில், நாகேந்திரன் தான் முதலில் ஆரம்பித்தான்.

"என் ஆளு என்ன மறந்துட்டா மச்சான்!" எங்கோ வெறித்தபடி பேசியவனை இப்போது ஜெகதீஷும் தலையை சொரிந்தபடி பார்த்-தான்.

"மறக்கக்கூடிய மூஞ்சியா மச்சான் இது?" என அவன் முகத்தை அங்கும் இங்கும் திருப்பியபடி ஜெகா கிண்டலடிக்க, "ப்ச்... டேய்! விளையாடாதடா! அவள் உண்மையாவே என்ன மறந்துட்டா" என்று அவன் கையை தட்டி விட்டான் நாகேந்திரன்.

"லவ் பண்ணிட்டு கழட்டி விட்டதும், எல்லா பிகரும் சொல்ற ஒரே வார்த்தை 'உன்ன மறந்துட்டேன் கோபால் தானடா...'" என்று வேதாந்த் விளக்கம் கொடுக்க, அதில் கடுப்பான நாகேந்திரன் "ஐயோ உங்களுக்கு புரியலடா. அவள் நிஜமாவே என்ன மறந்-துட்டா..." என்று எழுந்தே விட்டான்.

பின் அவனே, "ஒரு சின்ன பிரச்சனை தான்டா! நைட்டு போன்ல பேசிட்டு இருக்கும் போது, தூக்கம் வருது போனை வைச்-சுட்டு போய் தூங்குன்னு சொன்னேன். அதுக்கு 'என்கிட்ட பேச உனக்கு வலிக்குதுல' அப்படின்னு ஆரம்பிச்சவ நைட்டு முழுக்க விடலடா...

நானும் தூக்கத்தை கண்ட்ரோல் பண்ணிட்டு போன்லயே கால்ல எல்லாம் விழுந்தேன் மச்சான்... விடிய காலைல சேவல் கூவுற நேரத்தில தான் மகராசி போனை வைச்சா. அதுவும் 10 மணிக்கு மால்ல மீட் பண்றோம்ன்னு கண்டிசனோட.

நானும் சரி கழுதய ஒரு நாள் தூக்கம் தான் போய்டுச்சு. அவளை நேர்ல பார்த்து ஐஸ் வைச்சு சமாதானம் பண்ணி வீட்ல வந்து தூங்கலாம்ன்னு நினைச்சேன் மச்சான்... ஆனா என்ன யாருன்னு தெரியாத மாதிரி வுட்டா பாரு ஒரு லுக்கு... நைட்டு தூங்காம கால்ல விழுந்தது எல்லாம் வேஸ்ட் - ஆ கோபால் அப்-டின்ற மாதிரி இருந்துச்சு..." என உளறிய படி எதிரில் இருந்த லெமன் ஜூசை எடுத்து மடக்கு மடக்கு என குடித்தான் .

அவனை கன்னத்தில் கை வைத்து பார்த்த ஜெகதீஷ் "நாகு! நம்ம எல்லாரும் நம்ம காலேஜ் அலுமினி பங்க்ஷன்க்கு வந்துருக்-கோம்டா. நீ ஏதோ பார்க்கு வந்த ரேஞ்சுக்கு பில்டப் குடுக்குற" என

கேட்டான் நக்கலாக.

அதில் நாகேந்திரனை பாவமாக வெறித்திருந்த அவர்களின் தோழி ப்ரீத்தி தான், "இந்த பங்க்ஷன்க்கு அலுமினின்னு பேர் வைச்சதுக்கு பதிலா அழுமூஞ்சி பங்க்ஷன்னு பேர் வைச்சுருக்கலாம்... பாரு...! இந்த பங்க்ஷன் பத்தி ஒரு மாசத்துக்கு முன்னாடி கேள்விப்பட்டதுல இருந்து எனக்கும் லவ்ல ஏகப்பட்ட ப்ராப்ளம், இப்போ நாகுக்கும் ஃபெயிலியர் ஆகிடுச்சு..." என்றாள் மூக்கை உறிஞ்சிய படி.

"இப்ப உங்களை அடிக்கிற அடில ரெண்டு பேருக்கும் கிட்னி பெயிலியர் ஆக போகுது" பல்லைக்கடித்து வேதாந்த் வெகுவாக பொறுமை காக்க,

ஜெகதீஸ் தான், "நீங்க என்ன லூசா...? அப்படி பார்த்தா நான் கூட தான் லவ் பண்றேன். சொல்ல போனா, இந்த பங்க்ஷன்க்காக அவள் கிட்ட சொல்ல போய் தான் எங்க லவ்வே ஓகே ஆச்சு..." என்றான் நெளிந்தபடி.

"டேய்ய்ய்... இப்போ நம்ம எல்லாம் ஓல்ட் ஸ்டூடெண்ட்டா மறுபடியும் மீட் பண்ண வந்துருக்கோமா? இல்ல ஒப்பாரி வைக்க வந்தோமா?" என்ற வேதாந்த்தின் கடுமையான குரலில் மூவரும் அட்டென்ஷன் மோடிற்கு வந்தனர்.

பிரீத்தி, "வேற என்ன பண்ண சொல்ற வேதா. இப்ப நடக்குறது எல்லாமே மர்மமா தான் இருக்கு. அதுவும் நம்ம காலேஜ் ஹாஸ்டல்ல மறுபடியும் இன்வெஸ்டிகேஷன் ஸ்டார்ட் பண்ணதுல இருந்து..." என்று தன் போக்கில் ஏதோ சொல்லிக் கொண்டிருந்தவள், ஜெகாவின் கண்ணசைவு மிரட்டலைக் கண்டு சட்டென பேச்சை நிறுத்தினாள்.

ஆனால் வேதாந்த், அவள் கூறிய வார்த்தைகளையும், ஜெகதீஷின் பாவனைகளையும் நன்கு உள்வாங்கிக் கொண்டு, விழி இடுங்க கூர்மையாகப் பார்த்தான்.

"என்ன? என்ன சொன்ன? என்ன இன்வெஸ்டிகேஷன்?" முகம் கடுகடுவென சிவக்க கேட்டவனைக் கண்டு மூவருமே செய்வதறியாமல் விழித்தனர்.

அதனை அறிந்தபின், தான் எதிர்கொள்ளப் போகும் பேரிடர்களை உணராமல் போனது, யாரின் விதியோ!

அந்நேரம், மேடையில் இருந்து மஹதியின் குரல் ஒலித்தது.

"நம்ம கல்லூரியோட உதிர்ந்த மலர்களான, கண்ணின் மணி போன்ற ஓல்ட் அண்ட் கோல்ட் மாணவ செல்வங்களுக்கு இக்கல்லூரியின் இந்நாள் மாணவி மற்றும் ஸ்டூடெண்ட் சேர்மன் மஹதியின் சார்பில் வணக்கம் வந்தனம்.

நம்மளோட ஏ.எஸ். கே கலை, அறிவியல் கல்லூரி பெரிய பெரிய ஆசிரியர்களையும், அறிவியலார்களையும், விஞ்ஞானிகளையும் உருவாக்கி இருக்கு. இன்னும் நிறைய துறையில நம்மளோட கல்லூரி முத்துக்கள் சாதனை புரிஞ்சுக்கிட்டே தான் இருக்காங்க.

அந்த வரிசையில, கடந்த எட்டு வருடங்களுக்கு முன்பு இதே கல்லூரியில சேர்மனா இருந்து, படிப்பிலும் விளையாட்டிலும் முதன்மையான மாணவனாக திகழ்ந்து, தற்போது ஆராய்ச்சியாளராக அவதாரம் எடுத்து அதிலும் வெற்றி கண்ட மிஸ்டர் வேதாந்த் அவர்களை கல்லூரி முதல்வர் கையால் விருது வாங்கிட பணிவன்புடன் மேடைக்கு அழைக்கிறேன்" என சிவந்த இதழ்களை ஈரப்படுத்தி பேசி முடித்த மஹதி, புன்சிரிப்புடன் நின்றாள்.

ஆனால் அவள் அழைத்த வேதாந்தோ நண்பர்களை முறைத்து விட்டு, "ஸ்டேஜுக்கு போயிட்டு வந்து பார்க்குறேன் உங்களை..." என்றவன், துறுதுறு நடையுடன் கூடவே, மஹதியை குறுகுறுவென பார்த்தபடி மேடைக்கு ஏறினான்.

மஹதி "வெல்கம் சார்...!" என அவனை வரவேற்க, அவனும் புன்னகை முகத்துடன் முதல்வர் கையால் விருது வாங்கிட,

மஹதி "சார்... ஒரு குட்டி ஸ்பீச்...!" என்றாள் அடக்கமாக.

அவனோ, "ஸ்பீச் தான... பண்ணிடலாம்...! அதுக்கு முன்னாடி கல்லூரியோட அருமை பெருமைய பத்தி கரெஸ்பான்டன்ட் பேசட்டும்" என்று சிரத்தையாய் உரைத்திட, அவரும் சென்று பேச ஆரம்பித்தார்.

கையில் விருதுடன் மேடையின் ஓரத்தில் நின்றிருந்த மஹதியின் அருகில் சென்று நின்ற வேதாந்த், "சோ நீ தான் காலேஜ் சேர்மனா?" எனக் கேட்டான் முணுமுணுப்பாக.

அவளும் "ஆமா சார்..." என்றாள் வேகமாக.

"ம்ம்... அது சரி! ஏதோ டயலாக் விட்டியே சாதனை புருஞ்சோமா? இந்த காலேஜ்ல வந்து சேர்ந்து படிச்சதே பெரிய சாதனை தான். இங்க இருந்து போனதும் தான் அவன் அவன் பொண்ணு பின்னாடி சுத்தாம உருப்பட்டான். மூணு வருஷம் என்ன படிச்சோம்ன்னே தெரியாம பெஞ்சை தேய்ச்சதுக்கு பெருமை மட்டும்

காலேஜுக்கா?" என்றான் வெகு நக்கலாக.

பின், "அப்பறமா என்ன சொன்ன, படிப்பிலையும் விளையாட்டுலையும் முதன்மையான மாணவனா...? அப்படின்னு நான் சொன்னேனா? இப்ப ஏதோ ஆராய்ச்சி பண்றேன்னு சொன்னதும், நீயா நான் இப்படி தான் இருந்துருப்பேன்னு நினைச்சு ப்ரூடா விட்டுட்டு இருக்க? வந்த முதல் நாளே சீனியர்ஸ ராக்கிங் பண்ணி ஒரு வாரம் சஸ்பெண்ட் ஆனேன் தெரியுமா?" என்றதில் அவள் முகத்தில் ஈ ஆடவில்லை.

அவனோ முகத்தில் இருந்த சிரிப்பை சிறிதும் மாற்றாது, அடிக்குரலில் யோசனையுடன் "ஆனா ஸ்பீச் ஆரம்பிக்கும் போது ஒன்னு சொன்னியே... என்னது அது... ஹான்! உதிர்ந்த மலர்கள், கண்ணின் மணியாம், மண்ணாங்கட்டி" என்று கடுப்பாகி விட்டு,

பின் "நீ என்ன டிபார்ட்மெண்டு?" எனக் கேட்டான் எகத்தாளமாக.

அவளோ பேந்த பேந்த விழித்து "கெமிஸ்ட்ரி சார்" என்றதும்,

"ம்ம்... பேசாம கெமிஸ்ட்ரிய விட்டுட்டு கவிதை எழுதி கவிதாயினி ஆகிடு. பேச மைக் குடுத்தா, என்னத்தையாவது பேசுறது. இனிமே வந்தோமா பேர் சொல்லி அடுத்த ஆளை கூப்பிட்டோமா விருத குடுத்தோமான்னு இருக்கணும். அதை விட்டுட்டு எக்ஸ்டரா பிட்டிங் போட்ட... வாயிலேயே குத்துவேன்...டின் பீரு" என்று முணுமுணுப்புடன் மிரட்டியவன், முதல்வர் அழைத்ததும், "எஸ் சார். நான் பேசட்டா சார்...." என வெகு பணிவாய் கேட்டு மைக்கின் முன் சென்று நின்றான்.

அவன் பேசிய பேச்சில் சித்தம் கலங்கி விழி பிதுங்கி, 'அடப்பாவி அப்போ அந்த பல்சர் பார்ட்டி நீ தானா?' என உறைந்து நின்றாள் மஹதி.

***

அத்தியாயம் 3

மஹதியின் அதிர்வையும், முறைப்பையும் உணர்ந்தாலும் அதனை கண்டுகொள்ளாதவனாய் மைக்கில் சில வார்த்தைகள் பேசியவனுக்கு விழிகள் மீண்டும் அவனின் விடுதி இருந்த திசைக்கே பயணம் செய்ய முற்பட்டது.

பின், பேச்சை முடித்துக் கொண்டவன், யோசனையுடனே கீழிறங்கி, அவனின் நண்பர்களுக்கு அருகில் சென்று, ஜெகதீஷை பார்வையால் எரித்தான்.

அவனோ ப்ரீத்தியை தீயாக முறைத்து, "பிசாசே... பிசாசே! இன்வெஸ்டிகேஷன் பத்தி எல்லாம் உன்ன வாய விட சொன்னாங்களா! இப்போ அவன் எனக்கு ஃபங்க்ஷன் நடத்துவான். இருந்து விழாவ சிறப்பிச்சுட்டு போ!" என்று காரமாக முணுமுணுத்தான்.

"ஏதோ ஒரு லவ் ஃபீல்ல உளறிட்டேன் ஜெகா. நீ ஒன்னும் கவலைப்படாத..." என்று அவனுக்கு ஆறுதல் அளிப்பது போல் பேசியவள், மறுகணம் "என்னை எப்டியாச்சு இந்த ஆர்மி அவதார்கிட்ட இருந்து காப்பாத்துடா...!" என்றாள் பாவமாக.

அப்பெயர் காதில் விழுந்ததில் இன்னும் வேதாந்த்தின் விழிகள் அனலை கக்கியது.

"இப்ப இங்க என்ன நடக்குதுன்னு எனக்கு தெரியணும்...!" என்றவனுக்கு என்ன பதில் கூறுவது என புரியாமல் நின்ற இருவரும், லோகேந்திரனை மாட்டி விடலாம் எனத் திரும்ப, அவனோ வேதாந்த் மேடை ஏறியதுமே எப்போதும் போல தப்பித்து ஓடி விட்டான்.

"கூட இருக்குறது எல்லாம் துணையா இருந்தா பரவாயில்ல, துரோகியாவுல இருக்கு..." எனத் திட்டிக்கொண்ட ஜெகதீஷ், வேதாந்தை தனியே அழைத்துச் சென்றான்.

"மச்சான்... நீ இத்தனை வருஷமா, நடந்ததை பத்தி பேசாம அவாய்ட் பண்ணதுனால நாங்களும் இந்த விஷயத்தை பத்தி உங்கிட்ட பேசல..." என்று தொண்டையை செருமிக்கொண்டு ஆரம்பிக்க,

"எந்த விஷயத்தை பத்தி...?" என வினவினான் அழுத்தமாக.

"அது... அது... அதான்டா... நம்ம ஹாஸ்டல்ல நடந்த தற்கொல பத்தி..." என்று இழுத்ததில், வேதாந்திற்கு சினமே மிஞ்சியது.

"சோ! அது தற்கொலைன்னு இத்தனை வருஷமாகியும் நம்பிட்டு இருக்கீங்க இல்ல? இந்த டேஷுக்கு தான் நான் வரமாட்டேன்னு சொன்னேன்" இறுகிய மோவாயை மேலும் இறுக்கினான்.

ப்ரீத்தி, "கோபப்படாம சொல்றதை கேளு வேதா. இத்தனை வருஷமா, அந்த தற்கொலை..." என ஆரம்பித்தவள், அவன் முறைப்பதை அறிந்து "சரிய்ய்... நம்ம பிரவீன் டெத்ல இருந்து, நீங்க இருந்த ஹாஸ்டல் பிளாக்கையே சீல் பண்ணிட்டாங்க. தென், அது தற்கொலைன்னு கேஸையும் க்ளோஸ் பண்ணிட்டாங்க. ஆனா... ஒரு மாசத்துக்கு முன்னாடி மறுபடியும் கேஸை ரீ-ஓபன் பண்ணிருக்காங்க" என்று கூறி முடிக்க,

"எதுக்கு க்ளோஸ் பண்ணுன கேஸ மறுபடியும் ரீ ஓபன் பண்ணனும்?" என்று புருவம் சுருக்கினான் வேதாந்த்.

"அது தெரியல வேதா. மே பீ 'ப்ரஷு'(பிரவீன்) ரிலேட்டிவ்ஸ் யாராச்சும் கம்பளைண்ட் குடுத்து இருக்கலாம்!" இத்தனை வருடமாகியும், பிரவீனின் 'ப்ரஷ்' என்ற அழைப்பை மாறாது உபயோகித்தான் ஜெகதீஷ். அப்போதே அவனுக்கு நீர் துளிக்கத்தான் தொடங்கியது, கூடவே ஒரு மெல்லிய கோபமும்.

'தற்கொலை பண்ணிக்கிற அளவு உனக்கு என்னதான்டா பிரச்சனை...' என்று.

இதனை கேட்டு மிகவும் அமைதி காத்த வேதாந்த், "நான் நம்ம ஹாஸ்டல பார்க்கணும்..." என்றான்.

சொன்னதோடு நில்லாமல், வேகநடையுடன் விடுதி நோக்கி செல்ல, ஜெகதீஷும் ப்ரீத்தியும் நொந்தபடி அவனை பின் தொடர்ந்தனர்.

"வேதா நில்லுடா. கோர்ட் ஆர்டர் படி யாரும் உள்ள போக கூடாது. சொன்னா கேளு!" என்று ஜெகதீஷ் பேச பேச

அதனை காதில் வாங்காமல் சென்றவனை, முன் சென்று நிறுத்தினாள் மஹதி.

"இங்க என்ன பண்றீங்க? இங்க யாரும் வரக்கூடாது..." என்று கையைக்கட்டிக்கொண்டு உத்தரவிட்டாள்.

அதனை கேட்டுக்கொண்டால் அது வேதாந்த் அல்லவே!

பதிலளிக்காமல் முன்னே செல்லப்போனவனைத் தடுத்தவள், "உங்க கிட்ட தான் சொல்லிட்டு இருக்கேன் மிஸ்டர் வேதாந்த். ஓல்ட்

ஸ்டூடண்ட்ன்னா, வந்தோமா ஃபங்ஷன் அட்டெண்ட் பண்ணோமா போனோமான்னு இருக்கனும். இது இந்த காலேஜ் சேர்மனான என்னோட ஆர்டர். மீறி உள்ள போனா, நான் பிரின்சிபால் கிட்ட கம்பளைண்ட் பண்ண வேண்டியது வரும்..." விழிகளை உருட்டி, விரலை நீட்டி எச்சரித்தவள், அழுத்தத்துடன் நின்றாள்.

அதில், பின்னந்தலை கேசத்தை கோதிக்கொண்டவன், 'ஸ்ஸ்ஸ்... இந்த டின்பீரு ஓவரா பெர்ஃபார்மன்ஸ் பண்ணுது!' என வாய்க்குள் சலித்தவன், திமிராக நின்றவளின் கையை பிடித்து வளைத்தான்.

"பெரிய சட்டசபை சேர்மன் மாதிரி சீன் போடுற... இந்த டப்பா காலேஜுல சேர்ந்ததே பெரிய தப்பு. இதுக்கு சேர்மன் ஆனது அதை விட பெரிய தப்பு... சேர்மன்ற பேர்ல எனக்கே ஆர்டர் போடுறது மகா தப்பு..." கீழுதட்டைக் பற்களால் கடித்தபடி அவள் கையை முறுக்க,

அவளோ "ஆ... ஐயோ... அம்மா... டேய் கைய விடுடா. என்ன பத்தி தெரியாம பேசிட்டு இருக்க. நான் மட்டும் நினைச்சேன். உன்ன என்ன பண்ணுவேன்னு எனக்கே தெரியாது" என்று குரலை உயர்த்தி கத்தியவள் அவனிடம் இருந்து விடுபட போராடினாள்.

"என்னடி பண்ணுவ... டின்பீரு! குச்சியை வைச்சு வண்டி டயரை கிழிக்க பார்த்த மாதிரி, கிறுக்குத்தனம் பண்ணுவியா..." என்றவனின் பேச்சிலும் கண்ணிலும் ஏகத்துக்கும் நக்கல் வழிந்தது.

திருதிருவென விழித்தவள் தான், 'சே கிரேட் இன்சல்ட்...!' என்று நொந்து, "இப்போ நீ கைய விட போறியா இல்லையாடா!" என்றாள் முறைப்புடன் கூடிய முகச் சுருக்கத்துடன்.

"நீ வழியை விடு. நான் கைய விடுறேன்!" அசட்டையுடன் பதிலளித்தவனின் பிடி சற்றும் இளகவில்லை.

"நோ வே! இந்த பக்கம் யாரையும் விடக்கூடாது. அப்பறம் நான் தான் மேனேஜ்மெண்ட்க்கு பதில் சொல்லனும்..." என்றவள், "போயும் போயும் உனக்கு போய் விருது குடுத்து இருக்காங்க பாரு. உண்மையாவே இந்த காலேஜ் மேனேஜ்மெண்ட் மொக்க தான்... திமிரு பிடிச்சவன்..." என வலியில் வாய் வந்த போக்கில் திட்டியவளின் கையை பட்டென விட்டான்.

"குட்... இவ்ளோ சீக்கிரம் இந்த காலேஜ் மொக்கைன்னு ஒத்துக்கிட்டியே. அதுக்கே உனக்கு பாராட்டு விழா வைக்கணும் டின்பீர் கேர்ள். இந்தா என் விருதை நீயே வைச்சுக்கோ. என்ஜாய்..." என நமுட்டு சிரிப்புடன் கண் சிமிட்டியவன், கையில் வைத்திருந்த

விருதை அவளின் கையில் திணித்து விட்டு, விடுதிக்குள் சென்றான்.

'என்னடா நடக்குது எங்களுக்கு தெரியாம?' என்ற ரீதியில் ஜெகதீஷும் ப்ரீத்தியும் ஒருவரை ஒருவர் பார்த்துக்கொள்ள, வேதாந்த்தின் செய்கையில் திகைத்த மஹதி கடுப்புடன் அவன் பின்னேயே சென்றாள்.

"உங்க அவார்ட் எனக்கு எதுக்கு மிஸ்டர் வேதாந்த்...?" எரிச்சலுடன் வினவ,

"வேணாம்ன்னா குடுத்துடு!" என அதனை மீண்டும் வாங்கிக்கொண்டு, நடந்தவனின் பார்வையில் அவன் தங்கி இருந்த 'பி' பிளாக் கண்ணில் விழுந்தது.

நிமிர்ந்து, அந்த கட்டடத்தின் நான்காம் தளத்தை வெறித்தவனுக்கு, சீறலும் ஆற்றாமையும் விடை புரியாத புதிரும் மாறி மாறி தோன்றி அலைக்கழித்தது.

எத்தனை உற்சாகமான நாட்களை, நிகழ்வுகளை, மகிழ்வுகளை பார்த்திருக்கிறது இந்த விடுதி. இறுதியில் இயற்கைக்கு எதிரான இறப்பின் வடுவை அல்லவோ தந்து விட்டது.

ஏன்? எதற்கு? எதனால்? என்ற வினாக்கள் பல வருடமாக அவனுக்குள் அமிழ்ந்திருந்த போதும், இந்த நிமிடம் அது விருட்சமாகி முன் நின்றது.

ஜெகதீஷ், "மச்சான்! போதும் டா கிளம்பலாம். இதுக்கு மேல உள்ள போக வேணாம்..." என அவன் தோளைப் பற்றி நிறுத்த, மஹதிக்கு அந்த இடத்தைப் பார்த்தாலே பீதி கிளம்பியது.

"ஆமா, ஆமா இதுக்கு மேல போகாதீங்க! முதல்ல மூணு பேரும் வெளிய வாங்க!" என்றவள் எச்சிலை விழுங்கினாள்.

ப்ரீத்திக்கோ 'இவ்ளோ நேரம் மிரட்டலா சொன்ன பொண்ணு திடீர்னு பம்முது' என்ற எண்ணம் உதிக்க, "நீ ஏன் இவ்ளோ நடுங்குற?" எனக் கேட்டாள்.

"பின்ன நடுங்காம? இந்த இடத்தை பத்தி நிறைய ஹாரர் ஸ்டோரி இருக்கு. எட்டு வருஷமா இந்த இடத்தை சீல் பண்ணது கூட அதுனால தான்..." ஹஸ்கி குரலில் ரகசியம் போல் பேசியவள் அதே தொனியை தொடர்ந்தாள்.

"உங்க பேட்ச்ல இங்க ஒரு பையன் சூசைட் பண்ணிக்கிட்டாங்கல. அவங்க ஆவி இந்த ஹாஸ்டலை, முக்கியமா இந்த 'பி' பிளாக்கை சுத்துதுன்னு எல்லாரும் பேசிக்கிறாங்க. இங்க நாலாவது

மாடி கதவை திறக்கவே கூடாதுன்னு, போலீஸ் கூட அங்க சாமியார கூட்டிட்டு தான் போனாங்க!" என திகில் கதை போல் கூறினாள்.

இச்செய்தி ஜெகதீஷிற்கும் ப்ரீத்திக்கும் புதிது. இருவருக்கும் அடி வயிற்றில் பயப்பந்து உருள,

ஜெகதீஷ், "என்ன பேய் கத சொல்லி பயமுறுத்துறியா...? எங்க பிரெண்டு ரொம்ப நல்லவன். பேயா எல்லாம் சுத்த மாட்டான். சும்மா ப்ரூடா விடாத..." என்றவனுக்கு விழிகளில் அச்சம் பரவியது.

"நான் ஒன்னும் ப்ரூடா விடல. ஆதாரத்தோட தான் சொல்-றேன்... ரூல்ஸை மீறி, ஃபோர்த் ஃப்ளோர் போன ரெண்டு பேர் இப்போ வரைக்கும் என்ன ஆனாங்கன்னே தெரியல. அவங்களை பத்தி விசாரிக்க தான், இப்போ போலீசும் இந்த கேச ரீ-ஓபன் பண்-ணிருக்காங்க. ஆஸ் அ சேர்மனா, இதெல்லாம் ரொம்ப ரகசியமா வைக்க சொன்னாங்க.

பட், நீங்க உள்ள போய் சாக கூடாதுன்ற நல்ல எண்ணத்துல தான் இப்போ வார்ன் பண்றேன் . அது மட்டும் இல்ல. என்ன இருந்தாலும் இது என் தலைமையில நடக்குற பங்க்ஷன். சோ, எல்-லாமே கரெக்ட் - ஆ இருக்கணும்ல...!" என அவர்களை அதிர்-வுக்கு உட்படுத்தியவள், இறுதியில் அவள் பாணியில் பெருமையுடன் முடித்தாள்.

'சப்பா... இவள் பீத்தல் தான் தாங்க முடியல...! மவளே இருடி உன்ன பாத்துக்குறேன்!' மனதினுள் கருவிய வேதாந்த், பயந்-தது போல் அவள் கையை பற்றிக்கொண்டு, "என்னம்மா சொல்ற. பே பேயா... இங்கேயா...! அய்யய்யயோ எனக்கு ரொம்ப பயமா இருக்கு..." என அவளை இறுக்கிப் பிடித்துக்கொள்ள, அவளுக்கு தான் மூச்சு முட்டியது அவன் தீண்டலில்.

இதில், அவன் சத்தமாக கத்தியதில், அது அந்த கட்டடம் முழு-தும் எதிரொலித்து மேலும் பீதியை கிளப்பிட, மாடியில் இருந்து ஏதோ நாற்காலி நகரும் சத்தம் வேறு கேட்டதில் அரண்டவள், அவன் வாயை பொத்தினாள்.

"டேய்ய்... நீ கத்தி, தூங்கிட்டு இருக்குற பேய ஏன்டா கிளப்பி விடுற?" விட்டால் அழுதுவிடுபவள் போல், இப்போது அவனை இறுக்கி பிடித்துக்கொண்டாள்.

"நீ தான் காலேஜ் சேர்மன் ஆச்சே. உன்ன பார்த்தாலே பேய் பயந்து ஓடிடும் மஹதி..." உள்ளுக்குள் புன்னகையை அடக்கிக்-கொண்டு பாவம் போல் கூறியதில், அவளுக்கு இதயமே வெளியில்

வந்து விடும் போல் இருந்தது.

"நான் காலேஜுக்கு தான் சேர்மன். பேய்க்கு இல்ல வேதாந்த். முதல்ல இங்க இருந்து போகலாம். எனக்கு ரொம்ப பயமா இருக்கு!" என்று மிரள, அவளின் கையை எடுத்து விட்டு, தள்ளி நிறுத்தியவன், "இவ்ளோ பயம் இருக்குல்ல... இனிமே சேர்மன்னு பில்ட்-அப் குடுப்பியா?" என்று கீழ்க்கண்ணால் மிரட்டினான்.

அவளுக்கோ தனியாக நிற்கவே பயம் நெஞ்சைக் கவ்வியது. அவனையும் பிடிக்க விடாமல் அவன் நகர்ந்ததில், "விளையாடாதீங்க வேதா. எனக்கு நெஞ்சு வலி வந்துடும் போல இருக்கு. ப்ளீஸ்..." என்றவளுக்கு கண்ணெல்லாம் கலங்கி விட்டது.

"ம்ம்... இனிமே மண்டைக்கனமா ஏதாவது பேசுன, தூக்கிட்டு வந்து என் பேய் பிரெண்டுகிட்ட கோர்த்து விட்டுடுவேன்..." என பயமுறுத்தியதில், அவள் வேகமாக தலையை அசைத்தாள்.

"அது... இந்தா கையை பிடிச்சுக்கோ!" என்று புன்சிரிப்புடன் கையை நீட்டியுவனின் கையை உடனேயே பற்றிக்கொண்டாள் மஹதி.

உடனேயே, "நம்ம ரைட் ஹேண்ட தான் இவள் பிடிச்சு இருக்கா. ஆனா, நம்ம லெஃப்ட் ஹேண்ட் ஏன் இவ்ளோ கனமா இருக்கு..." என்று யோசித்தவனுக்கு லேசாக கிளி பிடிக்க, மெல்லத் திரும்பிப் பார்த்தான்.

அங்கோ, ஜெகதீஷும் ப்ரீத்தியும், ஏதோ சத்தம் கேட்ட நிமிடத்திலேயே குரங்கு போல் அவனைத் தொற்றிக்கொண்டதில் தான் கை வலி எழுந்து இருக்கிறது.

"அட ச்சை... தள்ளுங்க ரெண்டு பேரும்" என கையை உதறியவன், "நம்ம பிரஷூடா. அவன் உயிரோட இருக்கும் போதோ பொண்ணுங்க பின்னாடி ஆவி மாதிரி தான் சுத்துவான். செத்தப்பறம் சுத்தலைன்னா தான் ஆச்சர்யம்!" என்றான் கடுப்பாக.

ஜெகதீஷோ, "என்னடா வேதா அசால்ட்டா பேசுற. அந்த நாய், நம்மகிட்ட எவ்ளோ அடி வாங்கிருக்கு. இப்போ ஆவியா வந்து அதெல்லாம் செஞ்சு பழி வாங்கிட்டா... என்னடா பண்றது?" என்றான் மிரட்சியுடன்.

ப்ரீத்தி ஒரு படி மேலே போய், "எனக்கு தெரிஞ்சுருச்சு வேதா. எங்க லவ்ல நடக்குற எல்லாம் ப்ராப்லம்க்கும் காரணம் நம்ம ப்ரஷூ தான். அவன் தூக்குல தொங்கி லவ் பெய்லியர் ஆனதுனால, எங்க லவ்வுலையும் விளையாடுறான் போல..." என்று மிரண்டு,

"அடேய்... ப்ரஷு... உனக்கு நாங்க ரெஜிஸ்டர் மேரேஜ் எல்லாம் பண்ணி வைக்க நினைச்சோம்ல. எங்க நல்ல மனசை புருஞ்சுக்காம ஏன்டா இப்படி பண்ற..." என காற்றில் அவனுடன் உரையாடினாள்.

பொறுமையிழந்த வேதாந்த் தான், "ரெண்டு பேரையும் அடிச்சு அவன் கூடவே பேயாக்க போறேன். இந்த பைத்தியம் ஏதோ கத சொல்லுதுன்னு, நீங்களும் நம்பிகிட்டு இருக்கீங்க. அண்ட் இப்போவும் சொல்றேன் அவன் சூசைட் பண்ணல. இது தற்கொலை இல்ல. இதுல ஒரு மர்மம் இருக்கு" என்று உறுதியுடன் கூறியவனின் முகத்தில் ரௌத்திரம் தாண்டவமாடியது.

"ம... மர்மமா! என்ன மர்மம்?" அவன் பேச்சில் மேலும் திகைத்த மஹதி பேய் முழியுடன் அவனைப் பார்க்க, அவள் பாவனையில் சிரிப்பை அடக்கியவன், "ஆமா, டின்பீரு. மர்மம் தான். அந்த மர்மம் என்னன்னு தெரியனுமா?" என ரகசிய குரலில் ஆர்வத்தை ஏற்படுத்துவது போல் வினவ, அவள் உடனடியாக மேலும் கீழும் தலையாட்டினாள்.

அதில், "அப்போ வா. அவன்கிட்டயே கேட்கலாம்..." என்றபடி, அவளை தரதரவென நான்காம் மாடிக்கு இழுத்துச் சென்றதில்,

மஹதி "அடேய் கிராதகா... உனக்கு அந்த பேயே பரவாயில்லடா. என்னை விடுடா. நான் இந்த காலேஜ் விட்டே போறேன்" என கதறோ கதறென கதறிட, சற்றும் இரக்கம் காட்டாது போனான், அவளிடமே உருகி, கிறங்கப் போவதை அறியாமல்.

அது அறிந்திருந்தால், தன்னின் இந்த விஷம செய்கை, விஷப் பரீட்சையாக மாறப்போவதை மன்னவனும் தடுத்திருப்பானோ...!?

***

அத்தியாயம் 4

"ப்ளீஸ்! ப்ளீஸ்! வேதாந்த் என்னை விட்டுடுங்க! நான் வரமாட்டேன்" என்று கிட்டத்தட்ட கெஞ்சத் தொடங்கியவளை சட்டை செய்யாமல் இழுத்துச் சென்றவன், நான்காம் மாடிக்கு வந்து சேர, அவளின் அலறல் இன்னும் அதிகமானது.

ஜெகதீஷும் ப்ரீத்தியுமோ இடத்தை விட்டு நகரவே இல்லையே.

மஹதியின் வாயைப் பொத்திய வேதாந்த், "இப்போ எதுக்கு நீ இப்படி கத்துற? என் பிரெண்டு உன்னை ஒன்னும் பண்ண மாட்டான். பேசாம வா!" என்றவன், அந்த நான்காம் மாடிக் கதவை திறக்க கையை வைக்கப் போக, மஹதி கண்ணை மூடிக்கொண்டு "ஆஆஆஆ" என தொண்டை கிழிய கத்தினாள்.

அவள் கத்தி முடிக்கும் வரை காத்திருந்தவன், கதவில் சாய்ந்தபடி எகத்தாளமாக நின்றான்.

மஹதியின் குரலைக் கேட்டு அரண்ட ஜெகதீஷும் ப்ரீத்தியும் திடுதிடுவென மேலே ஏறி வர, அவள் மூடிய கண்ணை மெல்லத் திறந்தாள்.

"ப்பா... டின்னுக்குள்ள எலி ஓடுன மாதிரி ஏன்டி டின்பீரு இந்த கத்து கத்துற?" வேதாந்த் காதை பொத்தி நக்கலடித்தான்.

"போடா எரும மாடு! சைக்கோ! பைத்தியம்!" என வாய்வந்த போக்கில் அவனைத் திட்டித் தீர்த்தவள், "நீ கதவுல கை வைச்சா, சட்டுன்னு பெரிய காத்து அடிக்கும். உள்ள இருந்து ஏதோ சத்தம் வரும். கீழ இருக்குற குப்பை எல்லாம் காத்துல பறக்கும்..." என அச்சத்தில் உளறியவளைக் கண்டு நகைத்து விட்டான்.

"ஏய்... சைக்கோ! பைத்தியம்! சந்திரமுகி படத்த பல தடவை பார்த்துட்டு வந்து பினாத்திட்டு இருக்க. மவளே இன்னொரு தடவை கத்துன இங்கயே வைச்சு பூட்டிட்டு போய்டுவேன்... பேயோட பேயா சுத்த வேண்டியது தான்" என்று விழிகளை உருட்டி மிரட்டிய வேதாந்த், அக்கதவை திறக்க, அதுவோ எந்த ஆர்ப்பாட்டமும் இல்லாமல் திறந்து கொண்டது.

பல வருடங்களாக பூட்டப்பட்டிருந்த தளம் ஆதலால் தூசி நிறைந்திருக்க, மற்றபடி அவர்களுக்கு பெரியதாக பயம் எதுவும் வரவில்லை. ஏனெனில், அந்த தளத்தினுள் வந்ததுமே அவர்கள் செய்த லூட்டிகளும் சேட்டைகளும் மட்டுமே நினைவில் வந்தது.

ஆனால் மஹதிக்கு தான், பின்னால் இருந்து யாரோ தலைகீ-ழாக தொங்குவது போலவும், பக்கவாட்டில் நடந்து செல்வது போல-வும் பிரம்மை தோன்ற, அவளின் கரங்கள் தன்னிச்சையாக வேதாந்த்தை பற்றிக்கொண்டது.

வேதாந்த்தின் எண்ணம் முழுக்க, பிரவீன் இறந்த நேரத்திலேயே தங்கி இருக்க, அன்று தான் கண்ட நிகழ்வு இன்னும் அவனுள் உறைந்திருந்தது.

ஆனால், அதனை தனக்குள் புதைத்துக்கொண்டவன், சில நிமி-டங்களில் "சரி வாங்க போலாம்..." என்க,

மஹதி," இனிமே எப்படி வெளிய போறது. அவ்ளோ தான்! நம்ம வெளிய போற நேரத்துல கரெக்ட் ஆ கதவு டப்புன்னு அடைச்சுடும். அதோட நம்ம உள்ளேயே இருக்க வேண்டியது தான்..." எச்சிலை விழுங்கி பயந்த முகத்துடன் நின்றாள்.

பழைய மலரும் நினைவில் மூழ்கி இருந்த ஜெகதீஷிற்கு இப்-போது பயம் சற்றே மட்டுப்பட்டிருக்க, "ஏன் உள்ள யாராவது விருந்து குடுக்குறாங்களா...?" என அவளை வார,

ப்ரீத்தியோ, "இந்த பொண்ணு, இருக்குற பேய் படத்தை எல்லாம் பார்த்து சீன் கிரியேட் பண்றா ஜெகா. சும்மா இருக்குற நம்ம பேய் பிரெண்டு ப்ரஷ்ஷ இவளே கிளப்பி விடுவா போல..." என்று தலை-யில் அடித்துக்கொண்டாள்.

"நான் ஒன்னும் சீன் கிரியேட் பண்ணல. நீங்க வேணா பாருங்க. நான் சொன்னது நடக்குதா இல்லையான்னு..." என்று சவால் விட்ட மஹதியை சலித்தபடி பார்த்த வேதாந்த், "அட ச்சீ வா!" என இழுத்துக்கொண்டு கதவின் அருகில் வந்தான்.

பின், "ம்ம்... கதவ திற" என மஹதிக்கு உத்தரவிட, "ஹான்... நான் மாட்டேன். எப்படியும் இந்த கதவு திறக்காது. அப்படியே திறந்-தாலும் நம்மள உள்ள இருக்குற பேய் வெளிய விடாது..." என அதே பல்லவியை பாடியவள் வேதாந்த்தின் கடும் முறைப்பிற்கு ஆளானாள்.

பிறகு அவனே, கதவை திறந்து கொண்டு விருட்டென வெளி-யேறி விட, அவளோ, "அடேய் என்னை விட்டுட்டு எங்கடா

போற..." என ஓடி சென்று அவனை பிடித்துக்கொண்டவள்,

"என்ன வெளிய வந்துட்டோம். அப்போ உள்ள பேய் இல்லையா...?" விழி விரித்து வினவினாள்.

ப்ரீத்தி, "உன்ன யாரோ நல்லா ஏமாத்தி இருக்காங்க மஹதி. இங்க பேயும் இல்ல ஒன்னும் இல்ல. எனக்கு என்னமோ இந்த காலேஜ் மேனேஜ்மெண்ட் மேல தான் சந்தேகமா இருக்கு" என்றாள் யோசனையாக.

"அதே டவுட் தான் எனக்கும் ப்ரீத்தி. எதுக்கு ப்ரஷ்ஷூ ஆவியா சுத்துறான்னு புரளியை பரப்புனாங்கன்னு தெரியல" என்றவன், வேதாந்த்தை பார்க்க, அவனின் முகம் சிந்தனையில் மூழ்கி இருந்தது.

பின், "சரி அதான் எதுவும் இல்லைன்னு தெரிஞ்சுருச்சே. வாங்க இந்த இடத்தை விட்டு கிளம்பலாம்..." என்றபடி விடுதியை விட்டு வெளியில் வந்தனர்.

மஹதி, "சரி... இங்க பேய் இல்லைன்னே வைச்சுக்கலாம். அப்போ இங்க வந்து ரெண்டு பேர் காணாம போனாங்களே அவங்க எங்க?" என்று இன்னும் பயம் மாறாமல் கேள்வி தொடுக்க,

ஜெகதீஷ், "அத போலீஸ் தான் கண்டுபிடிக்கணும்! மத்தபடி எங்க நண்பன் ஆத்மார்த்தமானவனே தவிர. ஆவி இல்ல..." என்று காலரை தூக்கி விட்டுக்கொண்டான்.

ஆனால், ப்ரீத்தி தான் அவன் காதில், "நம்ம தான் இப்படி பேசிட்டு இருக்கோம். இந்த ஆர்மி அவதார் அமைதியா இருக்குறத பார்த்தா ப்ரஷ்ஷ தோண்டி வரவைப்பான் போலடா..." என்று கிசுகிசுத்தாள் வெளிறி.

"அவன் சைன்டிஸ்ட்டி பக்கி. சாமியார் இல்ல!" என்று பதில் கூறும் போதே, மஹதி "அதென்ன ஆர்மி அவதார்?" எனக் கேட்டாள் புருவம் சுருக்கி.

அதில் புன்னகைத்த ஜெகதீஷ், அப்படியே பார்வையை வானத்தை நோக்கி திருப்பி, பெருமூச்சு விட்டான்.

கல்லூரி படிக்கும் காலத்தில், உடன் படிக்கும் பெண் மாணவர்களால் "ஆர்மி" என்றே அழைக்கப்படுவான் வேதாந்த். அதற்காக, எந்த சேட்டையும் செய்யமாட்டான் என்று பொருளல்ல. அனைத்து சேட்டையும் செய்து விட்டு, நாசுக்காக நண்பர்களை கோர்த்து விடுவதில் கில்லாடி.

ஆகினும், காதல் என்றால் பத்தடி தள்ளியே தான் நிற்பான். அதிலும் யாராவது பெண்களை சீண்டினாலோ அல்லது காதல் என்கிற பெயரில் தொல்லை செய்தாலோ அவர்களை அடித்தும் விடுவான். சற்றே விறைப்பாக, கெமிஸ்ட்ரி, கெமிக்கல் என இருப்பவனுக்கு ஆர்மி என்றும் கெமிக்கல் அவதார் என்றும் பெயர் வைக்க, அது நாளடைவில் ஆர்மி அவதார் என்றானது. என ஜெகதீஷ் சொல்லி முடிக்க,

"ஐய... ஏதோ கோனார் நோட்ஸ்ல 'ஆர்மி அவதார் பெயர்க்காரணம் கூறுக'ன்னு கேட்ட மாதிரி மொக்க போடுறீங்க!" என ஜெகதீஷை வாரியவள், "ஆனா, இந்த வேதாளத்துக்கு இந்த பேர் சரி தான்" என முற்றும் பயம் மறைந்து பேசிட, அப்போது தான் நிகழ்வுக்கு வந்த வேதாந்த், "அடிங்க... டின்பீரு!" என்று அடிக்க எத்தனித்தான்.

ஆனால், அவன் கையில் அகப்படாமல் அவள் ஓடியே விட, ப்ரீத்தி பக்கென சிரித்து விட்டு, "சரிடா. நான் கிளம்புறேன். ஹைதரபாத் போறதுக்கு முன்னாடி வீட்டுக்கு வாங்க..." என்று கூறி விட்டு விடை பெற்றாள்.

அவர்கள் சென்றதும் ஜெகதீஷ், "என்ன மச்சான்! இன்னும் என்ன யோசனை?" என வினவ,

வேதாந்த் பதில் பேசாமல், மீண்டும் விடுதி கட்டடத்தை நோக்கினான்.

"எனக்கு புரியது மச்சான். நீ ப்ரஷ்ஷு டெத்ல இருந்து வெளிய வரலைன்னு. ஆனா, இன்னும் ஹாஸ்டலயே பார்த்துட்டு இருந்தா என்ன அர்த்தம்..." என ஆறுதலளித்தவன்,

"ஆனா, கொஞ்ச நேரத்துல அந்த மஹதி பொண்ணு பேய் கதை எல்லாம் ஓட்டிடுச்சு மச்சி. நானே நம்பிட்டேன்னா பார்த்துக்க. அப்பவும் எனக்கு ஒரு டவுட் இருந்துச்சு வேதா. அப்படியே ப்ரஷு பேயா சுத்துனா கூட, நாய் இந்நேரம் லேடீஸ் ஹாஸ்டலுக்குல போயிருக்கும். இன்னுமா நம்ம ஹாஸ்டல்லயே சுத்துதுன்னு..." என்று வாய்விட்டு சிரித்து விட்டவனின் கூற்றில் வேதாந்திற்கும் சிரிப்பே வந்தது.

வந்த வேகத்தில் அது மறைந்தும் விட, அமைதியான குரலில், "மஹதி சொன்னது உண்மை தான் மச்சான்..." என்றான் அலுங்காமல் குலுங்காமல்.

கெக்க பெக்கவென சிரித்த ஜெகதீஷ் அப்படியே திகைத்து, "டேய்ய்... சும்மா இருடா! கலாய்க்காத..." என்று அதட்ட, அவனோ "நான் ஏன் கலாய்க்க போறேன். நிஜமா சொல்றேன். ப்ரஷ்ஷு உள்ள தான் இருக்கான் பேயா..." என்று கூறி விட்டு மீண்டும் யோசனையில் ஆழ்ந்து விட, அவனின் முகத் தீவிரமே அவன் கூறியது உண்மையென்று உணர்த்தியதில் ரத்த நாளங்கள் உறைய அதிர்ந்தான்.

அந்நேரம், விடுதியில் நான்காம் தளத்தில் அறை எண் 34 இல், ஜன்னல் திண்டில் அமர்ந்து வெளியில் வெறித்தான் ப்ரஷ் என்கிற பிரவீன். முகமெல்லாம் ரத்தமின்றி வெளிர்ந்திருக்க, வார்த்தைகள் கோபத்துடன் வெளிவந்தது.

"நாசமாபோறவனுங்க. இத்தன வருஷம் கழிச்சு பார்க்க வர்றா-னுங்க. நம்ம பிரெண்டு தனியா, சாப்பிடாம இருப்பானே. அவனுக்கு ஒரு சிக்கன் பிரியாணி வாங்கிட்டு வரணும்ன்னு தோணாது. அதுல-யும் இந்த வேதா நம்மள பார்த்தும் பாக்காத மாதிரி போய்ட்டானே. இருங்கடா அடுத்த தடவை பேய் பயத்தை காட்டி, நானும் பேய் தான்னு ஒத்துக்க வைக்கிறேன்..." என சாவகாசமாக சவால் விடுத்-தான்.

***

அத்தியாயம் 5

வேதாந்த்தின் கூற்றில் அதிர்ந்திருந்த ஜெகதீஷ், "ம மச்சான்... நீ நீ நிஜமா தான் சொல்றியா?" இதோடு இருபது முறை கேட்டு விட்டான்.

அதில் சலித்த வேதாந்த், "ப்ச்... எத்தனை தடவடா கேட்ப? நிஜமாவே அவன் உள்ள தான் இருக்கான்! ஆனா... ஏன் எதுக்குன்னு ஒன்னும் புரியல மச்சான்...!" என்றான் தலையை பிடித்துக்கொண்டு.

"ஐயோ வேதா! எனக்கு பைத்தியமே பிடிக்கிற மாதிரி இருக்கு. முதல்ல நீ எப்படி இவ்ளோ கன்பார்ம் ஆ சொல்ற அவன் உள்ள தான் இருக்கான்னு...?" என குழப்பமாக கேட்ட ஜெகதீஷிடம்,

"அவனை நான் என் கண்ணால பாத்தேன்" என்றதில், அவனுக்கு அடிவயிறு கலங்கியது.

"அதெப்படிடா எங்க கண்ணுக்கு தெரியல அவன்..." என எச்சிலை விழுங்கியபடி ஜெகதீஷ் வினவ, வேதாந்த் அசட்டையாக "அவன் நமக்கு எதிர்ல தான் இருந்தான். நீ கவனிச்சுருக்க மாட்ட..." என்றதில்,

'ஏதோ பிகரை பார்த்த மாதிரி பேசுறானே...' என்று நொந்த ஜெகதீஷ், "அத அங்கேயே ஏண்டா சொல்லல" எனக் கேட்டான் பாவமாக.

அதில் அவனை முறைத்த வேதாந்த், "எப்படிடா சொல்ல. ப்ரீத்தியாச்சு பரவாயில்ல நம்ம செட். மஹதி சின்ன பொண்ணுடா. சும்மாவே பயந்து சாகுறா. இதுல இத வேற சொல்லி எதுக்கு பயமுறுத்தனும்ன்னு தான் சொல்லல...!" என்றான்.

"ஹோ! அவ்ளோ நல்லவனா நீ. அவள் மேல என்ன இவ்ளோ அக்கறை. அதுவும் பார்த்த கொஞ்ச நேரத்துலயே ஒரே டச்சிங்கு, டிசிங்கு..." என ஒரு மாதிரியாக பார்த்தான்.

அக்கேள்வியில் வேதாவை மீறி சிறு முறுவல் ஒன்று பூக்க, "அது ஜஸ்ட் ஃபார் ஃபன்" என்று தோளைக் குலுக்கினான்.

'அதென்ன இத்தனை வருஷமா இல்லாம... இப்போ மட்டும் அதுவும் அந்த பொண்ணுகிட்ட மட்டும் ஃபன் வேண்டியது இருக்கு...' என்ற கேள்வி வாய் வரை வந்தாலும் அதனை கேட்கவில்லை. கேட்டாலும் கூட அதற்கு பதில் வேதாந்திடம் இல்லை தான்.

அப்போதே நன்றாக இருட்டி இருக்க, மீண்டும் விடுதிக்கு செல்லலாமா என சிந்திருந்த இருவரையும் கலைக்கும் விதமாக வேதாந்திற்கு செல்பேசியில் அழைப்பு வந்தது.

"இந்த லோகு பன்னாடை தான்டா கால் பண்றான்" என சொல்லிக்கொண்டே போனை காதில் வைத்தவனுக்கு எதிர்முனையில் கேட்ட செய்தி கடும் அதிர்வை கொடுத்தது.

இருட்டிய நேரத்தில், கல்லூரியில் இருந்து வீட்டிற்கு வண்டியில் செல்லவே மஹதிக்கு பயம் கவ்வியது. என்னதான் அந்த விடுதியைப் பற்றிய பேய் கதைகள் அனைத்தும் கட்டுக்கதைகள் என இப்போது உணர்ந்து விட்டாலும், அவளின் உள்மனம் அதனை ஏற்க மறுத்தது.

கிட்டத்தட்ட வண்டியை அதிவேகத்தில் ஓட்டிக்கொண்டு வீட்டை சேர்ந்தவள், தலையை குனிந்தபடியே வெளி கேட்டை பூட்டி விட்டு வீட்டினுள் வர, ரேகாவிற்கு தான் ஒரே ஆச்சர்யம்.

எப்பவும், வெளி கேட்டை, டங்கென திறந்து, அதனை மூடக்கூட செய்யாமல், ஊருக்கே கேட்கும் படி அம்மாவென கத்திக்கொண்டே வரும் பெண், இன்று அமைதியின் சிகரமாக அடக்க ஒடுக்கமாக வருகிறாளே என அதிசயமாக பார்த்தார்.

அவளோ, ஏதோ சிந்தித்தபடியே அவளறைக்குள் புகுந்து கொண்டு, கண்ணாடியின் முன் சென்று அமர்ந்தாள்.

அதில் ஒட்டி இருந்த ஸ்டிக்கர் பொட்டு ஒன்று அவள் விழியில் பட, ஏனோ சட்டென வேதாந்த்தின் நினைவு தான் வந்தது.

அவனைக் கண்டு சில மணி நேரமே ஆகியது என்று அவளால் நம்பக்கூட இயலவில்லை. அவனின் திமிர் பேச்சும், கிண்டலும் மனதோரத்தில் சினத்தை கொடுத்தாலும், இதழோரம் மெல்லிய நகையையும் கொடுக்கத் தவறவில்லை.

அந்நகை சில நிமிடங்கள் நீடிக்கும் முன்பே, அவளுக்கு வந்த அலைபேசி செய்தி அவளை மிகவும் அதிர்வுக்குட்படுத்தியது.

வேதாந்த்தும் ஜெகதீஷும் பல்சரில் நெடுஞ்சாலையில் பறந்தனர்.

மனத்திலோ ஓராயிரம் கேள்விகள். அதனை மீறிய கவலை அப்பி இருந்தது இருவரின் முகத்திலும்.

சிறிது நேரம் முன்பு தன் நண்பன் லோகேந்திரன் தன்னை மறந்து விட்டதாக புலம்பி தீர்த்த அவனின் காதலி கவிதா தற்கொலை செய்து கொண்டாள் என்பதே அவர்களின் கவலைக்கு காரணம்.

கவிதாவின் வீட்டிற்கு நேரெதிரில் வண்டியை நிறுத்தியவர்கள், அழுது சிவந்த கண்களுடன் நின்ற லோகேந்திரனை அணைத்து நிற்க, அவனுக்கோ அழுகை அதிகமே ஆனது.

"மச்சான்... என் கவிடா. என்ன தான் சண்டை போட்டாலும், நான் அவளை அவ்ளோ லவ் பண்ணேன் டா. என்ன மறந்துட்டேன்... மறந்துட்டேன்னு வாய் வார்த்தையா தான் சொல்றான்னு நினைச்சேன். ஆனா உண்மையாவே என்னை மறந்துட்டு இப்படி ஒரு காரியம் பண்ணிட்டா மச்சி..." வேதனை நெஞ்சை அடைக்க கண்ணீரில் கரைந்தான்.

வேதாந்த், "சரிடா... சரிடா...! ரிலாக்ஸ் ஆ இருடா..." என்று அவனை சமன்படுத்த முற்பட்டவனுக்கு என்ன ஆறுதல் அளிப்பது என்றே புரியவில்லை.

ஜெகதீஷுக்கோ லோகேந்திரனின் அழுகையை கண் கொண்டு காண இயலவில்லை. தானும் இப்போது தானே காதல் கடலில் வீழ்ந்து அலையோடு கலந்திருக்கிறோம்... திடீரென காதலி இறந்துவிட்டாள் என்றால் யாரால் தான் தாங்க இயலும்? என மிகவும் வருத்தத்துடன் நின்றான்.

அப்போது தான், அவசரமாக ஸ்கூட்டியில் அங்கு வந்து சேர்ந்தாள் மஹதி. வந்தவள், வேதாந்தை புரியாமல் பார்க்க, அவனோ "நீ இங்க என்ன பண்ற?" எனக் கேட்டான் புருவம் சுருக்கி.

"கவிக்கா என் பிரெண்டோட அக்கா தான்..." என்றவள், லோகேந்திரனின் கண்ணீரைக் கண்டு அவனை யாரென பார்த்தாள்.

அவளை யோசிக்கவிடாமல், கவிதாவின் தங்கை நிரோஷினி, மஹதியைக் கண்டு கொண்டு, அவளை ஓடி வந்து அணைத்து கண்ணீரில் நனைந்தாள்.

"மஹி... என் அக்காடி... என் கண்ணு முன்னாடி தூக்கு மாட்டிக்கிட்டா மஹி..." என்று தேம்பித் தேம்பி அழுதவளை எப்படி சரி செய்வது என்று கூட புரியாது திகைத்த மஹதிக்கும் கண் கலங்கியது.

"அழாத நிரோஷி. ப்ளீஸ்! திடீர்னு என்ன ஆச்சு அவங்களுக்கு?" என ஆதங்கத்துடன் கேட்டவளுக்கு நிரோஷினி பள்ளித்தோழி. கவிதாவையும் நன்றாக தெரியும் அவளுக்கு. சற்றே பிடிவா-

தம் குணம் தவிர மிகவும் நல்ல பெண். தைரியசாலியும் கூட.

"அவளுக்கு என்ன வந்து தொலைச்சுச்சோ தெரியலடி. நல்லா தான் பேசிக்கிட்டு இருந்தா. அப்பா அவள் கல்யாண பேச்சை எடுக்கும்போது கூட, சந்தோசமா சரின்னு தான் சொன்னா. யாரை-யாவது விரும்புறியான்னு கேட்டப்போ கூட, இல்லவே இல்லைன்னு சொல்லிட்டா. அதனால அப்பாவும் அம்மாவும் ஜாதகத்தை எடுத்-துக்கிட்டு ஜோசியர பாக்க போனாங்க. அவங்க போய் அரை மணி நேரம் கூட ஆகல மஹி. ஹால்ல உட்காந்து டீவி பார்த்துகிட்டு இருந்தவ, திடீர்னு ரூமுக்குள்ள போய் கதவை சாத்திக்கிட்டா..." என மேலும் பேச இயலாமல் உடைந்து அழுதாள் நிரோஷினி.

இதனைக் கேட்ட நண்பர்களுக்கு மேலும் அதிர்வு தான். லோகேந்திரனோ முற்றும் உடைந்து, "என்னை லவ் பண்ணிட்டு ஏன்டா அவள் லவ் பண்ணலைன்னு சொன்னா..." என புலம்பி விட்டு, அதனை நிரோஷினியிடமும் கேட்க எத்தனிக்க, வேதாந்த் அவன் வாயைப் பொத்தி தனியே இழுத்துச் சென்றான்.

இவர்களின் செயலை மஹதியும் கண்டுகொள்ள, அதற்குள் நிரோஷினியும் அவளின் உறவினர் வந்ததில் அவர்களிடம் சென்று அழத் தொடங்கியதில், மஹதி மூவரையும் தேடித் சென்றாள்.

அங்கோ, லோகேந்திரன் வேதாந்த்தின் கையை எடுத்து விட்டு, "ஏன்டா என்னை இழுத்துட்டு வந்த? அதெப்படி அவள் யாரையும் லவ் பண்ணலைன்னு சொல்லுவா. இந்த குடும்பம் தான் அவளை ஏதோ பண்ணிட்டு தற்கொலை அது இதுன்னு பொய் சொல்றாங்க. என் கவி அப்படி எல்லாம் பண்ண மாட்டா மச்சான்..." என்க,

வேதாந்த் கடும் சிந்தனையுடன், "இல்ல மச்சி. எனக்கு என்-னமோ கவிதாவோட தங்கச்சி பொய் சொல்ற மாதிரி தெரியல. அவள் பேசுறது பார்த்தா கவிதா உன்னை லவ் பண்றதே யாருக்கும் தெரியாதுன்னு தான் நினைக்கிறன்..." என்றதில் லோகேந்திரன் அதனை மறுத்தான்.

ஜெகதீஷும், "எனக்கும் லோகு சொல்றது தான் சரின்னு தோணுது வேதா. லவ் மேட்டர் தெரிஞ்சு தான் ஏதோ பிரச்சனை ஆகிடுச்சுன்னு நினைக்கிறேன்..." என்னும் போதே,

"என்னது கவிக்கா இந்த அண்ணாவை லவ் பண்ணுனாங்களா?" என்ற வியப்புக்குரலோடு அவர்களிடம் வந்தாள் மஹதி.

பின் அவளே, "கவிக்கா வீட்டில லவ்க்கு எல்லாம் அப்போஸ் பண்ண மாட்டாங்களே" என்றிட, வேதாந்த் தன்னுடைய கூற்று சரி

தான் என்கிற பாவனையில் நண்பர்களை பார்த்தான்.

ஜெகதீஷ், "ஒருவேளை உனக்கு தெரியாம இருந்துருக்கலாம்ல மஹதி?" என கேட்க,

"வாய்ப்பே இல்ல. கவிக்கா லவ் பத்தி வீட்டுக்கு தெரிஞ்சுருந்தா கண்டிப்பா நிரோஷிக்கும் தெரிஞ்சு இருக்கும் அது அடுத்த செகண்ட் எனக்கும் தெரிஞ்சுருக்கும்...!" என்றாள் உறுதியாக.

அதில் குழம்பிய லோகேந்திரனுக்கு கண்ணை கட்டி காட்டில் விட்ட நிலை தான்.

வேதாந்த்தோ வேறொரு யோசனையில் மூழ்கி விட்டு, "லோகு, கவிதா வீட்டுக்கே உன்ன லவ் பண்ணது தெரியல. சோ எந்த காரணத்தைக் கொண்டும் உன் லவ் மேட்டரை வெளிய சொல்லிடாத" என்று கண்டிப்பாக உத்தரவிட, லோகேந்திரனுக்கு கண்ணை கரித்தது.

"எப்படிடா?" தன்னை நொந்து கேட்டவனின் தோளை அழுத்தியவன், "சொன்னா புருஞ்சுக்கோடா. அவள் சூசைட் பண்ணிருக்கா. இந்த நிலைமையில நீ லவ் பண்ணேன்னு போய் நின்னா, உன் மேல தான் சந்தேகம் வரும். எந்த கேள்வியும் கேட்காம உன்ன உள்ள தூக்கி போட்டுடுவாங்க... எனக்கு என்னமோ ஏதோ நெருடலாவே இருக்கு! இந்த பிரச்சனை ஒரு முடிவுக்கு வர்ற வரைக்கும் நீ உன் சொந்த ஊருக்கு போய்டு!" என்றவன், நெற்றியை அழுந்த தேய்த்துக் கொண்டான்.

"ஸ்ஸ்ஸ்... புஸ்ஸ்ஸ்ஸ்ஸ்... டூஸ்ஸ்ஸ்..." கண்ணை மூடி மந்திரம் போல் ஏதோ செய்து கொண்டிருந்தான் பிரவீன்.

பின், "ஊஊஊ..." என சத்தம் கொடுத்தபடி வாசலில் வந்து கத்தியவன், அடுத்த முறை யாரேனும் வந்தால் அவர்களை பயமுறுத்த பயிற்சி எடுத்துக்கொண்டிருந்தான்.

அந்தோ பரிதாபம்! அவன் கால் பட்டு ஏற்கனவே உடைந்திருந்த நாற்காலி, பெரிய சத்தத்துடன் கீழே விழுந்து விட, அந்த சத்தத்தில் அவன் தான் பயந்து போனான்.

"சே... நம்ம பேய்ன்னு அப்போ அப்போ மறந்து போயிடுறோம்! பீ ஸ்ட்ராங் டா ப்ரஷ்ஷு...! அதான் உன் பிரெண்ட்ஸை திரும்ப இங்க வரவைக்க சூப்பரா ஒரு பிளான் பண்ணிட்டியே. நீ செத்தும், உன் அறிவு சாகலடா...!" என தன்னைத்தானே புகழ்ந்து கொண்டான்.

மறுநாளே, வேதாந்த்திடம் மரணத்திற்கு பின்பும் மரண அடி வாங்கப்போவது தெரியாமல்.

***

அத்தியாயம் 6

கவிதாவின் இறப்பில் உடைந்திருந்த நண்பனை தேற்றும் வழி தெரியாது தவித்தனர் வேதாந்த்தும், ஜெகதீஷும்.

அப்போது தான் விஷயம் கேள்விப்பட்டு ப்ரீத்தியுடன் அவர்களின் மற்றொரு நண்பனான பிரதீப்பும் அங்கு விரைந்தான். இறப்பு வீடு ஆதலால் உறவினர் கூட்டம் வழிந்திருக்க, ஆங்காங்கே காவலர்களும் தென்பட்டனர்.

"கைஸ்! இங்க எதுவும் பேச வேணாம்... வாங்க" என அனைவரையும் கிளப்பினான் வேதாந்த்.

'வரமாட்டேன்' என முரண்டு பிடித்த லோகேந்திரனையும் வலுக்கட்டாயமாக சம்மதிக்க வைத்தவன், ஜெகதீஷிடம், "ஜெகா... இங்க இருந்து ஒரு கிலோமீட்டர்ல 'சாய் கிங்' இருக்கு. அங்க போய் வெய்ட் பண்ணுங்க நான் வரேன்..." என்று உத்தரவிட்டான்.

மூவரும் கிளம்பியதும், மஹதியின் புறம் திரும்பி, "போலீஸ் உங்கிட்ட ஏதாவது விசாரிச்சா, இப்போ நடந்ததை பத்தி உளறிராத புரியுதா?" என்றான் கண்டிப்பாக.

அந்த தொனியில் அவளுக்கு சற்றே கோபம் எழுந்தது.

"நான் பொய் எல்லாம் சொல்ல மாட்டேன். உங்க மேல தப்பு இல்லைன்னா எதுக்கு கவிக்கா லவ் பண்ணுன விஷயத்தை மறைக்கணும்?" உதட்டைக்குவித்து முறைத்தாள்.

முகத்தைக் கடுகடுவென வைத்தவன், பல்லைக்கடித்துக்கொண்டு "லோகு பத்தி ஏதாவது வெளிய வந்துச்சுன்னு தெரிஞ்சுச்சு... மவளே உன்ன நானே கயித்துல தொங்க விட்டுடுவேன்" என மிரட்டினான்.

அதில், பாவையின் கருவிழிகள் சற்றே அச்சத்தை எதிரொலிக்க, பதிலளிக்காமல் கோபப் பெருமூச்சுக்கள் விட்டபடி நின்றாள்.

"ம்ம்ஹூம்...! உன்ன நம்பி இங்க விட முடியாது. நீயும் வா!" என்றவன், அவளின் பதிலுக்கு காத்திராமல், பல்சரில் ஏறி அமர்ந்து, "ம்ம்!" என பின்னால் கண் காட்டினான்.

"ஹெலோ! என்னை நீ என்னன்னு நினைச்சுட்டு இருக்க? யார் வண்டியில உட்கார சொன்னாலும் 'ஈ' ன்னு இளிச்சுக்கிட்டு உட்-

காந்துருவேனா? முதல்ல நான் ஏன் உன் கூட வரணும்...?" எனக் காரப்பார்வை வீசினாள்.

அப்பார்வையை அதே சீறலுடன் ஏந்தியவன், "இப்போ நீ ஏறல... நானே ஏத்தி விடுவேன்!" என்றபடி அவளின் செழித்த மேனியை விழிகளால் அளந்து விட்டு,

"என்ன தூக்க தான் கொஞ்சம் கஷ்டமா இருக்கும் போல! பரவாயில்ல. நான் ஜிம் பாடி தான்..." என சீண்டி பெண்ணவளின் கோபத்தீயில் மேலும் எண்ணையை ஊற்றினான்.

"போடா... சைக்கோ! வேதாளம் மாதிரி என் முதுகுல ஏறி உட்-காந்து இம்ச பண்ற! உன்ன பார்த்ததுல இருந்து ஒரே இரிடேட்டிங் ஆ இருக்கு!" முகத்தை ஏகத்தும் சுளித்து வைத்தாள்.

சட்டென வண்டியை விட்டு இறங்கிய வேதாந்த், "உன் முதுகுல ஏறி உட்காந்தா நீ தாங்குவியா டின்பீரு!?" இரு புருவத்தையும் உயர்த்தி அழுத்தமாகப் பார்த்தான்.

குப்பென சிவந்து விட்டாள் மஹதி. ஏன் சிவக்கிறோமென்றே காரணமறியாது தடுமாறியவள் தலை தாழ்த்தி நிற்க, அவளைக் குனிந்து நோக்கிய வேதாந்த், "வண்டில உட்காருரியா? இல்ல நானே..." என முடிக்காமல் நிறுத்தினான்.

எப்படியும் விடமாட்டான் என்று புரிய, "நான் என் வண்டில வரேன்!" என்றாள் உர்ரென.

தோளைக் குலுக்கி ஆமோதித்தவன், அவள் வண்டியை எடுத்-துக்கொண்டு வரும் வரை காத்திருந்து விட்டு அவள் வந்ததும் பல்-சரை கிளப்பினான்.

நொடிக்கொரு முறை மஹதி பின்னால் வருவதை கண்ணாடி மூலம் உறுதிப்படுத்திக் கொண்டவனின் கவனம் ஏனோ, அவள் வருகிறாள் என அறிந்தும் அவளிடமே நிலைத்திருந்தது.

இறுதியில், தேநீர் கடைக்கு வந்தடைந்தவர்கள் உள்ளே செல்ல, அங்கு நண்பர்களிடையே பலத்த அமைதி நிலவியது.

அதனை கலைக்கும் விதமாக பிரதீப் லோகேந்திரனை ஆறுதல் படுத்தினான்.

"எனக்கு உன் கஷ்டம் புரியுது மச்சான். ஆனா, உன்ன கொஞ்ச கொஞ்சமா இதுல இருந்து வெளிய கொண்டு வர ட்ரை பண்ணு! ரொம்ப பெயின் தான். பட் என்ன பண்ண நம்ம தலையெழுத்து இப்-படி" என வெகுவாக சலித்துக் கொண்டவனின் குரலில் அத்தனை வேதனை.

ஜெகதீஷோ, "நீ ஏன்டா ஒரு மாதிரி பேசுற? ஆமா, நீ அலுமினி பங்ஷன்க்கு கூட வரல. எங்ககிட்டயும் பேசி பல மாசம் ஆச்சே டா..." என்றவன், நிலையை சீராக்கும் பொருட்டு, "நல்லவேளை இப்போவும் நீ வரலைன்னா, கண்ணீர் அஞ்சலி போஸ்டர் உனக்கு தான் ஒட்டிருக்கணும்" என்றான் நக்கலாக.

அதில் விரக்தியாய் சிரித்த பிரதீப், "அப்படி பண்ணா கூட நல்லா தான்டா இருக்கும்" என்க, ஜெகதீஷும் ப்ரீத்தியும் பதறி விட்டனர்.

வேதாந்த் முறைப்புடன், "லூசு மாதிரி பேசாத பிரதீப்! என்னாச்சு உனக்கு?" என்று வினவ,

பெருமூச்சு விட்ட பிரதீப், "அத ஏன்டா கேக்குற. ஒரு வருஷத்துக்கு முன்னாடி, நான் ஆசை ஆசையா லவ் பண்ணுன பொண்ணு, இறந்துட்டா மச்சி. எங்களுக்கு எங்கேஜ்மென்ட் நடக்க ஒரு வாரம் தான் இருந்துச்சு. உங்க எல்லாருக்கும் கால் பண்ணி இன்வைட் பண்ணனும்ன்னு நினைச்சுட்டு இருந்தேன். ப்ச்... கடைசியில என்னன்னமோ ஆகிடுச்சு. அதுல இருந்து நான் யார்கிட்டயும் பேசுறது இல்லடா..." என்று வேதனை பொங்க கூறி முடிக்க, அனைவரின் முகத்திலும் அதிர்ச்சி பரவியது.

"வாட்? லூசுப்பயலே... எங்களுக்கு ஒரு போன் பண்ணிருந்தா நாங்க வந்துருப்போம்ல. தனியா எப்படிடா மேனேஜ் பண்ணுன?" ஜெகதீஷ் பதற்றத்துடன் நண்பனை அதட்ட,

வேதாந்த், "எப்படி மச்சி ஆச்சு?" எனக் கேட்டான் ஆராயும் பார்வையுடன்.

பிரதீப் அக்கேள்வியை தவிர்த்து "விடு மச்சி. அது நடந்து ஒரு வருஷம் ஆகப்போகுது. மொதோ இவனை சரிபண்ணுங்க" என்றான்.

ஆனால், அதனை ஏற்றுக்கொள்வது வேதாந்த்தின் குணம் அல்லவே!

"எப்படி ஆச்சுன்னு கேட்டேன்...?" என்று மீண்டும் அழுத்திக் கேட்க, அதில் ஒரு நொடி தடுமாறிய பிரதீப் பின், உணர்ச்சியற்ற குரலில் "சூசைட் பண்ணிக்கிட்டா மச்சி..." என்றதில், லோகேந்திரன் தவிர மற்ற நால்வருக்கும் இதயம் நின்று துடித்தது.

அவன் தான், முழுக்க முழுக்க கவிதாவின் நினைவில் புதைந்திருந்தானே!

மஹதிக்கு அந்த ஏ.சி அறையிலும் வியர்த்துக் கொட்டியது.

"என்... என்ன? சூசைட்டா? அவங்க உங்க லவர் தானே? அப்பறம் ஏன் எங்கேஜ்மென்ட்க்கு முன்னாடி சூசைட் பண்ணிக்கிட்டாங்க..." எனக் கேட்டாள்.

முதலில் அவளை யாரென புரியாமல் பார்த்த பிரதீப், பிறகு, "தெரியலமா. எனக்கும் அவளுக்கும் அவள் சூசைட் பண்றதுக்கு முன்னாடி சின்ன பிரச்சனை தான். அதுக்கு அவள் ரொம்ப ரியாக்ட் பண்ணி சண்டை போட்டா. நானும் முடிஞ்ச அளவு அவளை சமாதானம் செய்ய முயற்சி செஞ்சேன். ஆனா, அவள் கோபமாவே தான் இருந்தா. அப்பறம் ரெண்டு நாள் அவள் என்கிட்டே பேசவே இல்ல.

நானும் எங்கேஜ்மென்ட் அன்னைக்கு சர்ப்ரைஸ் குடுத்து அவள் கோபத்தை சரி பண்ணிடலாம்ன்னு நினைச்சேன். ஆனா, ஆனா... அவள்..." என கூறி முடிக்கும் முன்னே தொண்டை அடைத்தது.

அதில் லோகேந்திரனை விட்டு விட்டு, இப்போது ஜெகதீஷும் ப்ரீத்தியும் பிரதீப்பை தாங்கிக் கொண்டனர்.

ப்ரீத்தி, "அறிவிருக்காடா? இவனுங்களாவது வெளியூர் போய்ட்டானுங்க. நான் உள்ளூர்ல தான இருக்கேன். என்கிட்ட கூட சொல்லாம ஏன்டா உனக்குள்ளேயே பூட்டி வைச்சுக்கிட்ட..." என்று ஆதங்கம் தாளாமல் கேட்டாள்.

"இல்ல ப்ரீத்தி. அந்த நேரம் என்னால தான் அவள் சூசைட் பண்ணிக்கிட்டான்னு போலீஸ் என்னை ரொம்ப விசாரணை பண்ணுனாங்க. அதுல உங்களையும் இழுத்து விட வேணாம்ன்னு தான் நான் யார்கிட்டயும் சொல்லல..."

தங்களை சுற்றி ஏதோ ஒரு வலை பின்னப்படுகிறது என்று மட்டும் வேதாந்த்திற்கு உறுத்த, சட்டென பரபரப்பானான்.

"ஜெகா, ப்ரீத்தி ரெண்டு பேரும் உங்க ஆளுக்கு கால் பண்ணி சேஃப் ஆ இருக்காங்களான்னு கேளுங்க!"

அதில் இருவரும் ஒரு நொடி அதிர்ந்து, மறுகணமே அவசரமாக போனை எடுத்தனர்.

தங்கள் இணையிடம் பேசி விட்டு அவர்கள் பாதுகாப்பாக இருக்கிறார்கள் என்பது அறிந்ததும் தான் நிம்மதி பெருமூச்சு விட்டனர்.

ஜெகதீஷ், "கொஞ்ச நேரத்துல உயிரே போயிருச்சு வேதா. ஆமா, ஏன் திடீர்ன்னு உனக்கு இப்படி ஒரு சந்தேகம்?" என வினவினான்.

"எனக்கு என்னமோ பிரதீப் லவர் டெத்துக்கும், கவிதா டெத்-துக்கும் ஏதோ கனெக்ஷன் இருக்குற மாதிரி இருக்கு ஜெகா. நல்லா இருந்த பொண்ணுங்க ஏன் திடீர் திடீர்ன்னு சூசைட் பண்ணனும்?" என்ற கேள்வி எழுப்பிட,

மஹதி, "கரெக்ட் தான். ஆனா, பிரதீப் சொல்றது ஒரு வரு-ஷத்துக்கு முன்னாடி தான வேதாந்த்?" என்றாள் குழப்பமாக.

"ஒரு வருஷத்துக்கு முன்னாடியா இருந்தாலும் பாட்டர்ன் இது தான மஹதி!" என அவனும் வினவளாக நிறுத்த, ஜெகதீஷ், "அப்போ ஏதாவது சீரியல் கில்லர் வேலையா இருக்குமோ?" என்று மிரண்டான்.

ப்ரதீப்போ "என்ன பேசுறீங்க நீங்க. என் லவரோட டெத் பியூர் சூசைட்ன்னு தான் ஃபாரன்சிக் ஆபிஸர்ஸ் சொன்னாங்க. யாரும் வந்து அட்டாக் பண்ணுன அடையாளமே இல்ல... அதனால தான் என்னை கூட விட்டாங்க!" என்றவன்,

"சரிடா மணி இப்போவே 10 ஆகுது. போய் கொஞ்ச நேரமாவது ரெஸ்ட் எடுங்க. லோகு இன்னைக்கு என்கூட தங்கட்டும்..." என்று விட்டு, லோகேந்திரனை அழைத்துச் சென்றான்.

"என்ன இந்த அண்ணா அசால்ட்டா சொல்லிட்டு போறாங்க. ரெண்டு டெத்தும் ஒரே மாதிரி இருக்குன்னா, அப்போ ஜெகதீஷ் சொன்ன மாதிரி சீரியல் கில்லர் வேலையா தான இருக்கணும்?" என மிரட்சியுடன் கேட்டாள் மஹதி.

மறுப்பாக தலையசைத்த வேதாந்த், "இல்ல... இந்த கொலை-யெல்லாம் சீரியல் கில்லர் செஞ்சுருந்தா கண்டிப்பா ஒரு வருஷம் கேப் எடுத்திருக்க மாட்டான்! இதுல ஏதோ ஒரு நாட் இருக்கு!" என்று அடங்காத கூந்தலை அழுத்திக் கோதினான்.

"ஒரு வருஷம் கேப் எடுத்துருக்கான்னு உனக்கு எப்படி தெரியும் வேதா. உன் மத்த பிரெண்ட்ஸ்க்கும் இந்த மாதிரி பேட் நியூஸ் நடந்-துச்சான்னு தெரிஞ்சா தான இது கோ இன்சிடென்ட் - ஆ? இல்ல பிளான் பண்ணி பண்றாங்களான்னு தெரியும்..." என தலையை ஆட்டி கூறினாள்.

"நீ என்ன சொல்ல வர்ற?" வேதாந்த் புரியாமல் கேட்க,

"ப்ச்... பிரதீப் உங்க க்ளோஸ் பிரெண்டுன்னு நீங்க பேசும்போதே தெரியுது. அவரோட லவர் இறந்ததே உங்களுக்கு இப்போ தான் தெரியுது. அதே மாதிரி உன் மத்த பிரெண்ட்ஸ்கிட்ட விசாரிச்சு பார்த்தா தான இதுக்கு ஒரு சொலுஷன் கிடைக்கும்?"

இதனைக் கேட்ட ஜெகதீஷ் தான், "யம்மா! என்னமோ நீ எங்களை சீரியல் கில்லர்க்கு தத்து குடுத்த மாதிரி பேசுற...?" என மிரள, வேதாந்த் தீர்க்கமாக, "நோ நோ... ஷீ இஸ் ரைட்!" என்றவன்,

ப்ரீத்தியிடம், "நீ வீட்டுக்கு கிளம்பு ப்ரீத்தி. இன்னைக்கு அலுமினி பங்ஷன்க்கு வராத நம்ம பேட்ச் பசங்க யாருன்னு பார்த்து கால் பண்ணி விசாரி. நைட்டுக்குள்ள எனக்கு அவங்களை பத்தின டிடைல் தெரிஞ்சு இருக்கணும்..." என உத்தரவிட,

அவள் "உடனே நான் விசாரிக்கிறேன் வேதா..." என்றபடி வேகமாக கிளம்பினாள்.

பின் மஹதியின் புறம் திரும்பி, "நீ உன் வீட்டுக்கு போறியா இல்ல கவிதா வீட்டுக்கா?" என வினவ,

"கவிக்கா வீட்டுக்கு தான். பாவம் நிரோஷி ரொம்ப அழுதுட்டு இருப்பா..." என முகம் சுருங்கி கூறியதில்,

"ஓகே... விசன்... அங்க என்ன நடந்தாலும் எனக்கு உடனே இன்ஃபார்ம் பண்ணு!" என்றவன், அவனின் மொபைல் எண்ணையும் கொடுத்தான்.

மற்ற நேரமாக இருந்திருந்தால் ‘நான் என்ன உனக்கு இன்ஃபார்மர் - ஆ?’ எனக் கேட்டிருப்பாள். ஆனால், அவனின் பதற்றம் அவளிடமும் தொற்றியதில் சரி என தலையசைத்தாள்.

பின், வேதாந்த் ஜெகதீஷை அழைத்துக்கொண்டு வண்டியை கிளப்ப, மஹதியும் ஸ்கூட்டியை எடுத்தாள்.

"மஹதி... நீ முன்னாடி போ. நான் உன்ன டெத் வீட்டுல விட்டுட்டு கிளம்புறேன்..." என்றிட,

"நான் தனியா போய்டுவேன் வேதா!" என அவள் பலவீனமாகவே மறுத்தாள்.

பின்னே, சிறிது நேரம் முன்பு இவனுடன் பேய் படம் பார்த்த அனுபவம் இருந்தது என்றால், இப்போதோ திகில் படம் பார்த்தது போல் திக்கென தானே இருக்கிறது.

வேதா அவள் பேச்சை கேளாமல், அவள் பின்னேயே வர, நொடிக்கொரு முறை அவன் பின்னால் வருகிறானா என நோட்டமிட்டாள்.

வண்டியை வேகமாக ஓட்டிக்கொண்டு வந்ததில், இரவு நேர தூசி அவன் கண்ணை பதம் பார்த்ததில் கண்ணை சிமிட்டிகொண்டே வந்தவனைக் கண்டு அவளின் விழிகளும் தானாக சிமிட்டிக்கொண்டது.

கவிதாவின் வீட்டில் அவளை விட்டவன், தலையசைப்புடன் விடைபெற்று செல்ல, மஹதி சில நிமிடங்கள் அவன் சென்ற திசையை நின்று பார்த்து விட்டே உள்ளே சென்றாள். அவன் சென்றதுமே எதையோ இழந்ததொரு உணர்வு.

"எங்கடா போறோம்...?" என்ற ஜெகதீஷின் கேள்விக்கு சிறு பதிலும் அளிக்காமல், வேதாந்த் சென்ற இடம் கல்லூரி விடுதி தான்.

அதனைக் கண்ட ஜெகதீஷிற்கு மீண்டும் ஒரு பயப்பந்து உருள, "எ... எதுக்கு மச்சி இங்க வந்துருக்கோம்!" என்றான் எச்சிலை விழுங்கி.

"ம்ம்... செத்துப்போன நம்ம ப்ரஷ்ஷ பாக்க" என்றபடி அவன் விடுதி சுவர் ஏறி குதிக்க,

"என்னடா ஏதோ சொந்தக்காரங்க வீட்டுக்கு வந்த மாதிரி சொல்ற..." என புலம்பியபடி அவனுடன் சென்றான்.

வேதாந்த், "ஜெகா... நீ ஒரு விஷயத்தை யோசிச்சியா?" என்றதில் அவன் என்னவென பார்க்க,

"இந்த ரெண்டு பொண்ணுங்க டெத் மாதிரி தான, நம்ம ப்ரஷ்ஷூ டெத்தும் நடந்துச்சு?" என்று சிந்தனையுடன் கூற, ஜெகதீஷிற்கு ஒன்றும் புரியவில்லை.

"கிட்டத்தட்ட இருக்கலாம் வேதா. ஆனா, அப்படி பார்த்தா அவன் சூசைட் தான பண்ணிக்கிட்டான். நீ தான் அது சூசைட்ன்னு ஒத்துக்க மாட்டேன்னு சொல்லிட்டியே?"

"இப்போவும் நான் ஒத்துக்கல... ஆனா, அவன் கிட்ட இருந்து தான் இதெல்லாம் ஸ்டார்ட் ஆகி இருக்கு!" எனக் கூறிக்கொண்டே நான்காம் தளம் செல்ல,

"ஐயோ! மண்டைய பிச்சுக்க வைக்கிறானே..." என தலையை வேகமாக சொரிந்த ஜெகதீஷூக்கு, "கல்யாணம் ஆகுறதுக்குள்ள, இவனால் இருக்குற கொஞ்ச முடியும் கொட்டிடும் போல" என்றே புலம்பினான்.

அதற்குள் அவர்கள் நான்காம் தளத்தை அடைந்திருக்க, ஜெகதீஷிற்கு கிளி பிடிக்கத் தொடங்கியது.

"மச்சி! நல்லா யோசிச்சு பாரு. உயிரோட இருக்கும்போதே அந்த நாய் குளிக்காது. மூஞ்ச பார்க்க சகிக்காது. செத்து எட்டு வருஷம் கழிச்சு அவன் மூஞ்சி எப்படி இருக்கும்ன்னு நினைச்சு பாரு வேதா..." என ஜெகதீஷ் பயத்தில் உளற,

நின்று அவனை முறைத்த வேதா, "மூடிக்கிட்டு வா!" என சைகை காட்டி விட்டு, "ப்ரஷ்ஷூ...?" என்றழைத்தான் மெல்லிய குரலில்.

பதில் வராமல் போனதில், மீண்டும் "ப்ரஷ்ஷூ...?" என அழைக்க,

"ஏதோ பொண்டாட்டியை கூப்புடுற மாதிரி கூப்புடுறானே! பேசாம ஹைதராபாத்ல கெமிக்கலோடையே குடும்பம் நடத்த விட்டு இருக்கணும் போல..." என்று நொந்தான் ஜெகதீஷ்.

ஆனால் மறுநொடி ஒரு அறையில் இருந்து அவர்கள் முன், "ஊஊஊ..." என ஊளையிட்டபடி பிரவீன் டம்மென குதிக்க, ஜெகதீஷ் "யம்மா பேய்யி..." என மிரண்டு வேதாவின் பின்னால் ஒளிந்து கொள்ள,

வேதாவோ இடுப்பில் கை வைத்து, ஆவியாக தெரிந்த தன் நண்பன் பிரவீனை கேவலமாக ஒரு பார்வை பார்த்தான்.

வேதா பயப்படவில்லை என அறிந்ததும் கருகிய பிரவீன் அசிங்கப்பட்டதை சமாளிக்க, "ஹா ஹா ஹா... எனக்கு தெரியும் வேதா... நீ வருவன்னு எனக்கு தெரியும். நீ இங்க திரும்பி வரணும்ன்னு தான நான் இவ்ளோவும் பண்ணேன்..." என கட்டடம் அதிரும் அளவு சிரிப்பொலியில் நிறைக்க, வேதா துணுக்குற்றான்.

ஆனால், அடுத்த கணமே, அங்கிருந்த கம்பி ஒன்றை எடுத்து, "அடிங்க... ப்ரஷ்ஷூ பேயே. நீ தான் அந்த பொண்ணுங்க சாவுக்கு காரணமா... அவங்களை சாகடிச்சா எங்களை இங்க வரவைக்கலாம்ன்னு பிளான் பண்ணி வரவைச்சியா?" என ரௌத்திரத்துடன் பேசிய வேதாந்த், அவனை அடிக்க வர, தான் ஆவியென்றும், அவன் அடி தன் மேல் படாது என்று அறிந்தும் அதனை மறந்து, பயத்தில் திடுதிடுவென ஓடினான் பிரவீன்.

***

அத்தியாயம் 7

வேதாந்த் அடிக்கத் துரத்தியதும் அலறியடித்து ஓடிய பிரவீன், "வேணாம்டா ஆர்மி அவதாரு... எப்ப பாரு என்னை அடிக்கிறதே வேலையா வைச்சுருக்க. செத்தும் அடிக்க வர்றதுலாம் நல்ல பிரெண்டுக்கு அழகு இல்லடா!" என எச்சரிக்க, வேதாந்த் ஓட்டத்தை நிறுத்தவே இல்லை.

"நீ மட்டும் நல்ல பிரெண்டு மாதிரியாடா நடந்துகிட்ட... ரெண்டு அப்பாவி பொண்ணுங்களை ஏண்டா கொன்ன?" என கேட்டபடி கம்பியால் ஓங்கி அடிக்க போக, அக்கம்பி பிரவீனின் ஆவியுடலுக்குள் புதைந்து மீண்டது.

"ஐ ஜாலி ஜாலி... என்ன நீ அடிக்க முடியாதே...!" என துள்ளிக்குதித்தது பிரவீனின் ஆத்மா.

ஜெகதீஷிற்கோ அவன் கண்ணையே நம்ப இயலவில்லை. பல வருடங்களுக்கு முன்பு இறந்து போன பிரவீன் எதிரில் நிற்பதை எப்படி எடுத்துக்கொள்வது என்றே புரியவில்லை.

"மச்சான்..." என கண் கலங்கி அவனை அணைத்துக் கொள்ள வர, அவனைத் தடுத்த பிரவீன்,

"என்ன பீலிங்ஸா... அதுவும் எட்டு வருஷம் கழிச்சு. உசுரோட இருக்கும்போது என்னைக்காவது என்ன கட்டிப்பிடிச்சு இருக்கியாடா...?" என முறைத்தான்.

"எப்படிடா முடியும்... நீ வெறும் பொண்ணுங்களுக்கு மட்டும் தான ஹக் குடுப்ப!" என்றதில், பிரவீன் சிவப்பு சாயத்தில் தோய்ந்த விழிகளை மேலும் உருட்டினான்.

வேதாந்த் குரலை உயர்த்தி "ஜஸ்ட் ஸ்டாப் இட்!" என கர்ஜிக்க இருவரும் கப்சிப் தான்.

"டேய் ப்ரஷ்ஷு! உண்மைய சொல்லு! எதுக்காக நீ கொலை பண்ணுன?" எனக் பிரவீனைப் பார்த்து வினவ,

அவனோ "எதே கொலையா? படிக்கிற காலத்துல தான் செய்யாத தப்ப எல்லாம் என் மேல போட்டு என்ன க்ளாஸ விட்டு வெளிய அனுப்புனீங்க. இப்போ பொணமானாலும் தோண்டி எடுத்து

என் மேல பழி போடுறீங்களே டா!" என புலம்பியபடி தரையில் அமர்ந்தான்.

அதன் பிறகே, 'நம்ம பிரெண்டு வெத்து பீசு' என்பதே உரைத்தது வேதாந்த்திற்கு.

"அப்போ ஏன்டா எங்கள வரவைக்க பிளான் பண்ணிட்டேன்னு நம்பியார் மாதிரி டயலாக் விட்ட?" வேதாந்த் எரிச்சலுடன் கேட்க,

"போடாங்... நான் எதுக்கு பிளான் பண்ணனும். நீ தான் உன் ஐடி கார்டை விட்டுட்டு போய்ட்ட. எப்படினாலும் இது இல்லாம நீ ரிசர்ச் லேப்க்கு உள்ள போக முடியாதுல!" என கீழே சிதறியிருந்த வேதாந்த்தின் ஐடி கார்டை சுட்டிக் காட்ட, அதனை குனிந்து எடுத்த வேதாந்த், "இதுக்கு தான் இவ்ளோ பில்ட் அப் குடுத்தியா..." என்றான் முறைப்பாக.

பின் அவனும் பிரவீன் அருகில் அமர்ந்து "அப்போ நீயும் இத பண்ணலைன்னா... யாருடா பண்ணிருப்பா...!" என்றான் தாடையை தடவிய படி.

அதனைக் கண்டுகொள்ளாத பிரவீன், "மச்சி ரொம்ப வருஷம் கழிச்சு நம்ம மீட் பண்ணிருக்கோம். சரக்கடிச்சுக்கிட்டே பேசலாமா...?" என அனைத்து பற்களையும் கட்டினான்.

ஜெகதீஷோ, "இப்போ ரொம்ப முக்கியம். இங்க என்ன நடக்குதுன்னு ஒண்ணுமே புரியல எனக்கு. நீ ஏன் இப்படி ஆவியா சுத்துற...? முதல்ல நீ ஏன்டா சூசைட் பண்ணிக்கிட்ட?" எனக் கேட்டான் ஆதங்கத்துடன்.

"அட... அது தெரிஞ்சா நான் ஏன் ஆவியா சுத்துறேன். நானும் எட்டு வருஷமா நம்ம ஹாஸ்டல் ரூம்ல ரூம் போட்டு யோசிக்கிறேன் மச்சி. ஆனா ஏன் செத்தேன்... எப்படி செத்தேன்னு ஞாபகம் வரல. ஒரு கட்டிங் போடலாம்டா சீக்கிரம் ஞாபகம் வந்துடும்! என் ஆன்மாவும் சாந்தி அடையும் மச்சி... ப்ளீஸ் மச்சி ப்ளீஸ் மச்சி!" என கெஞ்சியபடி ஜெகதீஷின் அருகில் வந்தவனை, தன்னை நொந்து பார்த்தான் ஜெகதீஷ்.

"ச்சை... பேய் மாதிரி சரக்குக்கு அலையாத..."

"ஹி ஹி. பேய் மாதிரி தான அலைய கூடாது. பேயே அலையலாமே!"என ஏதோ பெரிய காமெடி சொல்லிவிட்டவன் போல வாய் விட்டு சிரித்ததில், வேதாந்த் பார்வையால் சுட்டான்.

அந்நேரம், அவனுக்கு புது எண்ணில் இருந்து போன் வர, அதனை காதுக்கு கொடுத்தான்.

எதிர்முனையில் மஹதி தான் பேசினாள்.

"வேதா. நான் மஹதி பேசுறேன். இப்போ தான் கவிக்கா பாடியை போஸ்ட் மார்ட்டம்க்கு கொண்டு போய் இருக்காங்க. ரிசல்ட் நாளைக்குள்ள கிடைக்கும்ன்னு நினைக்கிறேன்..." என்றாள் மெதுவாக.

"ஓகே! போலீஸ் எதுவும் விசாரிச்சாங்களா?" என அவன் வினவிட,

"இல்ல வேதா. அனேகமா ரிசல்ட் எப்படி வருதுன்னு பார்த்துட்டு தான் விசாரிப்பாங்கன்னு நினைக்கிறேன். ஆனா இன்னொரு விஷயம் உங்கிட்ட சொல்லணும்..." என நிறுத்தினாள்.

"என்னது?" என வினவியவனின் நெற்றி மத்தியில் சிறு முடிச்சு விழுந்தது.

"இப்போ போன்ல வேணாம். நீ மார்னிங் நேர்ல வா. நான் வைக்கிறேன்..." என்றவளின் அருகில் நிரோஷினியின் அழுகை சத்தம் கேட்பது போல் இருக்க,

"எங்க மீட் பண்ணலாம்ன்னு சொல்லிட்டு போ டின்பீரு!" என்றான்.

சில நொடி சிந்தித்தவள், "என் வீட்டுக்கு வா! அங்க பேசலாம். நான் அட்ரஸ் மெஸேஜ் பண்றேன்" என்று விட்டு போனை வைத்து விட்டாள்.

"என்னவா இருக்கும்?" என சிந்தனையில் ஆழ்ந்து விட்டவனிடம், "மச்சி... அந்த டின்பீரு எப்படிடா இருக்கும்?" என ஆர்வமாக கேட்டான் அது ஏதோ சரக்கின் பெயரென எண்ணி.

அதற்கு வேதாந்த் திட்ட வரும் முன்னே, ஜெகதீஷ் "அது ஒரு மொக்க பிகரு மச்சி!" என்றான் நக்கலாக.

'டின்பீருன்றது ஃபிகரா?' என சலிக்கும் போதே, ஜெகதீஷிற்கு சப்பென ஒரு அறை விழுந்தது.

கன்னத்தில் கை வைத்து திகைத்த ஜெகா, "எதுக்குடா அடிச்ச?" என வேதாந்தை பார்த்து வினவ, "சும்மா தான்!" என அசட்டையாக கூறியவனுக்கும் ஏன் அடித்தோம் என்றே புரியவில்லை தான்.

'மஹதிய பத்தி பேசுனதும் சாருக்கு கோபம் வருதோ!' என தனக்குள் நகைத்துக்கொண்ட ஜெகதீஷ், எரிந்த கன்னங்களை தேய்த்துக் கொள்ள, ப்ரவீனுக்கு தான், 'அவ்வ்வ் ... நல்லவேளை இவனுங்க மத்தியில நம்ம உயிரோட இல்லாம ஆவியாகிட்டோம். இல்லைன்னா அடிச்சே நம்ம ஆவிய வாங்கிருப்பானுங்க!' என நிம்-

மதியாக உணர்ந்தான்.

பின், வேதாந்த்தே "முதல்ல ப்ரஸ்ஸு எப்படி இறந்தான்னு அவனுக்கு ஞாபகப்படுத்தனும்டா. அதே மாதிரி அந்த பொண்ணுங்க டெத்க்கும் என்ன காரணம்ன்னு கண்டுபிடிக்கணும்... ப்ரஷ்ஷு எங்க கூட வா. நீ மட்டும் தான் எங்களுக்கு ஹெல்ப் பண்ண முடியும்...!" என்றான் தீவிரமாக.

ஜெகாவோ, "இவரு பெரிய சி ஐ டி ஆபிசரு. இந்த பன்னாடைக்கு தலை சீவுற சீப்பையே எங்க வைச்சோம்ன்னு தெரியாது. இது வந்து கொலைய கண்டுபிடிக்க போகுதாக்கும்" என நக்கலடித்து இருவரின் முறைப்பையும் பெற்றுக்கொண்டான்.

பிரவீன், "ஆனா மச்சான்... என்னால தான் இங்க இருந்து வரமுடியாதே! அப்பறம் எப்படி ஹெல்ப் பண்ண முடியும்?" என்று கேட்டான் குழப்பமாக.

"ஏன்?" என இருவரும் புரியாமல் பார்க்க, அவனோ வாயிற் கதவில் ஆங்காங்கே இருந்த மந்திரித்த கயிறுகளை காட்டினான்.

"இத தான்டி என்னால வரமுடியாதுடா. என்னை இங்கயே லாக் பண்ணிட்டாங்க!" என்றான் கசியாத விழிகளை கசக்கியபடி.

உடனே ஜெகா, "எப்படி மச்சான் இதெல்லாம் பொறுத்துக்கிட்ட. உனக்கு ராக்கி கயறு கட்டுனா கூட பிடிக்காதே மச்சான்..." என வெகுவாக வருந்திய பாவனையில் பேசியவன், "இரு டா இதை எல்லாம் நான் அப்புறப்படுத்துறேன்" என்று எழுந்தான்.

வேதாந்த்தோ, "டேய்... மூடு!" என சைகை காட்டிவிட்டு, "இந்த கயருக்கு பயந்துக்கிட்டு தான் நீ உள்ளேயே சுத்திட்டு இருக்கியா. அப்போ இதுக்கு முன்னாடி நீ போகவே இல்லையா வெளியில?" எனக் கேட்டான் ஒரு மாதிரியாக.

"ஏன் போனதில்லை. நான் செத்துப் போய்ட்டேன்னு தெரிஞ்சு ரொம்ப நாள் இங்க தான் இருந்தேன். அப்பறம் ஒரு நாள் நம்ம க்ளாஸ்க்கு போய் பார்த்தா நம்ம பெஞ்சை எல்லாம் தூக்கி வெளிய போட்டுட்டு புது பெஞ்சு போட்டு இருந்தாங்க. நான் அப்படியே ஷாக் ஆகிட்டேன்...

உடனே அந்த பெஞ்சை தூக்கி க்ளாசுக்குள்ள போட போனேனா..." என கதை போல் கூற,

ஜெகா, "நீ தான் ஆவியாச்சே அப்பறம் எப்படி மச்சி பெஞ்சை தொட்ட...?" என்று அதிமுக்கிய கேள்வியை கேட்டான்.

அதில் காலரை தூக்கி விட்டுக்கொண்டவன், "நான்லாம் ஸ்பெஷல் ஆவிடா. அய்யாவுக்கு ஸ்பெஷல் பவர் எல்லாம் இருக்கு..." என பெருமை பேச, ஜெகதீஷ் "ஷப்பா..." என காதை குடைந்தான்.

வேதாந்த், "ஆனா, நீ வெளிய போனதும் யாரும் உன்ன பார்க்கலையாடா?" என்று கேட்க,

லேசாக புன்னகைத்தவன், "நான் தான் சொன்னேனே மச்சான். எனக்கு ஸ்பெஷல் பவர் இருக்குன்னு. முதல்ல நான் வெளிய போகும் போது யாரு கண்ணுக்கும் தெரியல. பெஞ்சை தூக்கி உள்ள போடும் போது எல்லாரும் பெஞ்சு தானா அசையிறத பார்த்து பயந்துட்டாங்க. எல்லாரும் பயந்தா பரவாயில்ல மச்சான். க்ளாஸ்ல ஒரு சூப்பர் பிகரு இருந்துச்சு. அது பயந்து போகவும் எனக்கு மனசு வலிச்சு போச்சு" என்று வெகுவாய் பீல் செய்து பேசியவன், மேலும் தொடர்ந்தான்.

"சே, நம்ம படிக்கும் போது இப்படி எல்லாம் பொண்ணு இல்லாம போச்சே. அந்த பொண்ணு நம்மள பார்த்தா அப்படியே மயங்கி விழுந்துடும் நம்ம அழகை பார்த்துன்னு நினைச்சேன். உடனே அந்த பொண்ணு கண்ணுக்கு மட்டும் நான் தெரிஞ்சேன் மச்சி. நான் நினச்ச மாதிரியே அந்த பொண்ணும் மயங்கி விழுந்துருச்சு..." என்று முடித்தான்.

ஜெகாவோ, "உண்மையா உன் அழகை பார்த்து மயங்கிடுச்சா மச்சி?" என நம்பாமல் வினவ,

"அட போடா! அந்த பொண்ணுக்கு நான் செத்தது ஏற்கனவே தெரிஞ்சு இருக்கும் போல. என்னை பார்த்து பயத்துல மயங்கி விழுந்துடுச்சு..." என்றான் சலிப்பாக.

பின், "கொஞ்ச நேரத்துக்கு முன்னாடி நீங்க வந்தப்போ கூட வேதாவுக்கு மட்டும் தான் நான் தெரியணும்ன்னு நினைச்சேன். அதே மாதிரி அவனும் என்னை பார்த்துட்டான்!" என்றதில்,

சிரிப்பை அடக்கிக்கொண்ட வேதாந்த், "ஓ! அதுக்கு அப்பறம் தான் உன்ன இங்க வைச்சு அடைச்சங்களா?" என்று கேட்டிட,

"இல்ல வேதா. நானே தான் இங்க வந்து அடைஞ்சுட்டேன். நம்ம பிசிக்ஸ் வாத்தியாரு நான் வந்தும் கூட பயப்படாம பக்கத்து க்ளாஸ்ல பாடம் எடுத்துட்டு இருந்தாரு மச்சி. எங்க செத்தும் நம்மள விட மாட்டாரோன்னு பயந்து எடுத்தேன் பாரு ஓட்டம். உசுரோட இருக்கும் போது கூட நான் அப்படி ஓடலடா. அப்படியே ஹாஸ்டலுக்குள்ள வந்து ஐக்கியமானேன். அப்பறம் தான் ஏதோ பூஜை

போட்டு என்னை வெளிய விடாம பண்ணிட்டாங்க..." என்றான் முகத்தை சுருக்கி.

இருவருக்கும் சிரிப்பை அடக்கவே முடியவில்லை.

"லூசுப்பயலே! அதுக்கு அப்பறம் இங்க இருந்து வெளிய வர ட்ரை பண்ணவே இல்லையா?" எனக் கேட்டான் வேதாந்த்.

அதற்கு பாவமாக தலையசைத்த பிரவீன், "இல்ல மச்சி. எங்க நான் வெளிய கால எடுத்து வைச்சா, இந்த மந்திரக்கயிறு என்னை ஷாக் அடிச்ச மாதிரி தூக்கி அடிச்சுருமோன்னு பயந்து பயந்து வந்-துச்சு. அதான், நமக்கு எதுக்கு வம்பு நல்ல ஆவியா இருந்துட-லாம்ன்னு இங்கயே செட்டில் ஆகிட்டேன்" என்றதில், மேலும் அங்கு சிரிப்பலை தான் பரவியது.

கூடவே, நண்பனின் இந்நிலை வேதாவிற்கும் ஜெகாவிற்கும் தொண்டையை அடைக்க செய்தது. அதனை அவனிடம் காட்டாமல் இருக்கத் தான் பிரம்மபிரயத்தனம் பட்டனர்.

பிறகு, வேதாவே "இந்த மந்திரம் மண்ணாங்கட்டி மேல எல்லாம் எனக்கு நம்பிக்க இல்லடா. சும்மா கட்டுக்கதை. இதெல்லாம் உன்ன ஒன்னும் செய்யாது... வா" என அவனை எழுப்ப, ப்ரவீனுக்கு ஒரே உதறல் தான்.

நம்மளை சந்தரமுகி மாதிரி சக்கரத்துல உட்கார வைச்சு துரத்-துவங்களோ என்று!

இருப்பினும், நண்பனின் உறுதியில் மெல்ல மெல்ல வெளியில் வர முயன்றவன், கண்ணை மூடிக்கொண்டு வாசலுக்கு வெளியில் கால் எடுத்து வைக்க, அவனால் இயல்பாகவே வர முடிந்ததில் விழி விரித்தான்.

"ஏஏஏ... நான் வந்துட்டேன். நான் வெளிய வந்துட்டேன்" என துள்ளிக் குதித்தவனை ஜெகதீஷ் நொந்து போய் பார்த்தான்.

"குரங்கு கண்ணை மூடிக்கிட்டா உலகமே இருட்டுன்னு நினைக்-கிற மாதிரி. இந்த பரதேசி எட்டு வருஷமா இந்த கட்டடத்தை ஆட்டைய போட்டு, வாடகை கூட குடுக்காம இருந்துருக்கு!" என்று தலையில் அடித்தான்.

வேதாந்த் புருவ சுளிப்புடன். "டேய் பேய் நாயே... ஆடுறத நிறுத்திட்டு நான் சொல்றத கவனமா கேளு! நான் சொல்றவங்கள தவிர யாரு கண்ணுக்கும் நீ தெரிய கூடாது. முக்கியமா எந்த பொருளையும் தொட்டு, உன் ப்ரெசென்ஸ காட்டி பயமுறுத்தக் கூடாது. உங்க எல்லாரோட இறப்புக்கும் காரணம் தெரியிற வரை

நான் சொல்றதை கேட்டு நடந்துக்கணும்!" என்று பல உத்தரவுகளை பிறப்பிக்க, "சரிங்க எஜமான்..." என தலையசைத்தான் பிரவீன்.

ஆனால், அது அப்போது வரை தான்.

மறுநாள் மஹதி வீட்டிற்கு மூவரும் செல்ல, மஹதி தான் கதவை திறந்தாள்.

வேதா, "எதுக்கு வர சொன்ன? என்ன விஷயம்" என பரபரக்க,

"முதல்ல உள்ள வா... சொல்றேன்" என்றபடி உள்ளே சென்றவளின் தாய் ரேகாவும் வீட்டில் இல்லை.

ஆனால் டீ - பாயில் ரேகாவின் கால் வலிக்கு தேய்ப்பதற்கான மருந்து ஒன்று இருந்தது. அது பார்ப்பதற்கு 'வைன்' பாட்டில் போன்றே இருக்க, அதுவரை 'அவள் கண்ணில் படக்கூடாது' என்ற வேதாந்த்தின் உத்தரவை கடைபிடித்த பிரவீன், அதனை மறந்து "ஐ! சரக்கு!" என கத்தியபடி அதனை கையில் எடுக்க,

எதேச்சையாக பின்னால் திரும்பிய மஹதி, தன் தாயின் மருந்து பாட்டில் காற்றில் ஆடுவதை கண்டு திகைத்து நடுங்கி மயங்கியே விட்டாள்.

அவளை விழாமல் தன் மேல் சாய்த்து தாங்கிப் பிடித்துக் கொண்ட வேதாந்த், பிரவீனை தீயாக சுட்டான்.

***

அத்தியாயம் 8

மயங்கி விழுந்த மஹதியை தாங்கிக் கொண்ட வேதாந்த், பிரவீனை தீயாக முறைத்து விட்டு, அவளைக் கையில் ஏந்தினான்.

"மஹி... மஹி!" என அவளை எழுப்பியபடி, அவ்வீட்டை சுற்றி அளந்தவனின் விழிகளுக்கு அகப்பட்டது படுக்கையறை.

அவசரமாக அதனுள் சென்றவன், அங்கிருக்கு அவளின் புகைப்படங்களை வைத்தே அது அவளின் அறை என அறிந்து கொண்டான்.

மெல்ல படுக்கையில் படுக்க வைத்தவன், "மஹி! ஏய் டின்பீரு!" என அவளின் கன்னம் தட்ட, அவளிடம் அசைவே இல்லை.

ஜெகாவோ கொலை பழி எதுவும் விழுந்துவிடுமோ என்ற மரண பீதியில் நிற்க, பிரவீன் தான், "என்ன மச்சி இவ... பீர ராவா குடிச்ச மாதிரி மல்லாந்து கிடக்குறா..." என தேவையின்றி ஆஜராக, அவனை அடிக்க முடியாத கோபத்தில் ஜெகதீஷை தான் சுள்-ளென்று அறைந்தான்.

"நாயே... நீ மட்டும் உயிரோட இருந்துருந்த நானே சாவடிச்சு-ருப்பேன். இவள் முன்னாடி வராத. எந்த பொருளையும் தொடா-தன்னு தான சொல்லிருந்தேன். பரதேசி! இப்ப மட்டும் இவ எந்தி-ரிக்கல. நானே முட்டைல, நான் கண்டுபிடிச்ச கெமிக்கலை ஊத்தி மந்திரிச்சு வைச்சுருவேன்..." என கடிந்தான், முந்தைய இரவு இதன் மேல் எல்லாம் நம்பிக்கை இல்லை என்று கூறியதை மறந்து.

இருப்பினும், 'இவளுக்காக நம்ம ஏன் இவ்ளோ ரியாக்ட் பண்-றோம்' என்ற எண்ணமும் ஒரு ஓரத்தில் ஓடிக்கொண்டிருக்க, 'ப்ச்... என்ன இருந்தாலும் நம்ம ஜூனியர் பொண்ணு. அரை லூசுவேற! அதான்... இப்படி...' என தனக்குத்தானே நியாயமும் சொல்லிக்-கொண்டான்.

ஜெகதீஷா உதட்டை பிதுக்கி, "அதுக்கு ஏன்டா என்ன அடிச்ச?" என வெறியாக கேட்க,

"உன்ன அடிச்சாவாச்சு இந்த பேய்க்கு புத்தி வருதான்னு பாக்க தான்..." என்று கடுப்புடன் கூறியவன், மீண்டும் மஹதியை எழுப்பும்

முயற்சியில் ஈடுபட, பிரவீன் கெக்க பெக்கவென நகைக்க, ஜெகா தான், "என்னை அடிச்சா இவனுக்கு எப்படிடா புத்தி வரும்! எனக்கு புண்ணு தான் வரும்..." என புலம்பி தீர்த்தான்.

அப்போது தான், லேசாக அசைந்தவள், விழிகளை சிமிட்டியபடி கண்ணை திறக்க முயல, "மஹி? ஆர் யூ ஆல்ரைட்?" என்ற வேதாந்த், தன்னிச்சையாக முன் நெற்றியில் படிந்த கூந்தலை பின்னுக்கு தள்ளினான்.

இன்னும், முழுதாக அவளை படுக்கையில் விடாமல், அவன் கரங்களும் அவளை ஏந்தி இருக்க, அதனை கண்டு திகைத்தவள், எழ எத்தனித்தாள்.

ஆனால், அவனின் நெருக்கத்தில் அது முடியாது போக, "நான் எப்படி இங்க வந்தேன். நீ ஏன் என்னை பிடிச்சுருக்க. முதல்ல நீ ஏன் டா வேதாளம் என் ரூமுக்கு வந்த?" என மூச்சு வாங்க பொரிந்தவளைக் கண்டு சற்றே சினம் எழுந்தது அவனுக்கு.

அதில் பொத்தென, அவளை கீழே போட்டவன், "உன் ரூமுக்கு வரணும்னு எனக்கென்ன ஆசையாடி. போனா போகுது மயங்கி விழுந்துட்டியேன்னு, நல்லா பப்ளிமாஸ் மாதிரி நகர்த்த கூட முடியாத உன்ன தூக்கிட்டு வந்து படுக்க வைச்சா, டின்பீருக்கு திமிர பாரு...!" எனக் கொந்தளித்தான்.

"அதான... திமிர பாரேன்!" என்று ப்ரவீனும் வக்காலத்து வாங்கியபடி, அங்கிருந்த பொம்மை ஒன்று அழகாக இருந்ததில் அதனை கையில் வைத்துக்கொண்டு பேச, இன்னும் கூட பிரவீன் அவள் கண்ணுக்கு தெரியாததால், பொம்மை தானாக மிதப்பதைக் கண்டு மீண்டும் அரண்டவள், இம்முறை எழுந்து வேதாந்த்தின் கழுத்தை இறுக்கிக் கட்டிக்கொண்டதில், ஒரு நொடி தன்னிலை இழந்தான் அவளின் வேதாளம்.

மஹதியின் மென்சாரல் தீண்டலில் சுகித்து தன்னை இழந்திருந்தவனுக்கு, என்றும் உணராதொரு அவஸ்தை ஹார்மோன்களால் உற்பத்தியானது.

"வேதா! அந்த... அந்த பொம்ம... காத்துல பறக்குது!" என திக்கித் திணறியவளுக்கு வார்த்தைகளும் காற்றோடு காற்றாக கரைய, இன்னும் அவனை ஒட்டிக்கொண்டவளை அவனால் விலக்கத்தான் இயலவில்லை. விலகிட விரல்களும் இடம் கொடுக்கவில்லை.

"ரிலாக்ஸ் மஹி! அது ஒன்னும் இல்ல. ஜஸ்ட் என் பேய் பிரெண்டு தான்..." என என்றுமே உபயோகிக்காத மென்மையை

கையாண்டு அவள் முதுகைத் தடவிக் கொடுத்தான்.

அதில் மேலும் அலறியவள், "என்னது பேய் ப்ரெண்டா? ஆஆஆ!" என அவனை விட்டுத் தள்ளி காதை பொத்திக்கொண்டு கத்த எத்தனிக்க, அவளின் வாயை பொத்திய வேதாந்த், "ஏய் ச்சி... தொண்டைய திறக்காத." எனக் கடிந்தவன், "டேய் ப்ரஷ்ஷு... உன் திருமுகத்த காட்டித் தொல" என்றான்.

'இவன் யாருகிட்ட பேசிட்டு இருக்கான்!' என புரியாமல் மேலும் அரண்டவள், "ம்ம்ம்ம் ம்ம்ம்" என்று முனகிக்கொண்டே வேதா-வின் கையை எடுக்க முயல, அவனோ அசையக்கூட இல்லை என்றதும் பயத்தில் நெற்றியை அவன் நெஞ்சோடு புதைத்து கண்ணை மூடிக்கொண்டாள்.

அதில் வேதாந்த் தான். 'ஐயோ! என்னடா இது உடம்புக்குள்ள 'டோபமைன் ஹார்மோன' ஒரு வாளி ஊத்தி விட்ட மாதிரி இருக்கே...!' என நொந்து போனவன், "விளங்காதவனே... சீக்கிரம் மூஞ்ச காட்டு" என்று கடுகடுத்தான். டோபமைன் என்பது காதல் என்ற உணர்வை தோற்றுவிக்கும் ஹார்மோன்.

"இரு மச்சி! என்ன இருந்தாலும் பொண்ணு முன்னாடி தலை கூட சீவாமயா நிக்கிறது!" என்றபடி பிரவீன் தலைமுடியை கோதிக்-கொள்ள, ஜெகதீஷ் "மொதோ இந்த பேய்க்கு மொட்டை அடிக்க-ணும்டா!" என முறைத்தான்.

"நீ வேற ஏன்டா நானே முடி கொட்டுதுன்னு பீல் பண்ணிட்டு இருக்கேன். நல்ல ஹேர் ஆயில் இருந்தா சஜஸ்ட் பண்ணு மச்சி!" என்று தீவிரத்துடன் கேட்க, "வேதாஆஆ... கொலைக்கு பின்ன-ணியை நம்மளே கண்டு பிடிச்சுடலாம்ல. இவன் டார்ச்சர் தாங்க முடியல!" என்று தலையில் அடித்துக் கொள்ள, வேதாந்த்தின்

அனல் மின்னும் விழிகளில் அசடு வழிந்தவன், உதட்டை மடக்கி இடுப்பில் கை வைத்து ஸ்டைலாக நின்றான்.

இப்போது மஹதிக்கு தெரியும்படியே அவன் நின்றாலும், அவனை அவள் பார்த்தால் அல்லவோ!

"மஹி நிமிர்ந்து பாரு" என்று வேதாந்த் அவளை நிமிர்த்த முயன்றாலும் அவள் கண்ணை திறக்கவே இல்லையே.

"டின்பீரு... இப்ப நீ கண்ண திறக்க போறியா இல்லையா?" என்று சற்றே குரலை உயர்த்தி வினவ, அப்போதும் அவள் மறுப்-பாகவே தலையசைத்தாள்.

"ப்ச்... இவன் என் பிரெண்டு தான் மஹி. உனக்கு எல்லாத்தையும் விளக்கமா சொல்றேன். மொதோ இவன பாரு!" என வலுக்கட்டாயமாக விலக்கிட, எச்சிலை விழுங்கியபடி கண்ணைத் திறந்தவள், பிரவீனின் ஆவியை கண்டு மேலும் அலறியதில் மீண்டும் அவள் வாயை அடைத்தான்.

பல்லைக்கடித்தபடி, "இங்க பாரு. எனக்கு ஏகப்பட்ட வேல இருக்கு. நீ இப்படி கத்தி அலறி என் டைம வேஸ்ட் பண்ணிட்டே இருந்த... அடுத்த தடவ கையால வாயை பொத்த மாட்டேன்...!!!" என அடுத்த வார்த்தை பேசாமல் நிறுத்தியவனின் விழிகள் தொக்கி நின்ற திசையே அவன் கூற வருவதை உணர்த்த, மஹதியின் மீன் விழிகள் அகல விரிந்தது.

அப்பாவையின் விழி மொழிகள், அவனுள் மேலும் சில ரசாயனங்களை அள்ளித் தெளிக்க, மெல்ல அவளின் இதழ்களை வருடியபடியே விரல்களை எடுத்தான்.

மஹதிக்கு அப்போது தான் அவனின் அருகாமையும், உரசலும் உரைக்க, மேலும் அவன் கூறிய வார்த்தையில் உறைந்திருந்தவளின் நிலையைப் பயன்படுத்தி, அவளிடம் நடந்ததை கூறி முடித்தான்.

அவளோ அசைவின்றி அவனையேப் பார்க்க, அப்பார்வை ஆடவனைத்தான் வதம் செய்தது.

"எதுக்குடி இப்டி பாக்குற?" ஹஸ்கி குரலில், சிறு முறுவல் அதரம் மீறி பூத்தபடி கேட்டவனுக்கு பதிலளிக்க தெரியவில்லை அவளுக்கு.

'ம்ஹூம் இது வேலைக்கு ஆகாது...' என தன்னைக் கட்டுப்படுத்திக் கொண்டவன், "முழிக்கிறத நிறுத்திட்டு எதுக்கு வரசொன்னன்னு சொல்லு டின்பீரு" என சற்றே கடினமாக உரைத்து, பின்னால் திரும்பி நண்பர்களை காண, அவர்களோ குரங்கு பொம்மை போல் வாயில் கையை வைத்து அவன் பேசிய காதல் மொழிகளைக் கண்டு அதிசயித்திருந்தனர்.

அவர்களை கண்டுகொள்ளாதது போன்று பின்னந்தலையை கோதிய வேதாவை நோக்கி ஜெகதீஷ் அர்த்தப்பார்வை வீசினான்.

அதன் பிறகே சற்று நிகழ்வுக்கு வந்தவள், இன்னும் பிரவீனை பயத்துடன் தான் நோக்கினாள்.

"நீ சொல்றத என்னால நம்பவே முடியல. அப்போ காலேஜ் ஹாஸ்டல்ல பேய் இருக்குன்றது உண்மையா...?" என்று கேட்டாள் மிரண்டு.

உடனே பிரவீன், "இல்ல அது பொய்" எனத் தீர்க்கமாகக் கூற, இப்போது மூவரின் குழப்பப் பார்வையும் அவனை ஏறிட்டது.

"ஆமா, நான் தான் இங்க வந்துட்டேனே. இப்ப எப்படி அங்க பேய் இருக்கும்?" என்றவன் பெரிய காமெடி கூறியது போல் வாய்விட்டு சிரிக்க, மீண்டும் ஜெகதீஷிற்கு தான் சப்பென அறை விழுந்தது வேதாந்திடம் இருந்து.

அதில் அவன் பிரவீனை முறைக்க, மஹதியோ "பேய்... காமெடி எல்லாம் பண்ணுமா?" என்ற ரீதியில் மந்திரித்து விட்டவள் போல் திகைத்தே இருந்தாள்.

பின், வேதாந்தே "டைம் வேஸ்ட் பண்ணது போதும் மஹி. முதல்ல எதுக்கு வர சொன்னன்னு சொல்லு!" என்று நெற்றியை எரிச்சலாக தேய்க்க,

அதன்பிறகே நினைவு வந்தவளாக, "ஹான்... ஆமா! உங்கிட்ட ரொம்ப முக்கியமான விஷயம் சொல்ல தான் வரச்சொன்னேன். ஒரு நிமிஷம் பக்கத்து ரூமுக்கு வாங்க" என மூவரையும் அழைத்தவள் அப்போதும் பிரவீனை பார்த்து பேசவே இல்லையே. உள்ளுக்குள் திக் திக்கென இதயம் தாறுமாறாக துடித்தது. பின்னே, 'பாய் பிரெண்ட்' இடம் பேச வேண்டிய வயதில் 'பேய் பிரெண்ட்' இடம் அல்லவா பேச்சு வார்த்தை வைத்துக் கொண்டிருக்கிறாள்.

அவள் அழைத்து சென்ற லைப்ரரி போன்ற அறைக்கு மூவரும் செல்ல, மஹதி டிராயரில் இருந்து, ஒரு சிறிய கண்ணாடி டப்பாவை எடுத்தாள்.

வேதாந்த் அதனை என்னவென பார்க்க, "வேதா... இது கவிக்கா வீட்டுக்கு பின் பக்கம் கீழே கிடந்துச்சு" என பயபக்தியுடன் கொடுக்க, ஜெகதீஷிற்கும் பிரவீனிற்கும் சப்பென ஆனது.

ப்ரவீனோ, "இந்த காலி பாட்டில் அதுவும் இத்துனூண்டு பாட்டிலை குடுக்கத்தான் காலங்காத்தால எங்களை வர சொன்னியாக்கும். அதுல கொஞ்சம் வோட்கா நிரப்பி குடுத்துருந்தாவாச்சு என் ஆன்மா உன்ன ஆசீர்வதிச்சு இருக்கும். பேர்ல இருக்குற பீர, நிஜத்துலையும் காட்டணும்ன்னு அக்கறை இருக்கா உனக்கு?" என வாய்வந்த போக்கில் புலம்ப, மஹதியோ "பேய் வோட்கா எல்லாம் குடிக்குமா..." என எச்சிலை விழுங்கியபடி கேட்டாள்.

ஜெகதீஷ் தான், "ஏன் பேய்க்கு வாய் வயிறுலாம் இல்லையா. எங்க பிரெண்டு எல்லா பிராண்டும் குடிப்பான்" என வாதத்திற்கு வந்தான், இப்படி வெறும் பாட்டிலை கொடுத்து மொக்கை செய்து

விட்டாளே என்ற கடுப்பில்.

ஆனால் வேதாந்த் அதனை சாதாரணமாக எண்ணவில்லை.

பூதக்கண்ணாடி வழியே அந்த கண்ணாடி பாட்டிலை உற்றுப் பார்ப்பதும் அதனை முகர்ந்து பார்ப்பதுமாக தீவிர சிந்தனையில் இருந்தவனைக் கண்டு, ஜெகதீஷ், "டேய்! ரிசர்ச் லேப்ல பண்ண வேண்டிய வேலை எல்லாம் நீ ஏன்டா இங்க பண்ணுற?" என தலையை சொறிய, பிரவீன், "மச்சி... எனக்கு என்னமோ இவன் காலி பாட்டில்க்கு உள்ள என் ஆவியை அடைச்சு வைக்க பிளான் பண்றானோ?" என கேட்டான் சிறிதாக அரண்டு.

"அதுக்கு மட்டும் வாய்ப்பிருந்தா அத நானே செய்வேன்டா பிரஷ்ஷூ பேயே..." நமுட்டு சிரிப்புடன் கூறிய ஜெகாவை முறைத்தான்.

"ஓ! ஜஸ்ட் ஷட் அப்! இது ஒன்னும் வெறும் பாட்டில் மாதிரி எனக்கு தோணல. இட்ஸ் சம்திங் பிஷி..." என்று அதனை குழப்பமாக பார்த்த வேதாந்த்தின் கூற்றை மஹதியும் ஆமோதித்தாள்.

"ஆமா வேதா. நான் முதல்ல இதை பாக்கும் போது பெருசா எடுக்கல. ஆனா, எனக்கு ஏதோ தப்பா பட்டதுனால இந்த பாட்டிலை எடுத்து பார்த்தேன், இத ஸ்மெல் பண்ணும் போது, ஒரு வித கெமிக்கல் கலந்த ஸ்மெல். அது என்ன கெமிக்கல்ன்னு என்னால கெஸ் பண்ண முடியல. அதான் உன்ன வர சொன்னேன்" என்றதில்,

"ம்ம்ம்... மே பீ இத லேப்ல வைச்சு டெஸ்ட் பண்ணுனா ஏதாவது க்ளூ கிடைக்கலாம்... வாட்ஸ் யுவர் கெஸ்?" என கேள்வியை அவளிடம் தொடுத்தான். அவளும் வேதியியல் படிப்பதால், அவளுக்கும் அவனைப் போன்றே கெமிக்கல் மீது ஒரு வித காதலே. அது அந்த அறையில் அவள் அடுக்கி வைத்திருக்கும் கெமிக்கல்ஸ் சம்பந்தமான புத்தகங்களை வைத்தே புரிந்தது அவனுக்கு.

அதில் பெருமூச்சு விட்டவள், "எனக்கு கெமிக்கல்ஸ் மேல நிறைய இன்டெரெஸ்ட் தான். ஆனா, இது என்னவா இருக்கும்ன்னு சுத்தமா ஐடியா இல்ல. இதோட வாசம் ஒருவித பூவோட வாசம் மாதிரி இருக்கு. ஆனா கண்டிப்பா அத்தர், இல்ல வாசனைப்பொருளா இருக்க வாய்ப்பில்ல. ஏன்னா, அந்த பூ வாசம் வர்ற கொஞ்ச நேரத்துலயே ஒரு வித ஆசிட் ஸ்மெல்லும் வருது. கொஞ்ச நேரத்துல இதோட ஃப்ராகிரன்ஸ் சுத்தமா போயிடுது. ரொம்ப வித்தியாசமா இருக்கு வேதா. வாசனைப்பொருளா இருந்தா அதோட வாசனை

இப்படி மாறிக்கிட்டே இருக்காதே. அதான், உன்ன வரச்சொன்னேன். உன் கெஸ் என்ன?" என கேட்டவளின் புருவமும் கடும் குழப்பத்தை குடிகொண்டது.

பாராட்டும் தொனியில் விழிகளை விரித்தவன், "கிரேட் கெஸ் மஹி! கண்டிப்பா இது நார்மலான ஒண்ணா இருக்க முடியாது. இதே மாதிரி நான் ஒரு புக்ல படிச்சு இருக்கேன். கிட்டத்தட்ட 1500 அடி உயரம் கொண்ட மலைப்பகுதியில, ஷார்ப்பா வெப்பநிலை 10 டிகிரி இருக்கும் போது. தரையோரம் குட்டி குட்டியா சில செடிகள் முளைக்குமாம். அதோட வாசம் எக்ஸ்சாட் - ஆ நீ சொல்ற மாதிரி தான் இருக்கும். அது போக, வெப்பநிலை கொஞ்சம் கூடுனாலும், இல்ல கொஞ்சம் குறைஞ்சாலுமே அந்த செடி தானாவே அழுகிடும். ஆனா, அத யாருமே பறிச்சதும் இல்ல இப்போ வரை. பறிக்கவும் முடியாது. ஆனா அத நான் வெறும் தியரியா தான் படிச்சிருக்கேன். இத பத்தி இன்னும் ரிசர்ச் பண்றேன்... ஒருவேளை இதுக்கும் கவிதா டெத்க்கும் ஏதாவது சம்பந்தம் இருந்தா, இதுக்கான காரணம் யாருன்னு நம்ம ஈஸியா கண்டுபிடிக்கலாம்..." என்றான் விழி சுருங்க.

ஆனால், ஜெகதீஷிற்கும் பிரவீனிற்கும் தான் வேதியியல் வகுப்பறைக்கு வந்தது போல் தலையை சுற்றியதில், பிரவீன், "இந்த கருமாந்திரம் புடிச்ச கெமிஸ்ட்ரி இம்ச, செத்தாலும் விடாது போல!" என கடுப்படிக்க, அந்நேரம் ப்ரீத்தியிடம் இருந்து வந்த தகவல் நால்வரையுமே ஸ்தம்பிக்க வைத்தது.

***

அத்தியாயம் 9

ப்ரீத்தியிடம் இருந்து வந்த அழைப்பில் வேதா முகம் இறுகி திகைத்திருக்க, மற்ற மூவரும் கலவரத்துடன் அவனைப் பார்த்தனர்.

ஜெகதீஷ், "மச்சி... ப்ரீத்தி என்னடா சொன்னா? நீ ஏன் பேய் அறைஞ்ச மாதிரி இருக்க?" என அவனை உலுக்க,

"அதான நான் இவனை அறையவே இல்லையே..." என்று நேரம் காலம் தெரியாமல் சந்தேகம் கேட்டான் பிரவீன்.

ஆனால், இதனைக் கேட்கும் மனநிலையில் வேதாந்த் இல்லை.

"ஜெகா... நீ உடனே உன் ஆளு வினிய கிளம்பி வரச்சொல்லு! இல்ல இல்ல வேணாம்... நீயே ஹைதரபாத் போய் அவளை கையோட கூட்டிட்டு வா!" என்று உத்தரவிட்டான்.

அவன் குரலில் சற்றே கலங்கிய ஜெகதீஷ், "எதுக்கு வேதா அவளை வர சொல்லணும்? அவளே ஆபிஸ்ல ப்ராஜக்ட் ஒர்க் இருக்குன்னு தான், அலுமினிக்கு கூட வரல. இப்போ எப்படி வருவா?" எனக் குழப்பமாக கேட்டான். வினிதாவும் இவர்களின் கல்லூரி தோழி தான்.

படிக்கும் காலத்தில் ஒரு தலையாக ஜெகதீஷால் காதலிக்கப்பட்டவள். ஆனால், இறுதிவரை காதலை சொல்ல முடியாமல் போக, அதன்பிறகு இருவருக்கும் தொடர்பு அறுந்தது.

சில நாட்களுக்கு முன்பு, முகப்புத்தகம் வழியாக அவள் ஹைதராபாத்தில் வேலை பார்ப்பது அறிந்து, ஒரே குஷியாகிப் போனான் ஜெகதீஷ்.

அப்போதும் வேதா, "ரொம்ப சந்தோசப்படாதடா. அவளுக்கு இந்நேரம் ரெண்டு குழந்தை இருந்தாலும் இருக்கும்..." என நக்கலடிக்க, அவனுக்கு உள்ளுக்குள் கலக்கமாக இருந்தாலும், புகப்புத்தகத்தில் அவளின் 'சிங்கிள்' ஸ்டேட்டஸ் பார்த்ததுமே சற்று ஆசுவாசமானான்.

அலுமினி விழா பற்றி அவளிடம் நேரிலேயே கூறிவிட்டு, அப்படியே அவளை 'சைட்' அடிக்கும் வேலையை சிறப்பாக செய்யலாம் என்றெண்ணி அவளைக் காணச் சென்றான்.

ஒரு கணம் இவனைக் கண்டதும் வினிதாவின் முகத்தில் சிறு அதிர்வும் அதே நேரம் மெல்லிய பரபரப்பும் சூழ்ந்தது.

"ஜெ ஜெகா...? வாவ்! வாட் அ பிளசண்ட் சர்ப்ரைஸ். நீ எங்க இங்க...?" எனக் கேட்க வந்தவளுக்கு ஏனோ வார்த்தை தந்தியடித்தது. கல்லூரியில் கூட அவளிடம் இத்தனை தடுமாற்றத்தை பார்த்திராதவனுக்கு, பெண்ணவளின் பாவனை சுவாரஸ்யத்தையும் சிறிது தைரியத்தையும் கொடுத்தது.

"உன்ன பார்க்க தான் வினி வந்தேன். காலேஜ் முடிஞ்சதோட உன்ன ஆளையே காணோம்? எங்களை எல்லாம் மறந்துட்டியோ?" என கேட்டான் சற்றே தயக்கமாக.

அவளோ அடுத்த நொடி, "மறக்கக் கூடிய மூஞ்சீங்களாடா நீங்க... உங்க அக்கப்போரு எல்லாம் இந்த ஜென்மத்துல மறக்காது... அதுவும் உன்ன எப்படி என்னால மறக்கமுடியும்?" இறுதி வார்த்தையை உதட்டுக்குள் விழுங்கியபடி கூறினாலும், ஆடவனின் செவிகளுக்கு அது தேனாக அல்லவோ இனித்தது.

"ஏன் வினி? நான் என்ன ஸ்பெஷல்?" புரியாதது போல் அவன் வினவ, படபடத்த விழிகளை வேறு புறம் திருப்பியவள், "அது... நீ என் பிரெண்டு... அதான் சொன்னேன்!" என சமாளித்தாள்.

ஆனால், அவனால் தன்னை மறைக்க இயலவில்லை.

"வெறும் ப்ரெண்டா மட்டும் தான் சொன்னியா வினி?"

அக்கேள்விக்கு அவள் என்ன பதில் கூறுவாள். வாய்மொழிக்கு பதில் விழியில் கசிந்த நீர்த்துளிகள் அல்லவோ பதிலளித்தது.

அதுவே அவனை குற்ற உணர்வுக்கு தள்ளிட, "வி வி வினி... நீ நீயும் என்ன லவ் பண்ணியா என்னை மாதிரியே?" எனக் கேட்டு விட்டான்.

திடீரென்ற வினாவில் அவள் முகம் திகைப்பைப் பிரதிபலிக்க, சில வினாடிகளில் "ம்ம்" என தலையசைத்தாள் பாவமாக.

ஜெகதீஷிற்கோ வானத்தில் மிதக்கும் உணர்வு தான். எத்தனை முறை அவளிடம் காதலை கூற முயன்றிருப்பான்! அப்போதெல்லாம் தன்னுணர்வே தனக்கெதிராக சதி செய்ய, இப்போதோ, எதிர்பாரா இந்த அன்பு பரிமாற்றம் அவனுக்குள் பெரும் இன்ப வெள்ளைத்தை வாரித்தந்தது.

இருக்கும் இடம் மறந்து, வினிதாவின் கன்னம் பற்றியவன், "ஏன் வினி சொல்லல?" எனக் கேட்டான் ஏக்கமாக.

கல்லூரி படிக்கும் போதே, ஜெகதீஷின் மேல் அவளுக்கு ஒரு ஈர்ப்பு தான். ஆகினும், அவனே காதலை கூறுவான் என்று காத்திருந்தவளுக்கு ஏமாற்றமே மிஞ்ச, அவளாக சென்று பேசவும் அவளின் 'ஈகோ' இடம் கொடுக்கவில்லை. அதன்பிறகு, பிரவீனின் இறப்பில் அனைவருமே திக்கற்று உடைந்திருக்க, அந்நேரம் ஈர்ப்பை பற்றியோ காதலை பற்றியோ பேசக் கூட அவர்களுக்கு தோன்றவும் இல்லை.

ஏனோ கல்லூரி பெயரை எடுத்தாலே, ஜெகதீஷின் மேல் கொண்ட காதல் எந்த அளவு இனிமையை தருமோ, அதே அளவு, பிரவீனின் இறப்பு கசப்பையும் தந்திருக்க, மொத்தமாக அந்நினைவுகளில் இருந்து ஒதுங்க முயன்றாள்.

தன்னிலையை அவனுக்கு ஒப்புவித்தவளைக் கண்டு அழுவதா சிரிப்பதா என்பதே புரியவில்லை அவனுக்கு.

"லூசா வினி நீ? எல்லாத்தை விட்டும் ஒதுங்கி போனா எல்லாம் சரியாப்போச்சா. இந்த வேதா பயலும் இப்படி தான் சுத்திட்டு இருக்கான். நடந்தது நடந்துருச்சு. அதை ஏத்துக்கிட்டு தான ஆகணும்?" என புரியவைக்க முயல,

"எப்படி ஜெகா? நம்மளோட படிச்சு, விளையாடி, ஆட்டம் போட்ட ஒருத்தன் திடீர்னு இல்லைன்னா எப்படி ஏத்துக்க முடியும்? நான்லாம் அந்த அளவு ஸ்ட்ராங் இல்லப்பா" என்றாள் சுருங்கிய முகத்துடன்.

பேச்சை திசை திருப்ப, "நான் வேணும்னா ஸ்ட்ராங் ஆக்கவா வினி?" என காதல் வழியும் குரலில் கேட்க, பெண்மையின் கன்னங்கள் செம்மையை பூசியது.

பின், "இதெல்லாம் மறந்துட்டு அலுமினி பங்க்ஷன் கண்டிப்பா நீ வரணும். நம்ம லவ்வ செலெப்ரெட் பண்றதுக்கும்" என அவன் கண்ணடிக்க,

இதழோரம் மென்னகை மின்ன, "எனக்கு இயர் எண்ட் ப்ராஜக்ட் இருக்கு ஜெகா. போயும் போயும் நான் வேலையா இருக்கும்போதா லவ் சொல்லுவ? வெரி பேட்!" என்றவளின் சுருக்கிய மூக்கை பிடித்து ஆட்டினான்.

ஆனால், அவளுக்கு நிஜமாகவே வேலை இருப்பதை புரிந்து கொண்டவன், மேலும் வற்புறுத்தாமல் வேதாவை மட்டும் கெஞ்சி அழைத்து வந்தான்.

"டேய்ய்ய்ய்..." வேதா இதோடு பல முறை ஜெகதீஷை அழைத்து விட்டான்.

"ஹான்! என்ன மச்சி சொல்லு!" என அவன் அசடு வழிய, வேதா, "என்ன ஃபிளாஷ்பேக் ஆ?" என்று கீழ்க்கண்ணால் முறைத்-தான்.

"ஈஈஈஈ..." என இளித்து வைத்தவன், அதன் பிறகே நினைவு வந்தவனாக "ஆமா, ப்ரீத்தி என்ன சொன்னா? ஏன் வினியை இங்க வரவைக்க சொல்ற ?" எனக் கேட்க, பிரவீன், "காதல் பித்து புத்-திக்கு ஏறி பித்தம் பிடிக்க வைக்குது போல. ஆமா உன் ஆளு நம்ம வினிதாவாடா?" என்று விழி விரித்துக் கேட்டான்.

அதற்கும் அவன் வெட்கமாக புன்னகைக்க, "சே... நான் உயி-ரோட இருந்திருந்தா நானே அவளை கரெக்ட் பண்ணிருப்பேன். சரி உனக்கே விட்டுத் தரேன் பொழைச்சு போ!" என பெரிய மனதுடன் கூறியவனை வெறியாக முறைத்தான் ஜெகதீஷ்.

"பேய் நாயே... உன்ன பிஞ்சு செருப்பாலேயே அடிப்பேன். வெளிய வந்து இவ்ளோ நேரம் ஆகுது இப்போ வரை உன் ஆளை பத்தி ஒரு வார்த்தை கூட கேட்கல நீ. இதுல நீ இன்னொரு பொண்ணை கரெக்ட் பண்ணுவியா. மவனே உயிரோட இருந்து இருக்கணும் நீ. என்கிட்ட சட்னி ஆகிருப்ப?" என்று வாய்க்கு வந்த படி திட்ட, ப்ரவீனுக்கோ குழப்பம் சூழ்ந்தது.

வேதா, "ஊஃப்! போதும்டா உங்க பஞ்சாயத்து. எனக்கு என்-னமோ எல்லாமே நம்மளை டார்கெட் பண்ணி நடக்குற மாதிரி இருக்கு. நம்ம பேட்ச்ல நம்ம செட்டு பசங்க லவ் பண்ண எல்லா பொண்ணுங்களும் இறந்துட்டாங்கடா..." என நெற்றியை நீவியபடி, வேதனை நெஞ்சை அரிக்க கூறியவனைக் கண்டு மூவரும் மலைத்-தனர்.

மஹதி, "என்ன? என்ன சொல்ற வேதா? நீ சொல்றதை பார்த்தா இது ரொம்ப பெரிய விஷயமா இருக்கும் போல. அது எப்படி எல்-லாரும் சாவாங்க?" என மிரண்டாள்.

"அதான் எனக்கும் புரியல. எங்க பேட்ச்ல, எங்க க்ளோஸ் ப்ரெண்ட்ஸ் சர்க்கிள்ன்னா, அது... ஜெகா, ப்ரஷு, ப்ரீத்தி, வினி, திவாகர், ஆகாஷ், லோகு, ஸ்டீஃபன், பிரதீப். இதுல பிரதீப்பும் லோகுவும் தான் லவ் பண்ணாங்க. திவாகர் அரேஞ்ச்ட் மேரேஜ் பண்ணி அமெரிக்கால செட்டில் ஆகிட்டான். ஸ்டீஃபன் ரெண்டு வருஷத்துக்கு முன்னாடி ஒரு பொண்ணை லவ் பண்ணிருக்கான்,

அவனுக்கும் எக்ஸ்சாட் ஆ பிரதீப்புக்கும் லோகுவுக்கும் நடந்த மாதிரி தான் நடந்து இருக்கு" என பெரிய இடியை இறக்க, ஜெகதீஷிற்கு நெஞ்செல்லாம் அடைத்தது.

ப்ரவீனா, "அப்போ ஆகாஷ்?" என வினவ, "அவன் இன்னும் சிங்கிள் தான். இப்போ கமிட் ஆகி இருக்குறது ஜெகாவும், ப்ரீத்தியும் தான். இன்ஃபாக்ட், வினியும் நம்ம செட்டுன்றதுனால இப்போ யாருக்கு என்ன ஆபத்து வரும்ன்னு ஒன்னும் புரியலடா... எவனோ வேணும்னு இதெல்லாம் பண்றான். ஐ திங்க், இது இப்போ ஸ்டார்ட் ஆனது இல்ல. எப்போவோ ஆரம்பிச்சு இருக்கு. ஆனா நமக்கு தான் தெரியல. இனிமே நம்ம தாமதிக்கிற ஒவ்வொரு நிமிஷமும் எல்லாருக்கும் ஆபத்து தான். மொதோ நம்ம ப்ரீத்தியையும் வினியையும் சேஃப் பண்ணனும்..." என பரபரவென பேசிக்கொண்டே செல்ல, ஜெகதீஷ்க்கு உணர்வுகள் மரத்த நிலைதான்.

"மச்சி... எனக்கு பயமா இருக்குடா! என்னென்னமோ சொல்ற... எனக்கு ஒன்னும் புரியல. யாரு மச்சி இதெல்லாம் பண்ணனும். அதுவும் கொலை பண்ற அளவு யாரு மச்சி நமக்கு எதிரியா இருக்கா?" என்றான் குரல் நடுங்க.

"ம்ம்க்கும்... யாரு இல்லைன்னு கேளு. ஏன்டா! ஒருத்தன் விடாம காலேஜ்ல எல்லா பயலுட்டையும் பஞ்சாயத்தை இழுத்து, நட்டாத்துல விட்டாச்சு. அதுல எவன் ரிவெஞ்ச் எடுக்க கிளம்பி இருக்கானோ. அப்போ அந்த நாதாரி தான் என்னையும் கொலை பண்ணிருக்குமோ. ஆனா நம்ம தான் டம்மி பீஸாச்சே... நமக்கு போய் ஏண்டா கொலை அளவுக்கு யோசிக்கிறான்! ஹீ ஹீ..." என சிரித்த பிரவீன், வேதாந்த்தின் உறுமலில் அமைதியானான்.

"செத்துப்போயிட்டோம்ன்ற தைரியத்துல பேசுறியா பிரஷ்ஷு பேயே. உன்ன உயிரோட கொண்டு வந்து கோர்த்து விட்டுடுவேன் ஜாக்கிரதை..." என உறுத்து விழித்த வேதாந்த், "ஜெகா பேச நேரம் இல்ல. நீ உடனே கிளம்பு. அவளை கையோட கூட்டிட்டு வா!" என்று உத்தரவிட்டான்.

மஹதியோ, "அவங்க இங்க வந்தா மட்டும் இதெல்லாம் யாரு பண்றான்னு கண்டுபிடிச்சுட முடியமா வேதா. காலேஜ்ல, யாருகிட்ட சண்டை போட்டீங்க? எதுக்கு சண்டை போட்டீங்க?" என அடுக்கடுக்காக கேள்விக்கணைகளை தொடுக்க,

பிரவீன் தான் வேதாவைக் காட்டி, "இதோ... இவரு தான். இவருக்கு இதான் வேல. எந்த பொண்ணுக்கிட்டயாவது எவனாவது

மிஸ்பிஹேவ் பண்ணுனா, சார் புரட்டி புரட்டி எடுப்பாரு. அந்த தப்ப காலேஜ் மேனேஜ்மெண்ட் தட்டிக்கேட்கலைன்னு போலீஸ்ல கூட கம்பளைண்ட் பண்ணிடுவாரு. ஒன் சைடா எவனாவது லவ் பண்ணி அந்த பொண்ணுகிட்ட லவ்வ சொல்லுவான். அவள் ஒத்துக்கலைன்னா, டார்ச்சர் பண்ண ஸ்டார்ட் பண்ணும் போது, வேதா களம் இறங்கி, அந்த காதலையே கலைச்சுருவாரு. அந்த மாதிரி ஏகப்பட்ட ஒன் சைட் லவ்வ நம்ம தல பிரிச்சு விட்டு இருக்குறாரு. அதுல எவன் எமனா வந்துருக்கானோ... ஹூ நோஸ்..." என்று தோளைக் குலுக்க, மஹதிக்கு ஏனோ சிறிய புன்னகையே தோன்றியது.

ஆனால், வேதாவிற்கு இதெல்லாம் தலையில் ஏறவில்லை. யாரை இருக்கும்? எதுக்காகவா இருக்கும்? அவனோட அடுத்த பிளான் என்ன? என்ற தொடர் கேள்விகளே தலைக்குள் ஓட, ஜெகாவும் சிந்தனையுடன் வினியை அழைத்து வர கிளம்பி விட்டான்.

ப்ரவீனும் அவனுடன் செல்ல, வேதா "இந்த பாட்டில் பத்தி போலீஸ்கிட்ட எதுவும் சொல்லிடாத. ஒருவேளை கில்லர் இதை யூஸ் பண்ணிருந்தா, இதை எதுக்கு யூஸ் பண்ணுனான்னு கண்டுபிடிக்கணும்..." என புருவத்தை நெரித்து மஹதியிடம் கூறினான்.

"ஓகே வேதா. கவிக்கா போஸ்ட் மார்ட்டம் ரிப்போர்ட் வந்துட்டா நான் உனக்கு கால் பண்றேன்." என்று கூறிட,

அதற்கு மறுப்பாக தலையசைத்தவன், "தேவையில்ல. பசங்களை வைச்சு நானே தெரிஞ்சுக்குறேன். இந்த அளவு ஹெல்ப் பண்ணதுக்கு ரொம்ப தேங்க்ஸ். இனிமே நீ இதுல தலையிட வேணாம்... குட் பை!" என பட்டும் படாமல் சல்யூட் ஒன்றை வைத்து விட்டு அவன் திரும்பிப் பாராமல் செல்ல, மஹதி அந்த இடத்திலேயே வேரோடி நின்று விட்டாள். உருவமற்ற வேதனையொன்று இன்னுயிர் வரை வலிக்கச் செய்ததை உணர்ந்தவளுக்கு, இப்பயணத்தில் இது வெறும் ஆரம்பமென்று புரியாது போனது யாரின் பிழையோ!

***

அத்தியாயம் 10

வேதாந்த் சென்ற திசையையே செய்வதறியாமல் பார்த்த மஹதியின் பார்வையை உணர்ந்தும் உணராதவனாய் வெளியில் சென்றிருந்தான்.

'இந்த பாட்டில் எப்படி கவி வீட்டுக்கு வந்துருக்கும்? இது எதேச்சையா நடந்ததா இல்ல பிளான் பண்ணி நடக்குதா?' என்ற யோசனையுடனே பல்சரில் பறந்து கொண்டிருந்தவனுக்கு, எண்ணங்கள் பின்னோக்கி பயணித்தது.

கல்லூரி வளாகமே மாணவர்களின் கூக்குரலால் அதிர்ந்திருந்தது. ஆங்காங்கே தொங்கவிடப்பட்டிருந்த காகித தோரணங்களும் வரவேற்பு பலகைகளுமே அன்று "ஃப்ரஷ்மேன் இண்டக்ஷன்

புரோகிராம்" என்று அறிவிக்க, புது முக மாணவர்கள் கல்லூரிக்குள் வருகை தந்து கொண்டிருந்தனர்.

"ஆஹா...! எவ்ளோ பெரிய காம்பஸ்." என்று வாயைப் பிளந்தபடி உள் நுழைந்தான் பிரவீன்.

சிவப்பு வண்ண டீ- ஷர்ட் மேனியை நிறைக்க, சற்றே திமிர் ததும்பும் விழிகளுடன் அவனருகில் நின்ற வேதாந்த், "காம்பஸ் இவளோ பெருசா இருந்தா எப்டி ஜீ வட்டம் போடுவீங்க..." என்று நக்கலாக பார்த்தான்.

அதில் தலையை சொறிந்த பிரவீன், "ஹி ஹி... சாரி ஜி. கேம்பஸ்ன்னு சொல்ல வந்தேன்." என்று சமாளிக்க,

லோகேந்திரன், "ஜி... காலேஜ் இவளோ பெருசா இருக்கு. இங்க பாத்ரூம் பெருசா இருக்குமா" என அதி முக்கிய கேள்வியை முன் வைக்க, ஜெகதீஷ் முகத்தை அஷ்டகோணலாக்கினான்.

"யோவ் ஜீ... முதல் முதல்ல காலேஜ்குள்ள வந்ததும் கிளாஸ் எங்க இருக்குன்னு கேட்பன்னு பார்த்தா..." என்று முறைக்க, வேதா, "ஒருவேளை அங்க இருந்தே படிக்கலாம்ன்னு நினைக்கிறாரோ என்னவோ?" என்றான் அடக்கிய புன்னகையுடன்.

"அய்யோ ஜி. இல்ல இல்ல. நம்ம ஹாஸ்டல் பாத்ரூம் தான் ரொம்ப குட்டியா இருக்கு. அட்லீஸ்ட் இங்கயாவது பெருசா இருக்-

குமான்னு தான்..." என அசடு வழிந்தான்.

சொன்னதோடு நில்லாமல், கழிப்பறையையும் பார்வையிட சென்றதில், 'இவன் கூட எப்படி மூனு வருஷம் ஒரே ஹாஸ்டல் ஒரே ரூம்ல குப்ப கொட்டுறது' என்ற யோசனையில் மிதந்தனர் மூவரும்.

முந்தைய நாள் தான், நால்வரும் அக்கல்லூரி விடுதியில் சேர்ந்திருக்க, அன்றே தன் 'ரூம் மேட்ஸ்' ஆன மற்றவர்களை அறிந்து கொண்டு கை குலுக்கினர்.

அதில் பிரவீனும் லோகேந்திரனும் இயற்பியல் பிரிவிலும், வேதாந்த்தும் ஜெகதீஷும் வேதியியல் பிரிவிலும் சேர்ந்திருந்தனர்.

இப்போதோ ஜெகதீஷ், "அலங்காரமே பயங்கரமா இருக்கே ஜி. இந்த கலை நிகழ்ச்சிகள், பாட்டுக்கு பாட்டு இந்த மாதிரி நல்ல எஞ்சாய்மெண்ட் இருக்குமோ..." என்றான் குதூகலமாக.

பிரவீன், "அது என்னஜி அப்படி கேட்டுப்புட்டீங்க. டான்ஸ், பாட்டு அது இதுன்னு நம்மள வரவேற்க நிறய புரோகிராம் இருக்கும்... அது மட்டுமா நமக்கு ஹாஸ்டல்ல நம்ம இஷ்டத்துக்கு சமைச்சு சாப்ட அடுப்பு கூட தர்றாங்க..." என தீவிரமாக உரைத்தான்.

வேதா புரியாமல், "எதே... ஹாஸ்டல் ரூம்ல போட பெட், தலைகாணி கூட நம்மள தான் வாங்க சொல்லிருக்காங்க. இதுல உனக்கு அடுப்பு தர்றாங்களா?" என்க,

"வேதா ஜி. நான் விவரம் தெரியாம சொல்லுவேனா. அங்க பாருங்க 'ஃப்ரஷ்மேன் இண்டக்ஷன்

புரோகிராம்' ன்னு எழுதி இருக்காங்க.இண்டக்ஷன்னா அடுப்பு தான ஜி" என்றான் அறிவாளித்தனமாக.

ஜெகதீஷ் 'பைத்தியமா இவன்' என்பது போல பார்க்க, வேதா பெரிய மூச்சு ஒன்றை வெளியிட்டு அடிக்குரலில், "வெண்ண... அடுப்பு துடுப்புன்னு ஏதாவது உளறிட்டு இருந்த இடுப்ப சுக்கு நூறா உடைச்சுருவேன்..." என்று பல்லைக்கடித்ததில், பிரவீன் திருதிருவென விழித்தான்.

பின், நால்வரும் ஆடிட்டோரியம் செல்ல, அங்கோ அவர்கள் எண்ணியது போல் கலை நிகழ்ச்சிகள் நடைபெறவில்லை. மாறாக, கல்லூரி முதல்வரும், பேராசிரியர்களும் மாறி மாறிப் பேசிக்கொண்டிருக்க, சப்பென ஆனது.

இதற்கு மேல் இங்கு அமர்ந்தால் உறங்கி விடுவோம் என்ற பயத்தில் பிரவீன், மற்றவர்களை கிளப்பிக் கொண்டு செல்ல, கல்லூ-

ரியை சுற்றி பார்த்தபடி நடந்தனர்.

அந்நேரம், ஆண்களும் பெண்களுமாக சில சீனியர் மாணவர்கள் "டேய்... இங்க வாங்கடா" என்று அழைக்க, வேதா அதனை கண்டு கொள்ளாமல் சென்றான்.

அதில் வெங்கட் என்னும் மாணவன், "ஏய்... கூப்பிட்டுக்கிட்டே இருக்கேன். நிக்காம போறீங்க? வாங்கடா இங்க!" என்று சீறிட, ஜெகதீஷ், "வேதா! இவனுங்க விட மாட்டானுங்க போல. வா என்னன்னு கேட்டுட்டு வரலாம்!" என முணுமுணுத்தான்.

அதற்குள் பயத்தில் லோகேந்திரனும், ப்ரவீனும் அவர்கள் முன் நின்றிருக்க, வெங்கட், "என்ன டிபார்ட்மென்ட்டா நீங்க?" என்று கேட்டான் திமிராக.

"ரிலையன்ஸ் டிபார்ட்மென்ட்டல் ஸ்டோர் சீனியர். அங்க தான் இந்த வாட்ச் வாங்குனேன்." என்று கூறி விட்டு அடக்கமாக நின்றான் பிரவீன்.

அதில் மூவருமே வாய்க்குள் புன்னகைத்துக் கொள்ள, சீனியர் மாணவர்கள் முறைத்தனர்.

"டேய் என்ன திமிரா? இந்த காலேஜே எங்க கண்ட்ரோல் தான். நாங்க நினைச்சா இப்பவே உங்கள வீட்டுக்கு அனுப்பிடுவோம்" வெங்கட் எகிற,

ஜெகதீஷோ, "இப்ப வேணாம் சீனியர். வீக் எண்டுல அனுப்புங்க. அப்ப தான் லீவ் கிடைக்கும்." என்று விட்டு கமுக்கமாக சிரித்தான்.

"அடிங்!" என்று வெங்கட் அவனை அடிக்க வர, வேதாந்த் அவனைத் தடுத்தான்.

"இப்ப எதுக்கு எங்களை கூப்பிட்டீங்க...?" எனக் கேட்டான் பொறுமையாக.

"ஓ! இவருக்கு நாங்க ஏன் கூப்பிட்டோம் எதுக்கு கூப்பிட்டோம்ன்னு விளக்கம் வேற சொல்லணுமோ? கூப்பிட்டா ஏன் எதுக்குன்னு கேட்காம வரணும். இல்ல..." என்று பல்லைக்கடித்தான் வெங்கட்.

'ஷப்பா...! கம்பத்துல மாட்டுன சிலந்தி மாதிரி இருந்துக்கிட்டு, ஓவரா துள்ளுறானே...' என்று வாய்க்குள் முணுமுணுத்து வெகுவாய் தன்னை அடக்கிக்கொண்ட வேதாந்த், "இப்ப என்ன பண்ணனும்?" என்றான்.

அதில் அவன் அருகில் இருந்த பெண் தோழி ஒருவள், "முதல்ல நாலு பேரும் முட்டி போடுங்க டா!" என்க, பிரவீன் தான், "டீச்சர் நான் ஹோம் ஒர்க் பண்ணிட்டேன். அப்பறம் ஏன் முட்டி போடணும்?" என கலாய்க்க, சீனியர் மாணவர்கள் வெறியாகினர்.

அந்த பெண், கையில் ஒரு குச்சியை எடுத்து, "என்னடா ஓவரா வாய் பேசுறீங்க." என்று கோபத்தில் அடிக்க வர, வேதாந்த் அதனை அவன் கையில் வாங்கி, சீனியர் மாணவர்களை அடி வெளுக்கத் தொடங்கினான்.

"நானும் பாத்துக்கிட்டே இருக்கேன். என்னமோ இந்த காலே-ஜையே விலைக்கு வாங்குன மாதிரி சீன் போட்டுட்டு இருக்கீங்க. வந்தோமா படிச்சோமா போனோமான்னு இல்லாம..." என சிறிதும் பாவம் பார்க்காமல் அடித்தவன், வெங்கட்டை மிரட்டி, "எல்லாரும் முட்டி போடுங்க. போடு... முட்டி போடு..." என்று அவன் தலையி-லும் அடித்தான்.

அதனை பார்த்த மற்ற சீனியர்கள் மிரண்டு நிற்க, கலவரத்தை அறிந்து கல்லூரி பேராசிரியர்களும் அங்கு கூடி விட்டனர்.

வேதாவைத் தடுத்த பேராசிரியர் ஒருவர், அவனை அதட்ட, வேதா தான் நடந்ததை கூறினான்.

"அதென்ன ஜூனியர்ஸ்ன்னா, கூப்பிட்டு ராக்கிங் பண்றது? மரி-யாதை இல்லாம பேசுறது? அதுவும் அடிக்கிற உரிமையை யாரு குடுத்தா?" என்று நியாயமாக கேள்வி கேட்க,

வெங்கட் "சார்... இவன் தேவை இல்லாம பொய் சொல்றான். சும்மா தான் கூப்பிட்டு பேசுனோம். எதுவா இருந்தாலும் என் அப்-பாவை வரவைச்சு பேசுங்க. நான் அவரை வைச்சு பாத்துக்குறேன்" என்று வேதாவை கடுமையாக முறைத்து வைத்தான்.

அவனின் தந்தை அந்த கல்லூரியின் போர்ட் மெம்பரில் ஒருவர். அதனால், சுதாரித்த ஆசிரியர்கள் வேதாவையே கடிந்து கொள்ள, விஷயம் அறிந்த முதல்வரும் வேதாந்த்தை ஒரு வாரம் சஸ்பெண்ட் செய்தார்.

அதில் அவனுக்கு கடும் கோபமே. ஏற்கனவே அவன் சீனியர்-களை அடித்ததில் திகைத்த அவனின் நண்பர்கள் மூவரும், இப்-போது வெகுவாய் திகைத்தனர்.

ஜெகா தான், "அதெப்படி ஜி, ஒரு பீரியட் கூட க்ளாஸ் அட்-டென்ட் பண்ணல. அதுக்குள்ள சஸ்பென்ஸன் வாங்குறீங்க!" என்று பெருமையாய் பேச, ப்ரவீனா, வேதாவின் கையிலிருக்கும் குச்சியை

பிடுங்கி, "சார்... அவன் மட்டும் இல்ல. நானும் தான் இவனுங்கள அடிச்சேன். எனக்கும் சஸ்பெண்ட் குடுங்க" என்றான்.

லோகுவோ, "என்னடா ரேஷன்ல சக்கரை தர்ற மாதிரி கேட்டு வாங்குறீங்க." என்று அரண்டு போக, பிரவீனையும் சஸ்பெண்ட் செய்தனர்.

அதன் பிறகே நிம்மதி பெருமூச்சு விட்ட பிரவீனை வேதா முறைத்து, "நீ எதுக்குடா இடைல ஆஜர் ஆன?" எனக் கேட்க,

"பின்ன என்ன ஜி. நீங்க பாட்டுக்கு சீனியரை அடிச்சுட்டீங்க. உங்க பக்கத்துல இருந்ததுக்காக அவன் நீங்க இல்லாத நேரம் என்ன பழிவாங்கிட்டா. அதான் ஒரு சேஃப்டிக்கு நீங்க எப்போ காலேஜ் வர்றீங்களோ அப்பவே நானும் வரேன்..." என்றதில், ஜெகதீஷ் பேந்த பேந்த விழித்தான்.

"ஜீஈஈ... சொல்லிருந்தா நானும் இந்த குற்றத்துல கமிட் ஆகி, சஸ்பெண்ட் வாங்கிருப்பேனே ஜி. ஐய்யயோ பிரின்சி வேற போய்ட்டாரே..." என்று அச்சத்துடன் பார்க்க, வேதாவோ "நான் தப்பு பண்ணிட்டேன் டா. அவனுங்கள அடிச்சுருக்க கூடாது. உங்களை தான் அடிச்சு இருக்கனும்" என்று அடிக்க துரத்த மூவரும் திடுதிடுவென ஓடினர்.

அந்நினைவில் இதழ் மீறி சிறு புன்னகை உறைந்திருந்தது வேதாவிற்கு. அவர்களின் முதல் நாள் கல்லூரி அனுபவமே மறக்க இயலாததாக அமைந்தது. அதன் பிறகு, வெங்கட் அமைதியாக இருக்கவில்லை. படிப்பிலும் விளையாட்டிலும், வேதாவுடன் போட்டியிட்டு அவனை அவமானப்படுத்த முயற்சி செய்து கொண்டே இருந்தான். கடைசி வருடம் முடித்து கல்லூரி விட்டு சென்ற பிறகும் கூட, அவனின் தந்தையை உபயோகித்து, வேதாவின் இன்டெர்னல் மதிப்பெண்ணிற்காக அவனை அலைய விடுவதும் என மூன்று வருடம் முடிக்கும் வரையிலும் வேதாவை குறி வைத்துக் கொண்டே இருந்தான்.

ஏன் பிரவீனின் இறப்பிற்கு பின்பு கூட, ஒரு முறை கல்லூரிக்கு வந்த வெங்கட், இவர்களை கண்டு நக்கலாகத் தானே நகைத்து விட்டு சென்றான். அப்போதிருந்த குழப்பத்தில் வேதா அதனை கண்டுகொள்ளவில்லை. ஆனால், அப்படி அசட்டையாக இருந்தது தான் பிழையோ? என்ற குழப்பம் மேலோங்க, இப்போது அவன் தங்கி இருக்கும் அவனின் நண்பனின் அறை விடுதி வாசலில் வண்டியை நிறுத்த, அவனுக்கு முன் மஹதி ஸ்கூட்டியை நிறுத்தினாள்.

அவளை எதிர்பாராதவன், "நீ எதுக்கு இங்க வந்த?" என்று புருவம் சுருக்கி வினவ,

"சும்மா இருந்தவகிட்ட, சீரியல் கில்லர் ரேஞ்சுக்கு திகிலை குடுத்துட்டு, இப்ப நான் தலையிட வேணாம்ன்னு சொன்னா எப்படி. எனக்கு என்ன நடக்குதுன்னு தெரியாம தலையே வெடிச்சுடும் போல இருக்கு. அது மட்டும் இல்லாம, என் பிரெண்டோட அக்கா டெத்க்கு என்ன காரணம்ன்னு நானும் தெரிஞ்சுக்கணும்ல?" தலையை ஆட்டி அவள் பேசிய தோரணையில் ஒரு கொத்து கூந்தல் அவள் தோளின் மீது சரிய, அதனை வாகாய் பின்னால் போட்டுக்கொண்டாள்.

அந்த கூந்தலின் மீது எழுந்த சிறு பொறாமையை வெளிக்காட்டாது, "உனக்கு என்ன காரணம்ன்னு தெரியணும்ன்னா. போய் போலீச கேளு. முதல்ல இங்க இருந்து போ!" என்று விரட்டியவன் வண்டியை விட்டு இறங்கியபடி, முறைத்தான்.

"ம்ம்ஹூம்... மாட்டேன். என்னால தான உங்களுக்கு அந்த பாட்டில் பத்தி தெரிஞ்சுது. ஏன் இப்ப கூட கவிக்கா டெத்க்கான ரீசன் என் பிங்கர்டிப்ல இருக்கு. இப்ப தான் என் பிரெண்டு போன் பண்ணி சொன்னா. நீங்க உங்க பிரெண்டை அனுப்பி அத தெரிஞ்சுக்கவே ரெண்டு நாள் ஆகும். எப்படி இருந்தாலும் நான் உங்களுக்கு தேவை தான்." என்றாள் உதடுகளை சுளித்து.

'இருக்குற பிரச்சனையில இவ வேற...! சிலுப்புறதும், சுளிக்குறதுமா சாவடிக்கிறா. இவளை பார்த்ததுல இருந்து என் மைண்டும் ஏன் தான் தப்பு தப்பா யோசிக்குதோ... இப்ப கூட இவ லிப்ச புடிச்சு...' என்று ஏதேதோ சிந்திக்க தூண்டிய ஹார்மோனை அடக்கி வைத்தவன், 'வேணாம்டா வேதா. உனக்குலாம் இந்த ஹார்மோன் செட் ஆகாது. அதனை ஆசிட் ஊத்தி பொசுக்கிடு...' என தனக்கு தானே வெகு நேரம் யோசனையில் நின்றவனின் முகத்திற்கு நேராக கையை ஆட்டினாள் மஹதி.

"என்ன வேதாளம். திங்கிங் எல்லாம் பயங்கரமா இருக்கு?"

அதில், அவள் காதை பிடித்து திருகியவன், "டின்பீரு... கொஞ்சம் கேப் கிடைச்சா வாய் ஓவரா பேசுற." என்று கடியாக,

அவன் இழுத்ததில் முன்னும் பின்னும் ஆடியவள், "ஆஆ... வலிக்குது! வேதா விடு! போனா போகுதுன்னு உனக்கு ஹெல்ப் பண்ணலாம்ன்னு வந்தேன்ல. எனக்கு இதுவும் வேணும் இன்னுமும் வேணும்." என கத்தினாள்.

சட்டென பிடியை விட்டவன், மஹதியின் விழிகளில் தன் விழிகளை வேரூன்றி, "எனக்கு ஹெல்ப் பண்ண... எனக்காக தான் வந்தியா?" எனக் கேட்டான் ஆழமாக.

ஒரு நொடி அவளும் அசையவில்லை. அக்குரலும் அப்பார்வையும் அவளை செயலிழக்க வைக்க, "ம்ம்!" என்றவளுக்கு வார்த்தைகளும் வெளிவரவில்லை.

ஏனோ அந்த ஒரு கணம் வேதாவின் மனதினுள் ஆழப் பதிந்து போனது. சில்லென்ற தென்றலில் சிலிர்த்திருந்தவன், முயன்று தன்னை மீட்டு, "கவி டெத்க்கு என்ன காரணம்? போஸ்ட் மார்ட்டம் ரிப்போர்ட் என்ன?" எனக் கேட்டான் தீவிரமாக.

அதற்கு பதிலளிக்காமல், "ஹா... முதல்ல நீ என்ன கழட்டி விடாம, இந்த ஆப்ரேஷன்ல சேர்த்துப்பேன்னு சொல்லு. அப்ப தான் நானும் உனக்கு டீட்டைல் சொல்லுவேன்." என்று நாக்கை துருக்கினாள்.

"ஆமா, நான் டாக்டரு. இவள் நர்ஸு ஆபரேஷன்ல சேர்த்துக்குறாங்க. அட ச்சி சொல்லு!"

"மாட்டேன். ப்பே!" என அவள் அழுத்தமாக நின்றாள்.

'ஊஃப்... படுத்துறா' தனக்குள் பேசிக்கொண்டவன், "சரிடி டின்பீரு. கூட இருந்து தொல. ஆனா ஒரு கண்டிஷன்!" என்று ஒரு விரல் நீட்டி புருவத்தை உயர்த்தினான்.

மஹதி விழிகள் மின்ன, என்னவென்று பார்க்க, "என்கூட இருக்குறதுன்னா, ஒழுங்கா இரு. முக்கியமா, கண்ணை உருட்டுறது, நாக்கை துருக்குறது, வாயை வாழைப்பழத்துல வழுக்குன மாதிரி இஷ்டத்துக்கு சுளிக்கிறது, சுடிதார் ஷாலை ஒன்சைடா போட்டு அழகு காட்டுறது, இந்த பிஞ்ச கம்பி முடிய பின்னாம விரிச்சு விடுறது... இதெல்லாம் பண்ணாம அமைதியா இருந்தன்னா நானும் உன்னை சேர்த்துக்குறேன்..." என்றான் தோளைக் குலுக்கி.

பின்னே, இப்பாவனைகளால், ஆடவனின் இதயம் அல்லவோ சிறிது சிறிதாக அவளின் புறம் நகர்கிறது.

மஹதி தான், "என்னது?" என வாயைப் பிளந்தாள்.

அதனை கண்டுகொள்ளாதவனாய், "டீலா? நோ டீலா...?" என்று கட்டை விரலைக் காட்ட, அவளுக்கு புசு புசுவென கோபம் வந்தது.

"உன் மனசுல நீ என்ன நினைச்சுட்டு இருக்க? அன்னைக்கு அப்படி தான், என்னமோ நான் வேணும்னே பொட்டை சரியா

வைக்காத மாதிரி பேசுன. இப்போ என்னமோ நான் எல்லா பசங்களையும் இம்ப்ரெஸ் பண்றதுக்காக வேணும்ன்னு இப்படி நடந்துக்குற மாதிரி பேசுற. நீ ஒன்னும் என்ன சேர்த்துக்கவே வேணாம். நீயாச்சு உன் பிரச்சனை ஆச்சு. போ! நான் போறேன்..." என்று வண்டியை கிளப்பியபடி, மூச்சு வாங்க பேசியவளுக்கு அவன் தன்னை தவறாக எண்ணுகிறான் என்ற நினைவே கண்ணை கரிக்க வைத்தது.

வேதாவோ சற்றே திகைத்து, 'அட அரை லூசே. நான் எதுக்கு சொன்னா, இது என்னமோ நினைச்சுக்குது.' என பதறியவன், மறுகணம் அவளின் கரங்களை பற்றினான்.

"லூசாடி நீ. நான் அந்த அர்த்தத்துலயா சொன்னேன். எல்லா பசங்களையும் இம்ப்ரெஸ் பண்றன்னு சொல்லலடி... உனக்கே தெரியாம என்னை இம்ப்ரெஸ் பண்றன்னு சொல்றேன்" என்று அவள் கண்ணீர் துளியில் மனம் வலித்து, அவனை மீறி உரைத்து விட்டான்.

ஆனால், அவளுக்கு அது புரிந்தால் தானே.

"இதோ இப்போ கூட, நீ உன்ன இம்ப்ரெஸ் பண்ண ட்ரை பண்றேன்னு தான் சொல்ற..." என உதட்டைப் பிதுக்க, அவனுக்கோ சோதனையாகி போனது.

'இதுக்கு மேல எப்படி இவகிட்ட வெளிப்படையா சொல்றது.' என புலம்பியவன், "மூஞ்சை அப்படி வைக்காதடி டின்பீரு. நீ அப்படி எல்லாம் பண்ணுனா ரொம்ப அழகா இருக்கியா. அதான் கண்ணு பட்டுரும்ன்னு நினைச்சு பண்ணாதன்னு சொன்னேன்...சாரிடி" என ஏதேதோ சமாளித்தவன் இறுதியில் சரணடைந்தான்.

அவளோ இன்னும் வீராப்பாக நிற்க, "இப்ப என்னடி உனக்கு. சரிய்ய்... சாரி..." என்று கையை தலைக்கு மேல் உயர்த்தி கும்பிட்டு, கெஞ்சலாக "சாரிடி" என்றான் மீண்டும்.

ஹைட்ரபாத் கிளம்ப தன்னுடைய உடமையை எடுத்து செல்லலாம் என்றெண்ணி விடுதிக்கு வந்திருந்த ஜெகதீஷ் அப்போது தான் வெளியில் வர, கூடவே ப்ரவீனும் வந்தான்.

இருவரும் இக்காட்சியை பார்த்து மலைக்க, ஜெகாவோ "என்ன மச்சி... இந்த மஹதிக்கு கோவில் கட்டலாம்ன்னு இருக்கியா. இவளை பார்த்து கும்பிட்டுட்டு இருக்க" என நக்கலாக கேட்க, வேதாவோ கெத்தை கடைபிடிக்க படாதபாடு பட்டான்.

அவன் மன்னிப்பு கேட்டதுமே மஹதிக்கு கோபம் முற்றிலும் மறைந்திருக்க, இறுதியில் அவன் கும்பிட்டதில் புன்னகையே வந்தது.

"சரி சரி... ரொம்ப கெஞ்சாத நான் மன்னிச்சுட்டேன். அப்படியே ஒரு டீ சொல்லு!" என குரலில் தெனாவெட்டு வழிய, ஸ்கூட்டியில் மேல் ஏறி அமர்ந்தவளை தீயாக முறைத்து வைத்தான்.

அதில் சற்றே மிரண்டவள், "சரி சரி... டீ வேணாம்ன்னா வேணாம்ன்னு சொல்ல வேண்டியது தான..." என்றவள், பேச்சை மாற்றும் பொருட்டு, "கவிக்கா டெத் எப்படி ஆச்சுன்னு தெரியுமா?" எனக் கேட்டாள் வேகமாக.

ஜெகாவும் ப்ரவீனும் வேகமாக, "எப்படி?" என வினவ,

"தற்கொலை தான். தூக்கு மாட்டி தற்கொலை பண்ணிக்கிட்டாங்களாம்..." என்று புது விஷயத்தை கூறுவது போல் கூற, வேதா வெறியாகி அவள் தலையிலேயே நறுக்கென கொட்டினான்.

***

அத்தியாயம் 11

"அய்யோ அம்மா..." எனக் கத்திய மஹதி, வேதாந்த் கொட்டி-யதால் வலித்த உட்சந்தலையை தேய்த்துக் கொண்டாள்.

"எதுக்குடா வேதாளம் கொட்டுற?" உதட்டைக் குவித்து கேட்ட-வளை கொலைவெறியுடன் பார்த்தவன், "கொட்டாம... அவ தூக்கு மாட்டி தற்கொலை பண்ணிக்கிட்டான்னு எங்களுக்கு தெரியாதா. அதான் பார்த்தாலே தெரியுதே..." என்று கடுகடுத்தான்.

"அது எனக்கும் தெரியும். ஆனா போஸ்ட் மார்ட்டம் ரிப்போர்ட்-லயும் அக்காவோட இறப்புக்கான காரணம் இது தான்னு சொல்லி-ருக்காங்க. அப்போ போலீசே இதை தற்கொலைன்னு கேச க்ளோஸ் பண்ணிட்டா, அப்போ இது கொலையா இருக்கும்ன்னு எப்படி ப்ரூவ் பண்றது" என்ற கேள்வியை முன் வைக்க, ஆண்களின் முகம் குழப்-பத்தை வெளிப்படுத்தியது.

அப்போது சற்றே அவளை நெருங்கிய பிரவீன், "அப்போ அவள் எதுக்காக தற்கொலை பண்ணிக்கிட்டான்னு காரணம் சொன்-னாங்களா?" எனக் கேட்க, அப்போது தான் அவன் பேயென்றே அவளுக்கு உரைத்தது.

படக்கென வேதாவின் கையை பற்றிக்கொண்டவள் அவன் முது-குக்கு பின் ஒளிந்து, "ஸ்ட்ரெஸ்... இல்லன்னா வேற ஏதாவது ரீசன் இருக்குமான்னு இன்வெஸ்டிகேட் பண்ணிட்டு இருக்காங்க." என்றாள் மிரண்டு.

ஜெகா, "மச்சி ஒருவேளை இது உண்மையாவே தற்கொலையா இருக்குமோ? பிரதீப் லவர் டெத்தும் இதுவும் ஏன் கோ-இன்சிடென்ட் ஆ இருக்கக் கூடாது?" என்று வினவ,

"அப்போ பிரஷ்ஷு சாவும் கோ-இன்சிடென்ட், ஸ்டீஃபன் லவ்-வர் சாவும் கோ-இன்சிடென்ட்ன்னு சொல்ல வர்றியா?" என விழி உயர்த்தி கேட்டான் கூர்மையாக.

அக்கேள்விக்கு பதில் தெரியவில்லை அவர்களுக்கு.

"என்ன பதில் தெரியலையா? நடக்குற ஒரு தப்புக்கு காரணம் இல்லன்னா பரவாயில்ல, காரணம் தெரிஞ்சுட்டா கூட பரவாயில்ல.

ஆனா, என்ன நடக்குதுன்னே தெரியாம இருந்துட்டு அதை கோ-இன்சிடென்ட்ன்னு நினைக்கிறத விட ஒரு முட்டாள்தனம் எதுவும் இல்ல. சம்திங் இஸ் ஹேப்பினிங். ஐ ஆம் சியூர் அபௌட் இட்." என அழுத்தத்துடன் கூறினான்.

பின், "வெங்கட் பத்தி ஏதாவது தெரியுமா ஜெகா?" என்று ஜெகதீஷிடம் வினவிட, பிரவீன், "அந்த விளங்காதவனை எதுக்குடா கேட்குற...? திடீர்ன்னு சீனியர் மேல பாசம் வந்துடுச்சா?" என நக்கலாகக் கேட்டதில், வேதாந்த் முறைத்தான்.

"நம்ம கேஸ்ல இருக்குற எல்லா பசங்களையும் டார்கெட் பண்றவனா இருந்தா, அது கண்டிப்பா நம்ம காலேஜோட சம்பந்தப்பட்டவனா தான் இருப்பான். ஐ மீன் நம்ம கிட்ட அடி வாங்குன ஏதோ ஒரு கிறுக்கனா தான் இருப்பான்..." என தீவிரமாக உரைக்க,

ஜெகா, "திருத்தம் மச்சி. நம்மகிட்ட இல்ல உன்கிட்டன்னு சொல்லு." என்று திருத்தியதில் அவனின் தீப்பார்வைக்கு ஆளானான்.

பிரவீனோ, தரையில் அமர்ந்து விரல்களால் எண்ணியபடி ஏதோ கணக்கு போடத் தொடங்கினான்.

வேதா "என்னடா பண்ற?" எனப் பார்க்க,

அவனோ, "நீ என்ன மச்சி சர்வசாதாரணமா அடி வாங்குனதுல ஒருத்தன் இப்படி பண்ணிருப்பான்னு சொல்லிட்ட. ஒருத்தன் ரெண்டு பேருன்னா பரவாயில்ல. ஒரு ஊரே இருக்கே மச்சி. ஒவ்வொருத்தனையும் தேடி கண்டுபிடிச்சு, என் சாவோட மர்மம் தெரியிறதுக்கு முன்னாடி அவன் வயசாகி போய் சேர்ந்துருவான் போல..." என்றான் கன்னத்தில் கைவைத்து.

அதில் ஜெகா வாயைப் பொத்தி சிரிக்க, மஹதியோ விழி விரித்து, "ஓ! அவ்ளோ பேர் இருக்காங்களா? ரொம்ப கஷ்டம்..." என்றாள் நெற்றியை தாங்கி.

"ப்ச். டேய்! நான் அடிச்ச எல்லாருமா பைத்தியமா இருக்க போகுது. அதுல ஒன்னு ரெண்டு தான் நம்மளை விடாம டார்கெட் பண்ணுச்சு. அவனுங்களை மட்டும் தான் கண்டுபிடிச்சு விசாரிக்கலாம்ன்னு சொல்றேன்." என்றதில்,

மஹதி "இதுவும் நல்ல ஐடியா தான். ஆனா அவங்க யாருமே இத பண்ணலைன்னா..." என்று கையை விரிக்க, "உன்ன ஓங்கி குத்துவேன். எடுத்ததுமே நெகட்டிவ் - ஆ பேசிக்கிட்டு. என் கெஸ் கரெக்ட்டுன்னா நமக்கான பதிலும் நிச்சயமா கிடைக்கும்" என்றான்

உறுதியாக.

"ம்ம்... சரி இப்போ என்ன? நம்ம வெங்கட்ட கண்டுபிடிக்கணுமா?" என ஜெகா கேட்க,

"இல்ல, நீ முதல்ல போய் வினிய கூட்டிட்டு வா!" என்று அவனை கிளப்பியவன், "ப்ரஷ்ஷு உனக்கு வெங்கட் வீடு தெரியும்ல? ஞாபகம் இருக்கா?" எனக் கேட்க, "தெரியும் மச்சி. அந்த வீட்டுக்கு பக்கத்துல தான லேடீஸ் ஹாஸ்டல் இருந்துச்சு. அதனால நல்லா ஞாபகம் இருக்கு" என்று பெருமை பொங்க கூறிட, மஹதி அவனை கேவலமாக ஒரு பார்வை பார்த்தாள்.

பின் ஜெகதீஷ் ஹைதராபாத் கிளம்பி விட, வேதா, பிரவீன், மஹதி மூவரும் வெங்கட் வீட்டை அடைந்தனர்.

காலை 11 மணி ஆதலால், தெருக்கள் அமைதியுடன் காட்சியளிக்க, வெயில் உச்சியை நோக்கி படையெடுத்துக் கொண்டிருந்தது.

அந்த தெருவையே வெங்கட்டின் பங்களா வளைத்துப் போட்டிருக்க, பிரவீன் தான், "ப்பா... காலேஜ் டைம்ல இருந்ததை விட வீட பெருசா ரெனோவேட் பண்ணிருக்கானுங்க. ஒருவேள உள்ளேயே டெரரிஸ்ட்ட குமிச்சு இருப்பானோ?" என்றான் யோசனையாக.

மஹதி, "என்னது டெரரிஸ்ட் ஆ? அப்ப கையில கன் எல்லாம் வைச்சு இருப்பாங்களா?" எனக் கேட்டாள் அரண்டு.

"ஆமா, நீ அவன் கண்ணுல மாட்டுனா கன்னால சுட்டுடுவான். அப்பறம் நீயும் என்ன மாதிரி ஆகிடுவ. என்னை பார்த்து பயப்பட வேண்டிய அவசியமும் இல்ல..." என்று அவளை நடுங்க வைத்தான் பிரவீன்.

"பேயா மாறுவேனா?" என திகைத்தவள், "வேதா..." அழுகும் குரலில் வேதாவின் தோளினை பிடித்துக் கொண்டாள்.

"டேய் வாய வைச்சுக்கிட்டு சும்மா இருடா!" என பிரவீனை கடிந்தவன், "அவன் உன்ன கலாய்க்கிறான்டி டின்பீரு. அப்படியே வெங்கட் டெரரிஸ்ட் ஆ இருந்தாலும், நீ ஒரு பத்து நிமிஷம் பேசுனீனா அவன் துப்பாக்கியால அவனே சுட்டு செத்துடுவான்..." என்று கடுப்பாக மொழிந்து விட்டு, அவ்வீட்டை ஆராய்ந்தான்.

அவளை வாரிய மகிழ்ச்சியில் பிரவீன், உதட்டை மடக்கி சிரிக்க, "ரொம்ப திமிரு இந்த வேதாளத்துக்கு" என்ற படி முகத்தை உர்ரென வைத்தாள் மஹதி.

பின் வேதாவே, "ப்ரஷ்ஷூ... நீ உள்ள போ! போய் அவன் இருக்கானான்னு பாரு... அப்படியே நான் வர்றதுக்கு வழி இருக்-கான்னு பார்த்துட்டு வா!" என்க,

பிரவீன், "என்ன நான் போகவா? அவன் என்ன சுட்டுட்டா?" என்றான் ஆவியானதை மறந்து.

"திரும்ப செத்துரு!" என்ற வேதா விழிகளாலேயே மிரட்டி அனுப்பிட, இப்போது 'கிளுக்' என நகைக்கும் முறை மஹதியுடை-யது ஆனது.

"உனக்கு என்னடி இளிப்பு?" என அவளிடம் எரிந்து விழுந்த-வனை, "சிரிக்க கூட கூடாதாடா." என்று முறைத்தாள்.

'அந்த பேயையும் இந்த பிசாசையும் கூட்டிட்டு வந்ததுக்கு நான் தனியாவே வந்துருக்கலாம்...' தனக்குள்ளேயே புலம்பிய வேதாந்த், வீட்டு வாசலியேயே மிரண்டு நின்ற பிரவீனை பார்த்தான்.

"பேய்ப்பயலே! உள்ள போடா!" ஹஸ்கி குரலில் அவனிடம் பேச,

அவனோ "மச்சி. வாசல்ல நாய் இருக்குடா. என்னையவே பாக்-குது! கடிச்சுடுமோ?" என்றான் பாவமாக.

"கடிச்சா வாங்கிக்கடா. உனக்கு என்ன தொப்புளை சுத்தி 14 ஊசியா போட போறாங்க."

"அதுக்கு? நாய் என்ன பார்த்து குரைச்சாலே நான் ஓடிடு-வேன்னு உனக்கு தெரியாதா மச்சி..."

"மவனே, இப்ப நீ உள்ள போகல. மந்திரிச்ச கயிறை மூஞ்சில அடிச்சுருவேன்." என்றான் பல்லைக்கடித்துக்கொண்டு.

அதற்குள், நாய் குரைக்கத் தொடங்க, பிரவீன் "ஐயோ அம்மா... காப்பாத்து..." என கத்தியபடி, துள்ளி குதித்து உள்ளேயே ஓடி விட்-டான். நாயோ தொண்டை வற்ற குரைக்க, வீட்டினுள் இருந்து ஆட்-கள் வெளியே வந்தனர்.

அதில், வேதாந்த் மஹதியை இழுத்துக்கொண்டு, மரத்தின் அரு-கில் நிறுத்தி வைக்கப்பட்டிருந்த ஒரு காருக்கு பின்னே ஒழிய, "வேதா... நாயை அவுத்து விட்டுற மாட்டாங்கள்ல?" என அச்சத்து-டன் கேட்டாள்.

இருவரும் ஒன்றாக மறைந்திருந்ததால், இரு தேகமும் உரசிக் கொள்ள, அவனுக்கு தான் இம்சையாகி போனது.

"ஏன்? உனக்கும் நாய்ன்னா பயமா?" கிசுகிசுப்பாக அவன் கேட்க,

"அப்பறம் இருக்காதா. அவனுக்கு தான் ஊசி போட மாட்டாங்க. ஆனா, நான் இன்னும் உயிரோட தான இருக்கேன். எனக்கு தொப்புள சுத்தி 14 ஊசி போட்டுட்டா..." என்றவள் தன்னிச்சையாக வயிற்றைப் பிடித்தாள்.

அங்கும் இங்கும் உருண்ட கருவிழிகள், அவனுக்குள் ஏதோவொரு உணர்வை உருள வைக்க, அவளின் தொப்புள் பற்றிய கற்பனையில் மிதந்தது அவனது எண்ணங்கள்.

கரங்கள் அவனது உத்தரவை மீறி, வயிற்றைப் பற்றியிருந்த அவளது விரல்களைப் பற்ற, இருவருக்கும் இடையில் ஆட்சி செய்த இடைவெளியும் முற்றிலும் குறைந்தது.

அவனது இதயத் துடிப்பை உணர்ந்த பெண்ணவளுக்கும் இனம் புரியா கலவரம் ஒன்று நெஞ்சில் உதிக்க, வேதாவின் மெய்த் தீண்டலும், விழி தீண்டலும் திக்குமுக்காட வைத்தது.

ஆனால், அவர்களின் தவத்தை கலைக்கவென்றே, "என்னை நாய் கூட குடும்பம் நடத்த விட்டுட்டு ரெண்டு பேரும் இங்க என்னடா பண்றீங்க?" பிரவீன் இடுப்பில் கைவைத்து முறைத்தான்.

அதில் இருவரும் சட்டென நகன்று விட, மஹதிக்கு அவனை நிமிர்த்து பார்க்க எதுவோ தடுத்தது. அந்த எதுவோ ஒன்று தான் வேதாவையும் கட்டியிழுத்து அவளின் மீது கொண்ட பார்வையை நகரவிடாமல் செய்தது.

'முதல்ல இந்த பிரச்சனைய சரி பண்ணனும்' என்ற எச்சரிக்கை உணர்வு மேலோங்க, வலுக்கட்டாயமாக கண்ணை திருப்பியவன், "அதுக்குள்ள உள்ள போய் பார்த்துட்டு வந்துட்டியா டா?" என்றான்.

அக்கேள்வியில் மேலும் முறைத்த பிரவீன், "வேற... நீ அவளை கரெக்ட் பண்ற வரை, உள்ளேயே இருக்க நான் என்ன வயசுக்கா வந்துருக்கேன்..." என்றான் அவனுக்கு மட்டும் கேட்கும் குரலில்.

புதிதாக சிறு வெட்கம் இழையோடியது ஆடவனுக்கு.

ஆண்கள் வெட்கங்கொள்ளுந்தருணம்
ஆழ்மனதினுள் மென் சலனம்...!!!

வேதாவிற்கு இதுவரை கவிதை எல்லாம் தோன்றியது இல்லை. ஏனோ, இப்போது அனைத்தும் கவிதையாய் தோன்றியது. முந்தைய நாள் கல்லூரிக்கு வரும் வழியில் கூட, இத்தகைய மாற்றம் தன்னுள் நிகழும் என்று அவன் அறிந்திருக்கவில்லை.

வெறும் 24 மணி நேரத்தில், அவசர சிகிச்சை செய்து, கெமிக்கலுடன் கெமிக்கலாக கலந்து விட்டாளே...

"ஊஃப்... ஊஃப்..." என வாய் வழியே மூச்சுக்களை வெளிவிட்டு, ஒரு மாதிரியாக மனதை ஒருமுகப்படுத்திக் கொண்டவன், "உள்ள அவன் இருக்கானா?" என மறுகேள்வி கேட்டான்.

வேதாவின் பாவனைகள் எல்லாம் அத்துப்படியான ப்ரவீனும், நண்பனின் காதலை உணர்ந்து சிறிதாய் புன்னகைத்தபடி, "அவன் இல்ல மச்சான். ஆனா, அவனுக்கு கல்யாணம் ஆகி ஒரு பையன் இருக்கான் போல. பேமிலி போட்டோ இருந்துச்சு. நான் அவன் வைஃப்கிட்ட கூட கேட்டேன். உன் புருஷன் எங்கன்னு? ஆனா அவங்க பதிலே சொல்லல..." என சலித்துக் கொண்டான்.

மஹதியும் தன்னை மீட்டெடுத்து, "ஏன் அவங்க பதில் சொல்லல..." என்று புருவம் சுருக்கி கேட்டாள் யோசனையாக. இப்போது பிரவீன் ஆவியென்று அவளும் மறந்து விட, வேதா பக்கென புன்னகைத்து விட்டதில், நிலையறிந்து மூக்கை சுருக்கி தலையில் தட்டிக்கொண்டாள்.

ஆனால், அந்த பரவசம் சில நொடிகள் தான் என்பது போல, மீண்டும் ப்ரீத்தியிடம் இருந்து போன் வந்தது.

அவள் எண்ணை கண்டதுமே, வேதாவிற்கு அபாய மணி அடிக்க, "சொல்லு ப்ரீத்தி..." என்றான்.

எதிர்முனையில் கேவல் சத்தமே அதிகமாக கேட்டது.

"வேதா... என் ஆளு என்ன விட்டு போய்ட்டான்!" என்ற ப்ரீத்தியின் அழுகுரலில், மூவருமே வெகுவாய் திகைத்தனர்.

***

அத்தியாயம் 12

ப்ரீத்தியின் அழு குரலில் மூவரும் திகைக்க, வேதாந்த் பதற்றத்துடன், "வாட்? என்ன சொல்ற ப்ரீத்தி? என்ன ஆச்சு அவனுக்கு... அ அவனும் சூசைட் பண்ணிக்கிட்டானா?" எனக் கேட்டான் தயக்கமாக.

"டேய்... அந்த நாய் ஏன் சூசைட் பண்ண போகுது. என்னை பண்ண வைக்காம இருந்தா சரி தான். அவன் என்மேல கோபப்பட்டு பிரேக் அப் பண்ணிட்டான் வேதா!" என ஒப்பாரி வைத்தாள்.

அதில் தான் சற்றே இயல்பானவன், "பைத்தியமே! இப்ப உனக்கு பிரேக் அப் ஆனது ரொம்ப முக்கியமா?" என கடுகடுக்க,

"பின்ன இல்லையா. நான் அவனை எவ்ளோ லவ் பண்ணேன் தெரியுமா? நம்ம எல்லாரும் மீட் பண்ணும்போது, உங்களை அவன்கிட்ட இன்ட்ரோ குடுத்து, சர்ப்ரைஸ் குடுக்கலாம்ன்னு நினைச்சேன். ஆனா அவன் என்னை விட்டுட்டு போய்ட்டான்." என்று தேம்பினாள்.

"சரி சரி. அழுது வடியாத. இந்த ப்ராப்ளம் எல்லாம் சால்வ் ஆனதும் நான் அவன்கிட்ட பேசுறேன். ஓகே வா...?" என்றவன், ஏதோ சிந்தித்து விட்டு, "ஆமா, அவன்கிட்ட இப்போ நடந்ததை எல்லாம் உளறி வைச்சியா?" எனக் கேட்க, அவள் அமைதி காத்தாள்.

அதிலேயே புரிந்து கொண்ட வேதா, "ப்ச்... லூசா நீ? நம்ம செட்டுன்னா சொல்லி புரிய வைச்சு இருக்கலாம். இப்போ தேவை இல்லாம அவனை பேனிக் ஆக்கி, பிரேக் அப் பண்ண வைச்சுருக்க" என்று திட்டும்போதே, "அதில்ல வேதா... அது" என அவள் ஏதோ கூற வருகையில், வெள்ளை நிற காரில் வீட்டு வாசலில் இறங்கினான் வெங்கட்.

"ப்ரீத்தி. நான் கூப்புடுறேன் வை..." என்று வேகமாக போனை வைத்தவன், பிரவீனிடம் "மச்சி... வெங்கட் வந்துட்டான். அவன் கூடவே உள்ள போ!" என அனுப்ப, "நீ என்னடா என்னை பிகரு கூட அனுப்புற மாதிரியே பேசுற!" என்று நொந்த பிரவீன்,

‘நான் சிவனேன்னு ஹாஸ்டல்ல ஜாலியா சுத்திக்கிட்டு இருந்தேன். ஹெல்ப் பண்றேன்னு வெளிய கூட்டிட்டு வந்து என் உசுர வாங்குறான்...’ வாய்க்குள் முணுமுணுத்தபடியே உள்ளே சென்றான்.

போனவன், சிறிது நேரத்திலேயே வெளியே வந்து, "மச்சான் இவனா இருக்காது வா போலாம்..." என்க, வேதாவும் மஹதியும் புரியாமல் பார்த்தனர்.

வேதா, "என்னடா சொல்ற? அவன் ஆக்டிவிடீஸ் வாட்ச் பண்ணுனியா இல்லையா?" எனக் கேட்டான்.

"எல்லாம் பார்த்துட்டேன் மச்சான். இவன் எதுவும் பண்ணிருக்க மாட்டான்"

"அதெப்படி இவ்ளோ கன்ஃபார்ம் - ஆ சொல்ற?" மஹதி குழப்பமாக ஏறிட, "ப்ச், ஐ நோ! ஐ நோ!" என்று முதல்வன் ரகுவரன் குரலில் பேசியவனை தீயாக முறைத்த வேதா, "வெண்ண! ஆவியா இருக்குற ரகுவரனை கூப்பிட்டு உன்ன தூக்க சொல்ல போறேன்..." என்றான்.

அதில் அசடு வழிந்தவன், "நான் உள்ள போனேன் மச்சி. நீ சந்தேகப்பட்ட மாதிரி அவன் ரொம்ப டென்ஷனா இருந்தான். அப்போ அப்போ போனை பார்த்துக்கிட்டான். நானும் அவனை க்ளோசா வாட்ச் பண்ணேன். ஆனா அந்த பரதேசி, ஒரே போன்ல ரெண்டு சிம் யூஸ் பண்ணுது." என்றான் சலிப்பாக.

மஹதியோ, "ஐய... போன்ல ரெண்டு சிம் யூஸ் பண்ணுனா அவன் தப்பு பண்ணிருக்க மாட்டானா?" எனக் கேட்க,

"அவன் போன்ல மட்டுமா யூஸ் பண்றான். லைஃப்லையும் தான் டியூவல் சிம் யூஸ் பண்றான்..." என்றிட, வேதா ‘இந்த கருமத்தை எல்லாம் பாக்கணும்ன்னு தலையெழுத்து’ என்று தலையிலேயே அடித்துக் கொள்ள, பாவம் பாவைக்கு தான் ஒன்றும் புரியவில்லை.

"என்ன உளறுற. எனக்கு ஒன்னும் புரியல!"

"டின்பீரு... அவன் கீப்பு வைச்சுருக்கானாம். இப்போ புரியுதா?" என விளக்கம் கொடுத்ததில், அவள் முகத்தை சுருக்கினாள்.

"சே! பொண்டாட்டி இருக்கும்போதே எப்படி இப்படி பண்ண மனசு வருது?" என சிடுசிடுக்க,

பிரவீன், "பொண்டாட்டி இருக்கும் போது வைச்சா தான் அது கீப்பு." என பெரிய காமெடி கூறியது போல் நகைக்க, இருவரும் ஒரே சேர முறைத்தனர்.

பின், வேதாவே, "சரிடா... இதுக்கும் அவன் தப்பு பண்ணிருக்க மாட்டான்னு நினைக்கிறதுக்கும் என்ன சம்பந்தம்?" என வினவ,

"சம்பந்தம் இருக்குடா. அந்த கிறுக்கன், பொண்டாட்டிக்கு தெரியாம போன் பேசணும்னு தனியா போனான். நேரம் காலம் தெரியாமல், அந்த பிகருகிட்ட கொஞ்சி கொஞ்ச நேரத்துலயே பொண்டாட்டிக்கிட்ட மாட்டிக்கிட்டான். சும்மா சொல்லக்கூடாது மச்சி, அடின்னா அடி நாய் அடி பேய் அடி வாங்குனான் பொண்டாட்டிகிட்ட. காலேஜ்ல நீ கூட அவனை அப்படி அடிச்சது இல்லடா. அப்டி ஒரு அடி. ஒரு கீப்ப அயே சேஃபா வைக்க தெரியல. இதெல்லாம் சீரியல் கில்லர் ரேஞ்சுக்கு யோசிச்சா, அப்பறம் சீரியல் கில்லர்க்கு என்னடா மரியாதை!" என்று ஏற்ற இறக்கத்துடன் கூறியது, இருவரும் புன்னகைத்தனர்.

மஹதி, "ஹப்பாடா. அப்போ இவன் இல்ல. இப்ப தான் நிம்மதியா இருக்கு." என்று ஆசுவாசமாக,

"என்ன நிம்மதியா இருக்கு? இப்போ இன்னும் தான் டென்ஷன். இவன் இல்லன்னா அப்போ வேற யாரு இத பண்ணிருக்க முடியும்?" என்றான் தீவிர சிந்தனையுடன்.

"ஆமால்ல..." என்ற மஹதியும், "வேதா... நமக்கு கிடைச்ச பாட்டில் பத்தி ஏதாவது தகவல் தெரிஞ்சா யூஸ்ஃபுல்-ஆ இருக்கும்ல?" எனக் கேட்க,

"ம்ம்... என் ஜூனியர்ஸ்க்கு இதை பத்தி அனுப்பி இருக்கேன். தெ வில் கெட் பேக் டு மீ சூன். ஜஸ்ட் இதை வைச்சு கொலைகாரனை கண்டுபிடிக்கறது எந்த அளவு சாத்தியம்ன்னு எனக்கு தெரியல..." என்றான் பின்னந்தலையை கோதியபடி.

"மச்சி, உனக்கு ஏதாவது ஞாபகம் வருதா? நீ இறந்த அன்னைக்கு என்ன ஆச்சுன்னு? கொஞ்சம் நல்லா யோசிச்சு பாரு..." என்று பிரவீனிடம் கேட்க,

அவனோ, "நிஜமா இல்ல மச்சி. நம்ம அன்னைக்கு சரக்கடிச்சுட்டு தூங்குனோம். அது மட்டும் ஞாபகம் இருக்கு." என்றதில் பெருமூச்சு விட்ட வேதா, "ஓகே... லெட்ஸ் கோ வித் அதர் ஒன்! வேற யாரு நம்ம கிட்ட வம்பிழுத்தா?" என இழுத்தபடி சிந்தித்தவன், மீண்டும் பழைய நினைவில் புதைந்தான்.

விடுதி வாசம், ஆடவர்களுக்கு புது உலகை அறிமுகப்படுத்தியது. ஒரே அறை என்பதாலேயோ என்னவோ, பிரவீன், வேதா, ஜெகதீஷ், லோகேந்திரன் நால்வரும் மிகவும் ஒன்றிவிட்டனர். இதில்

பிரவீன், அனைத்து அறைகளுக்கும் சென்று, மற்றவர்கள் வைத்-திருக்கும் பெர்ஃபியூம், தின்பண்டம், ஷூ, ஹெட் போன் என அனைத்தையும் எடுத்துக் கொண்டு வந்து விடுவான்.

"மச்சான், இந்த வறுத்த முந்திரி நல்லா இருக்கு சாப்பிட்டு பாரு..." என வேதாவின் வாயில் திணிக்க,

"எங்கடா வாங்குன?" எனக் கேட்டான் வேதாந்த்.

"நாலாம் நம்பர் ரூம்ல வைச்சுருந்தானுங்க. எடுத்துட்டு வந்துட்-டேன்!" என்றதில், ஜெகதீஷ், "எடுத்துட்டு வந்தேன்னு சொல்லாத. திருடிட்டு வந்தேன்னு சொல்லு!" என்றான் நக்கலாக.

"என்ன மச்சி இப்படி சொல்லிட்ட? எல்லாம் நம்ம பசங்க தான..." என்றவன், பாக்கெட்டில் இருந்த ப்ளூ டூத்தை காதில் வைத்து பாட்டு கேட்டுக் கொண்டிருந்தான். பக்கத்து அறையில் தான் இவர்களின் மற்ற நண்பர்களான ஸ்டீஃபன், பிரதீப், திவாகர், ஆகாஷ் இருந்தனர்.

ஆகாஷ் விறுவிறுவென வேதாவின் அறைக்கு வந்து, பிரவீனின் காதில் இருந்த ஹெட் போனை பிடுங்கி, "இது என்னோடதுடா. எரும!" என்றான் கோபமாக.

"இது எப்போ உன் ரூமை தாண்டி என் ரூமுக்கு வந்துச்சோ. அப்போவே அந்த நிமிஷமே இது எங்களுக்கு சொந்தம்டா..." தெலுங்கு பட வில்லன் ரீதியில் பிரவீன் வசனம் பேச, "பாரு வேதா இவனை ரூம்ல ஒன்னு வைக்க விடமாட்டுறான்" என சிறுபிள்ளை போல் புகார் அளித்தான் ஆகாஷ்.

அப்போது தான் அங்கு வந்த ஸ்டீஃபனோ, "மச்சி இத விடு. ஒரு சின்ன பஞ்சாயத்து..." என்று கூறும் போதே

பிரதீப்பும், திவாகரும் அங்கு கூடி விட்டனர்.

வேதா, "என்னடா ஆச்சு?" என வினவ,

"நம்ம க்ளாஸ்ல படிக்கிற பொண்ண ஒருத்தன் ஒன் சைடா லவ் பண்ணி டார்ச்சர் பண்றான் மச்சி. அவள் என் பிரெண்டு தான். நேத்து கொஞ்சம் ஓவரா போய் கையெல்லாம் புடிச்சு இருக்கான். பாவம் அவ அழுவுறா... நான் தான் உன்ன வைச்சு அவனை நாலு தட்டு தட்டுறேன்னு சொல்லிருக்கேன்." என்றதில்,

"டேய், நான் என்ன உனக்கு அடியாளா?" என்று முறைத்து வைத்தான் வேதா.

"மச்சி மச்சி... ப்ளீஸ்டா. நம்ம க்ளாஸ் பொண்ணுங்களுக்கு நம்ம ஹெல்ப் பண்ணலைன்னா எப்படி..." என கரைத்து, இறுதியில்

"அவன் ரூம் நம்பர் என்ன?" என்று கேட்க வைத்து விட்டான்.

"தர்ட் ப்ளோர், செகண்ட் இயர் கெமிஸ்ட்ரி மச்சி..." என அவன் பற்களை காட்ட, ஜெகதீஷ், "சுத்தம்... இவனும் சீனியரா? அப்போ சஸ்பெண்ட் கன்பார்ம்... இருங்கடா நான் பேக்ல துணி எடுத்து வைச்சுட்டு வரேன்!" என்றதில், தரதரவென அவனையும் இழுத்துக் கொண்டு எட்டு பேரும் நிலனின் அறையின் முன் நின்றனர்.

திவாகர் "இந்த ரூமாடா." என காலரை எடுத்து விட்ட படி கேட்க, "ஆமா மச்சி இது தான். உடைச்சுட்டு உள்ள போவாமா?" என பாக்சிங் போல் கையை வைத்துக் கொண்டு நின்றான் ஸ்டீபன்
.

ப்ரவீனா "வேணா மச்சி. அப்பறம் கதவு உடைஞ்சதுக்கு நம்மகிட்ட தான் காசு வாங்குவானுங்க. கதவை தட்டிட்டு வெய்ட் பண்ணலாம்." என்றதில், வேதா கடியாகி, "டேய்ய்... கதவே திறந்து தான் இருக்கு." என்று பற்கள் அரைபட கடித்தான்.

லோகேந்திரனோ, "இதுவே தெரியாதவனுங்கள நம்பி சண்டை செய்ய வந்து இருக்கோமே. கண்டிப்பா இத பண்ணனுமா வேதா" என புலம்பி நின்றான்.

பின், பிரதீப்பும் ஜெகதீஷும் சேர்ந்தே அறைக் கதவை திறக்க, அங்கு நிலன் ஸ்டடி டேபிளில் அமர்ந்திருக்க, எட்டு பேரும் கும்பலாக உள்ளே நுழைந்தனர்.

"நீங்க எல்லாரும் இங்க என்னடா பண்றீங்க?" என்று கேட்டபடி எழும்ப சென்ற நிலனை வேதா எழ விடவில்லை.

அவன் தோளைப் பற்றி அமர வைத்தவன், "எங்க க்ளாஸ் பொண்ணுகிட்ட நீ என்னடா பண்ணி வைச்சுருக்க?" என எகத்தாளமாக கேட்க, நிலனோ "டேய் மரியாதையா பேசு. நான் என்ன வேணாலும் பண்ணுவேன். அதெல்லாம் உங்கிட்ட சொல்லிட்டு இருக்கணுமா?" என்று எகிறினான்.

"ஆமாடா எங்க க்ளாஸ் பொண்ணுங்கள டீஸ் பண்றதுக்கு எங்ககிட்ட பதில் சொல்லி தான் ஆகணும். அவ தான் உன்ன பிடிக்கலைன்னு சொல்லிட்டாள்ல... அப்பறம் ஏன் அவனை டிஸ்டர்ப் பண்ற?" நேரடியாக விஷயத்திற்கு வந்தான்.

"வேணாம் வேதா. தேவையில்லாத விஷயத்துல தலையிடுற. நான் அவளை லவ் பண்றேன். அவள் முடியாதுன்னு சொன்னாலும் விடமாட்டேன். ரொம்ப உத்தமி மாதிரி காலேஜ்ல சீன் போடுவா. இப்ப என்ன உங்க எட்டு பேரையும் மொத்தமா அனுப்பி இருக்கா.

உங்க எல்லார் கூடவும் க்ளோசோ?" என ஒரு மாதிரியாக இதழை வளைத்து கேட்க, மறுநொடி அவன் கன்னத்தில் வேதாவின் கை ரேகைகள் பதிந்தது.

"வெங்காயம்... லவ் பண்றேன்னு சொல்ற. லவ் பண்ற பொண்ணை இப்படி தான் கேவலமா பேசுவியா? அவள் உன் காதலை உணர்ற வரை டைம் குடுக்கலைன்னா பரவாயில்ல. அவள் முடியாதுன்னு சொல்லிட்டா அவளோட கேரக்டரையே அசாசினேட் பண்றது என்ன மாதிரியான காதல்டா? எழவு இதெல்லாம் ஒரு காதலா?" என்றபடி மீண்டும் பளாரென அறைந்தான்.

"இந்தா பாரு... இன்னொரு வாட்டி அவள் பின்னாடி சுத்து-னன்னு தெரிஞ்சுது. கண்ண நோண்டிடுவேன்! ஜாக்கிரதை" என வெகுவாய் உறுமி விட்டு சென்றவனை மற்றவர்களும் பின் தொடர்ந்-தனர்.

பிரவீன் தான், "மச்சி மச்சி ஒரு நிமிஷம் இதெல்லாம் புடிங்க." என அனைவரையும் அழைக்க அப்போது தான் அவனை திரும்பி பார்த்தார்கள்.

நிலனின் அறையில் இருந்த அனைத்தையும் சுருட்டி இருந்-தான். அவன் கையில் கட்டி இருந்த கடிகாரம் முதற்கொண்டு.

ஜெகா தான், "அவன் வாட்சை எப்படா கழட்டுன..." என விழி விரித்துக் கேட்க,

"அவன் சவால் விடுற மாதிரி வேதாகிட்ட கையை நீட்டுனான்ல அப்பவே எடுத்துட்டேன்..." என்றான் பெருமையாக.

வேதாவோ பொங்கிய சிரிப்பை அடக்கிக்கொண்டு, "பிரஷ்ஷு, நல்லவேளை நீ எங்க ரூமுக்கு வந்துட்ட. இல்லைன்னா, எங்க ரூம்ல இருக்குறத எல்லாம் சுருட்டிருப்பீல!" என்றதில்,

"அது நீங்க செஞ்ச பாக்கியம் மச்சி..." என்றான் ஸ்டைலாக.

"ஐயோ" என நொந்த ஏழு பேரும் விடுதி முழுதும் அவனை துரத்தி துரத்தி அடித்தனர்.

அந்நினைவில் வேதாவுடன் சேர்ந்து, பிரவீனின் இதழ்களும் புன்னகையையே தாங்கி இருந்தது. மஹதிக்கோ, வேதாவின் காதல் பற்றிய எண்ணம் வியப்பை கொடுக்க, அவளின் விழிகள் திருட்டுத்-தனமாக அவனை திருடியது.

அந்த சம்பவத்திற்கு பிறகு, ஒரு பெரிய சீனியர் ஜூனியர் கலவ-ரமே வெடித்தது. ஆனால், அப்போதும் தங்கள் வகுப்பு பெண்ணை காதல் என்ற பெயரில் தொந்தரவு தருகிறான் என்ற புகாரை கல்லூரி

நிர்வாகம் எடுக்காததோடு எட்டு பேருக்கும் பத்து நாட்கள் சஸ்-பெண்ட் தர, அது வேதாவிற்கு இன்னும் கோபத்தீயை ஏற்றியது.

"சார்... அவன் ரூம்ல போய் பிரச்சனை பண்ணது தப்பு தான். அதுக்கான தண்டனையை நாங்க ஏத்துக்குறோம். ஆனா அவன் பண்ணுனதும் தப்பு தான? அதை எப்படி நீங்க தட்டி கேட்காம இருக்கலாம்?" என்ற வேதாவின் கேள்விக்கு அங்கு விடை கிடைக்-கவில்லை.

அதன் பிறகு, நிலனால் அவர்களுக்கும் பெரிய தொந்தரவாகிப் போனாலும், அதனை கண்டுகொள்ளாது தங்களின் அழகான நட்பு-லகில் சஞ்சரித்தனர்.

அதன் பிறகே, ப்ரீத்தி, வினிதா, ரஞ்சனி, என பெண்களும் இவர்களுடன் ஆட்டம் போடத் தொடங்கினர். ஆனால், ஆண் பெண் என்ற பாகுபாடு இல்லாத இவர்களின் நட்பை கண்டு அனை-வருமே வியந்தனர்.

உடனடியாக, பிரதீப்பிற்கு போன் செய்து, நிலன் பற்றிய தகவலை விசாரிக்கக் கூறினான் வேதாந்த். அதற்குள் இவர்கள் மீண்டும் விடுதிக்கே வந்திருக்க,

அப்போது தான் நினைவு வந்தவனாக, "பிரஷ்ஷு... ரஞ்சனி பத்தி நீ ஏன்டா ஒண்ணுமே கேட்கல?" என வினவினான்.

"ஆமால்ல. அவள் எங்க இருக்கா?" என சாதாரணமாக கேட்-டவனிடம், "அவள் ஆஸ்திரேலியால மேரேஜ் ஆகி செட்டில் ஆகிட்டா மச்சி." என்று கூறியபடி பிரவீனின் பாவனைகளை அளவெடுக்க, அவனோ, "ஓ! அந்த மூஞ்சி ஆஸ்திரேலியா வரை போச்சா." என எதார்த்தமாக கூறியதில், வேதாவிற்கு ஒரே குழப்ப-மாகி போனது.

'என்ன இவன் எந்த ரியாக்ஷனும் கொடுக்கல. ஒருவேளை தனியா ரூம் போட்டு அழுக போறானோ?' என தனக்குள் சிந்தித்து, "என்னடா இத்தனை வருஷத்துல அவளை மறந்துட்டியா என்ன?" என்றான் கேள்வியாக.

அதற்கு ப்ரவீனா குழம்பி, "நான் எப்போடா மறந்தேன். அதான் இப்போ கூட உங்கிட்ட கேட்டேனே. அவன் எங்க இருக்கான்னு..." என்றவன், வேதாவை வித்தியாசமாக பார்த்து விட்டு விடுதிக்குள் செல்ல, மஹதி தான், குழம்பிய வேதாவின் முகத்தைக் கண்டு "என்ன ஆச்சு வேதா. யாரு அந்த ரஞ்சனி..." எனக் கேட்டாள் திக்கி திணறி.

'ரொம்ப ஆர்வமா கேக்குறானே. ஒருவேளை லவ் பண்ணிருப்பானோ' என்ற தவிப்பு அவளுள்.

வண்டியில் ஏறி அமர்ந்து நெற்றியை தேய்த்த வேதா, "பிரஷ்ஷும் அவளும் லவ் பண்ணுனாங்க மஹி. ரொம்ப டீப்பா. இன் ஃபாக்ட், இவன் இறந்ததும் அவள் தான் ரொம்ப டிப்ரெஸ் ஆனாள். அவளை டைவர்ட் பண்ண தான், நாங்க ஃபாரீனே போக சொன்னோம். ஆனா இவன் ஏன் அது எதுவும் தெரியாத மாதிரி பேசுறான்..." என்று புருவம் சுருக்க,

"இன்கேஸ், இறக்குறதுக்கு முன்னாடி நடந்தது எல்லாம் மறந்தது மாதிரி, ஒரு குறிப்பிட்ட காலத்துல நடந்ததை அவன் மறந்து இருக்கலாம்ல?" என்று கேட்டாள் சற்றே ஆசுவாசமாகி.

"இருக்கலாம் மஹி. ஆனா, நான் எத்தனை பேரை அடிச்சேன், என்னல்லாம் பண்ணுனோம், கூட யார் யார் படிச்சா, வெங்கட் வீடு எங்க இருக்குன்னு இவ்ளோ ஞாபகம் வைச்சுருக்குறவன், அவளை லவ் பண்ணுனதை எப்படி மறப்பான்?" என்று கேள்வியெழுப்பிட, பலத்த அமைதியே நிலவியது.

அவன் கேள்வியில் அவளுக்கும் குழப்பம் தான்.

பின், "நீ ரொம்ப யோசிக்கிற வேதா. இத்தனை வருஷம் கழிச்சு, அவன் அதுக்காக ஃபீல் பண்ணி உங்களை கஷ்டப்படுத்த வேணாம்ன்னு நினைச்சு இருக்கலாம். நீ வேணா உள்ள போய் பாரு. கதறி கதறி அழுதுட்டு இருப்பானா இருக்கும்..." என்று நக்கலாக கூற, கழுத்தை தேய்த்தபடி சிறிதாய் புன்னகைத்தான் யோசனையுடன்.

அந்நேரம், ரேகா போன் செய்திட, "அம்மா கால் பண்றாங்க. நான் வீட்டுக்கு போயிட்டு வரேன். நிலன் அட்ரஸ் வாங்கி வை... பை வேதாளம்..." என அவன் அடிக்க வருவதற்குள் ஸ்கூட்டியை எடுத்துக் கொண்டு பறந்து விட்டாள்.

"நீ வாடி. வேதாளம் மாதிரி உன் முதுகுல ஏறி உட்காருறேன்." என தெருவில் நின்று கத்தியவன், தனக்குள் நகைத்துக் கொள்ள, நிலனின் வீட்டு முகவரி குறுஞ்செய்தியாக அவனை அடைந்தது.

***

அத்தியாயம் 13

"என்னடா பைத்தியம் மாதிரி உளறுற?" வினிதா அலுவலகம் என்றும் பாராது கத்தினாள்.

"நான் உளறல வினி. உண்மையா தான் சொல்றேன். நம்மள சுத்தி ஆபத்து இருக்கு!" கிசுகிசுப்பான குரலில் எச்சரித்தான் ஜெகதீஷ்.

வினிதா மேலும் கடுப்பாக, "ஜெகா... கனவு கினவு கண்டியா? நீ சொல்றது எல்லாம் ஏதோ ஃபேண்டஸி கதை மாதிரி இருக்கு. செத்துப் போன பிரஷ்ஷூ பேயா வந்துருக்கானாம். இதுல நம்ம செட்டு பசங்க லவ்வர்ஸ் எல்லாரும் சாகுறாங்களாம். இதை வேதாவும் நம்புறான்றது தான் என்னால ஏத்துக்கவே முடியல. இதுல என்னை வேற சென்னைக்கு கூப்புடுற?" என்று பொரிந்தாள்.

"ஐயோ! நான் நிஜமா தான் சொல்றேன் வினி. தயவு செஞ்சு சொல்றத கேளு. இந்த பிரச்சனை ஒரு முடிவுக்கு வர்ற வரை, நீ என் கூட இருக்குறது தான் நல்லது." என்றான் கண்டிப்பாக.

ஆனால் அவளோ, வேலை அதிகமாக இருப்பதால் வரமுடியாது என முரண்டு பிடிக்க, இறுதியில் "ப்ளீஸ்டி. கொஞ்சம் புருஞ்சுக்கோ..." என அவன் கெஞ்சலாக அவளின் கன்னம் பற்றி முத்தமிட, அதில் அவள் தான் திகைத்தாள்.

"ஜெகா. ஆபிஸ் காரிடோர்ல இருக்கோம்..." என சுற்றி முற்றி பார்த்தவளுக்கு தன்னவனின் முதல் முத்தம் சிலிர்ப்பை கொடுக்க, அந்த இடைவெளியைப் பயன்படுத்தி, அவளை ஆக வைத்தான்.

இறுதியில் இரண்டு நாள் தான் அங்க இருப்பேன் என்ற நிபந்தனையோடு அவனுடன் கிளம்ப, சென்னை சென்றதும் நிலையின் தீவிரத்தை உணர்த்தலாம் என்ற எண்ணத்தில் அவனும் ஒப்புக்கொண்டான்.

"மச்சி... நிலன் வீட்ல யாரும் இல்ல போல...! வாட்ச்மேன் மட்டும் தான் இருக்கான்!" அவனின் வீட்டினுள் புகுந்து வேவு பார்த்த பிரவீன், வேதாவிடம் கூற, மஹதி "அப்போ இது தான் சரியான டைம். நம்ம உள்ள போய் ஏதாவது தகவல் கிடைக்குதான்னு பாக்-

கலாம்" என்றாள் ஆர்வமாக.

இருட்டத் தொடங்கிய சமயம், நிலனின் முகவரி கிடைத்ததுமே, வீட்டிற்கு சென்ற மஹதியும் வந்து விட, மூவரும் இப்போது நிலன் வீட்டு வாசலில் நின்றிருந்தனர்.

வீட்டை சுற்றிலும் தோட்டம் அமைக்கப்பட்டிருக்க, வாட்ச்மேனை ஏமாற்றி வீட்டினுள் செல்ல திட்டமிட்டனர்.

வேதா யோசனையுடன், "பிரஷ்ஷூ... நீ ஹாஸ்டல்ல என்ன பண்ணுவ?" எனக் கேட்க,

பிரவீன், "இழுத்து போத்திட்டு தூங்குவேன்" என்றதில் வேதா முறைத்தான்.

"ஒவ்வொரு ரூமா போய் திருடுவீல... அதே மாதிரி இங்கயும் திருடு!" என்றவனை, இப்போது பிரவீன் முறைத்து, "மச்சி. அது திருட்டு இல்லடா. உரிமை..." என்றான் சிவாஜி கணேஷன் தோரணையில்.

"எரும. வெட்டியா பேசாம போய் திருடு போ!" என்றவன், யாரும் வருகிறார்களா என நோட்டம் விட்டான்.

'ஹ்ம்ம்... பேய் ஆனாலும் உழைச்சு சாப்பிடணும்னு கொள்கையோட இருக்குற என்ன திருட சொல்றான். சே சே!' என புலம்பிய படி வாட்ச்மேன் அருகில் வந்தவன், அவனின் சட்டைப் பாக்கெட்டில் இருந்து சிகிரெட்டை நாசுக்காக எடுத்தான்.

முதலில் அதனை கவனிக்காத வாட்ச்மேன், அதன் பிறகே சிகிரெட்டை காணவில்லை என்று தரையில் தேட, ப்ரவீனோ அவர் அமர்ந்திருந்த நாற்காலியை லேசாக நகற்றிப் போட்டான்.

இதயத்தில் சுளீரென வைக்க, மெல்ல திரும்பிப் பார்த்த வாட்ச்மேன் நாற்காலி இடம் மாறி இருப்பதைக் கண்டு, "டேய்... யாருடா அது?" என்று அங்கும் இங்கும் தேடினார். நம்மகிட்ட யாரோ விளையாடுறாங்களோ என்றெண்ணி சற்று தள்ளி நின்று தேட, அதற்குள் வேதாவும், மஹதியும் திறந்திருந்த கேட்டின் வழியே உள்ளே சென்று விட்டனர்.

அவர்கள் சென்றதும், நாற்காலியை முன்பிருந்த இடத்திலேயே வைத்த பிரவீன், சிகிரெட்டையும் அவர் பாக்கெட்டிலேயே வைத்தான்.

'என்ன ஒருத்தனையும் காணோம்...?' என்ற யோசனையுடனே குனிந்து பார்த்தவன், சட்டையில் சிகிரெட் இருப்பதை கண்டு லேசாக நடுங்கினார். நாற்காலியும் அதே இடத்தில் இருந்ததில் கிளி

பிடிக்க, பதறிய கரங்களுடன் நாற்காலியில் அமர்ந்து கொண்டவர் பேயாக விழித்திருந்தார்.

"ஹா ஹா... ஹா ஹா..." பிரவீன் வீடு அலற சிரிக்க, "பேயே! எதுக்கு டா இப்படி கத்துற" என்று சிடுசிடுத்தான் வேதா.

"எல்லா படத்துலயும் பேய் வில்லத்தனம் பண்ணும்போது இப்படி தான மச்சி சிரிக்கும். அதான் நானும் பண்றேன். ஹா ஹா..." என்று மீண்டும் ஆரம்பிக்க, வேதாவின் கொலை பார்வையில் அடங்கி-னான்.

மஹதி சிரிப்பை அடக்கிக்கொண்டு நிற்க, வேதா, "நீ போய் ஏதாவது தடயம் கிடைக்குதான்னு தேடு!" என்று அனுப்பி வைத்து விட்டு, அவனும் வீடு முழுதும் அலசினான்.

பிரவீன் தான், அவன் பின்னாடியே ஆவி போல் அலைந்து, "மச்சி. என்ன தேடுறன்னு சொன்னா நானும் தேடுவேன்ல" எனக் கேட்க,

"யாருக்கு தெரியும். எதையாவது தேடு. ஏதாவது சந்தேகப்படுற மாதிரி இருக்கான்னு பாரு..." என்றபடி ஒவ்வொரு அலமாரியாக திறந்தான்.

சிறிது நொடிகளில் பிரவீனின் சத்தம் இல்லாது போக, 'இந்த பேய் எங்க போய் தொலைஞ்சுச்சு?' என எண்ணிக்கொண்டு அவனைத் தேடி வர, ப்ரவீனா, ஒரு குப்பைக் கூடையை கொட்ட எத்தனித்தான்.

"டேய் டேய்... என்னடா பண்ற" வேதா முகத்தை சுருக்கிக்-கொண்டு வினவ, அவனோ, "மச்சி... நீ ஏழாம் அறிவு படம் பார்த்-தது இல்லையா? அதுல சூர்யா என்ன சொல்லுவாரு?" என்று நிறுத்திட, வேதா கையில் போட்டிருந்த காப்பை ஏத்தி விட்டுக்-கொண்டே "என்ன சொன்னாரு?" எனக் கேட்டான் எகத்தாளமாக.

அந்த தோரணையே தனக்கு அடி கன்ஃபார்ம் என்று உறுதிய-ளிக்க இருந்தும் மனம் தளராதவன், "ஒருத்தன பத்தின தப்பை கண்-டுபிடிக்கணும்ன்னா, அவன் குப்பை தொட்டிய தான் தேடணும்ன்னு சொல்லிருப்பாருல. அதான் நான் இப்ப பண்ண போறேன். நீ அப்-படியே ஷாக் ஆக போற..." என்று பெருமிதத்தோடு அக்குப்பை கூடையை கொட்டியவன் திருதிருவென விழித்தான்.

அதில் மீந்து போன ப்ரெடும், அழுகிய நிலையில் ஆப்பிளும், கூடவே பீர் பாட்டில்களும் இருக்க, 'நம் ராஜதந்திரங்கள் அனைத்-தும் வீணாகி விட்டதே!' என்று தலையை சொரிந்தவனை, பார்வை-

யால் எரித்து விட்டு சென்றான் வேதா.

படிக்கூண்டிற்கு செல்லும் வழியில் கதவு ஒன்று இருக்க, அழுத்த நடையுடன் அதனை நோக்கி சென்றவன் மெல்ல கதவை திறக்க, அது உடனே திறந்து கொண்டது.

சிறிதான சிவப்பு நிற வெளிச்சம் அறையினுள் பரவ, வேதியியல் சம்பந்தப்பட்ட கெமிக்கலும், சிறு சிறு குடுவைகளில் பல வண்-ணங்களில் ரசாயனங்களும் சேமித்து வைக்கப்பட்டிருந்தது. வேதாந்த் ஒவ்வொன்றையும் தீவிரத்துடன் ஆராய்ந்து பார்த்துக் கொண்டிருக்க, எங்கிருந்தோ "வேதா" என மஹதி அலறும் சத்தம் கேட்டது.

அதில் அனைத்தையும் விட்டு விட்டு, சத்தம் வந்த திசையை நோக்கி ஓடிய வேதா, "மஹி எங்க இருக்க?" என கத்தினான். நெஞ்சம் படபடக்க ஆரம்பிக்க, ஏனோ அச்சமயம் அவனுக்கு மூளை வேலை நிறுத்தம் செய்திருந்தது.

"மஹிய்... எங்க இருக்க?" அவன் மீண்டும் கத்த, "மாடில இருக்குற ரூம்க்கு வா வேதா..." என்ற அவளின் குரல் கேட்டு வேகமாக அங்கு விரைந்தான்.

ஆனால், அவனின் பயம் அவசியமே இல்லை என்பது போல, அவள் ஜன்னல் வழியே வேடிக்கை பார்த்துக் கொண்டிருக்க, அவனுக்கு தான் மெல்லிய சினம் எழுந்தது.

"எதுக்குடி இப்படி கத்துன?" பொறுமையை இழுத்துப் பிடித்துக் கொண்டு கேட்டவனிடம், "இங்க பாரு வேதா. இங்க இருந்து பார்த்தா ஸ்விம்மிங் பூல் சூப்பரா தெரியுதுல..." என நிலவு வெளிச்-சத்தில் மினுமினுத்த நீச்சல் குளத்தை சுட்டிக் காட்டியவளைக் கண்டு முற்றிலும் பொறுமை இழந்தவன் சப்பென அடித்து விட்டான்.

"இப்ப இது ரொம்ப முக்கியமாடி? நான் என்னமோ ஏதோன்னு பதறிப் போய் வந்தா..." என்று கர்ஜித்து முடியை அழுந்தக் கோதி கொண்டவனை மிரண்டு பார்த்த மஹதிக்கு வலியில் கண்கள் கலங்கி விட்டது.

"எதுக்கு அடிச்ச?" பொங்கிய அழுகையை அடக்கிக்கொண்டு அவள் கேட்டபின் தான், தன்னிலைக்கே வந்த வேதாவிற்கு தன்மீதே கோபம் வந்தது.

"அது... அது..." என திணறியவன், காரணம் கூற இயலாமல் தடுமாற, மஹதியோ "போடா! இனிமே நான் உன்ன கூப்பிடவே மாட்டேன்..." என முறுக்கிக் கொண்டு வெளியில் சென்றாள்.

அவனோ அங்கிருந்த கட்டிலில் அப்படியே அமர்ந்து விட்டான். தலையை கையில் தாங்கிய படி, அவள் காட்டிய திசையில் நீச்சல் குளத்தை பார்வையில் ஏற்றியவன், அதன் அழகை அப்போது தான் உணர்ந்தான்.

ஆனால், அழகை ரசிக்க வேண்டிய நேரமா இது? சிறிது நேரத்தில் அவளின் பதற்ற குரலில் அவனின் மனம் அல்லவோ துடித்து விட்டது. மேற்கொண்டு விபரீதம் நேரும் முன், இதனை தடுத்தாக வேண்டும் என்ற பரிதவிப்பு அவளை நேசிக்க தொடங்கியதும் இன்னும் ஆழமாக அல்லவா அவனை துன்புறுத்துகிறது.

இதனை ஒப்புக்கொள்ளவும் மனம் வராமல், அவளிடம் வெளிப்படையாக கூறவும் உணர்வுகள் ஒத்துழைக்காமல் திண்டாடியவனுக்கு, இக்காதல் பெரும் அவஸ்தையாகி போனது.

பின், "மஹி..." என அழைத்தபடியே எழுந்தவனுக்கு காலில் ஏதோ தட்டுப்பட, கவனத்தை அதன் மீது திருப்பினான்.

குனிந்து அப்பொருளை எடுத்தவனுக்கு, புருவ மத்தியில் முடிச்சு விழுந்தது. நீள குடுவை ஒன்றில் ஊதா நிற திரவம் ஒன்று இருக்க, அதே போல் நிலனின் லேபில் பார்த்த நினைவு இல்லை அவனுக்கு. 'ஆனால், இந்த ரசாயனத்தை மட்டும் ஏன் இங்கு வைத்திருக்கிறான் அதுவும் கட்டிலுக்கு அடியில்...' என்ற எண்ணம் தோன்ற, நிலனின் மீதிருந்த சந்தேகம் வலுப்பெறத் தொடங்கியது.

அதனை எடுத்துக்கொண்டு கீழே சென்றவன், பிரவீனையும் மஹதியையும் அழைக்க, பிரவீன் தான், "எதுக்கு மச்சி இவள அடிச்ச?" என்று நியாயம் கேட்டான்.

மஹதி அவனைப் பாராமல் முகத்தை திருப்பிக் கொள்ள, "ஏன் அடிச்சேன்னு நான் அவளுக்கு காரணம் சொல்லிக்கிறேன். முதல்ல இத பாருங்க..." என்று அவன் கண்டுபிடித்த திரவத்தை காட்ட, பிரவீன், "இந்த நிலன் என்ன பைத்தியமா டா. கொஞ்சம் கூட காமன் சென்ஸ் ஏ இல்ல..." என வாய்க்கு வந்தபடி திட்டினான்.

வேதா எதுக்கு திட்டுறான் என்பது போல் பார்க்க, "பின்ன என்னடா? இங்க்க, இங்க்கு பாட்டில்ல ஊத்தி வைக்காமல், லேப்ல யூஸ் பண்ற டியூப்ல ஊத்தி வச்சிருக்கான்." என்றதில், வேதா உறுத்து விழித்தான்.

"பேய் நாயே. ப்ளூ கலர்ல இருந்தா இது இங்க் ஆ?" என கறுவிட, "அப்போ இல்லையா?" என தலையை சொரிந்தான் பிரவீன்.

அவனை தீயாக முறைத்து விட்டு, நிலனின் ஆய்வுக்கூடத்திற்கு சென்ற வேதா, அந்த ரசாயனத்தை வைத்து ஏதோ ஆராய்ச்சி செய்தான். மஹதி சற்றே அதிர்வுடன், "இந்த... இந்த கெமிக்கல் நிலன் வீட்டுல இருக்குன்னா, அவன்... அவன் தான் இதெல்லாம் பண்ணிருப்பானா?" எனக் கேட்க, வேதா நிமிர்ந்தான்.

அவன் நிமிர்ந்ததும் பார்வையை திருப்பியவள், "பேய் அண்ணா. நான் உங்கிட்ட தான் கேட்டேன்!" என்று பிரவீனை நோக்க, அவனோ "எதே! பேய் அண்ணாவா?" என முழித்தான்.

சில நிமிடங்கள், ஒரு வித ஆராய்ச்சியில் புகுந்த வேதா, தீவிரமாக யோசிக்கும் போதே, நிலன் வரும் அரவம் கேட்டது.

வேதா பரபரப்பாக, "பிரஷ்ஷு, எனக்கு ஒரு 3 மினிட்ஸ் டைம் வேணும். அவன் அதுவரை உள்ள வராம பாத்துக்கோ. போ!" என்க,

"நான் செய்யப் போற காரியத்தை பார்த்து, உலகத்துல இருக்குற பேயே அதிர போகுது. ஆப்டர் ஆல் இவன் அதிர மாட்டானா...?" என சவால் விட்டபடி வெளியில் விரைந்தான்.

ஆனால், வெளியில் சென்றவன் அடுத்த நொடி அடித்து பிடித்து ஓடி வந்து வேதாவின் பின்னால் மறைந்து கொண்டு "மச்சி என்ன காப்பாத்துடா. என்ன காப்பாத்து..." என்று கதற, வேதா ஹஸ்கி குரலில் "எதுக்குடா வெண்ண கத்தி தொலையுற? அவனை பயமுறுத்த போறேன்னு போயிட்டு நீ பயந்து ஓடி வர வெட்கமா இல்ல?" என கடிந்தான்.

"அவன் என்ன பிகரயா கூட்டிட்டு வந்துருக்கான் வெட்கப்பட. கையில் இவ்ளோ பெரிய சைஸ்ல பாம்பு ஒன்னு வச்சிருக்கான் மச்சி. எனக்கு பயந்து பயந்து வருது. அது கொத்துனா வாயில நுரை தள்ளி கண்ணை சொருகி போய் சேர்ந்துருவோம் மச்சி..." என்று நடுங்க, வேதாவிற்கு ஐயோவென்றிருந்தது.

"பிரஷ்ஷு..." என பற்களை கடித்தவன், "ஒழுங்கு மரியாதையா போய் அவனை தடுத்து நிறுத்து." என்றான் கடுப்புடன்.

'ஐயோ பேயானாலும், பேய் பயம் காட்டுதுங்களே..." என நொந்தவன், பயந்தபடியே வெளியில் எட்டிப் பார்க்க, நிலன் அந்த பாம்பை ஒரு பெரிய ஜாடியில் போட்டான். 'ஹப்பாடா அதை அடைச்சு வைச்சுட்டான்...' என நிம்மதி ஆன பிரவீன், அருகில் இருந்த பூச்சாடியை தட்டி விட்டான்.

அச்சத்தத்தில் சட்டென திரும்பிய நிலன், "யா யாரு? யாரு?" எனக் கேட்க, ப்ரவீனோ அவன் முன்னாடியே வந்து டேன்ஸ் ஆடிட, நிலன் "ஆஆ" வென கத்தி மூர்ச்சையானான்.

"இவன் கண்ணுக்கு நம்ம தெரியுறோமா? நம்மளை பார்த்து தான் பயந்து மயங்குனானா? ஐயோ என்னையும் பார்த்து ஒருத்தன் பயந்-துட்டானே. நான் என்ன பண்ணுவேன் ஏது பண்ணுவேன்" என்று ஆச்சர்யத்தில் வீட்டையே வட்டம் அடித்தான்.

அந்த ஊதா நிற திரவத்தை ஆராய்ச்சிக்கு உட்படுத்தியவனுக்கு, நெற்றியோரம் நீர்த்துளி உதயமாக, உதடுகளோ "கமான் கமான்..." என முணுமுணுத்தது.

ஏற்கனவே 'பாம்பு' என்றதும் பயத்தில் நடுங்கிய மஹதி, அவன் மேல் இருந்த கோபத்தில் தைரியமாக இருப்பது போல் காட்டிக்-கொண்டு நிற்க, இப்போதோ, "நீ வேற கமான் கமான்னு சொல்லாத. பாம்பு காதுல விழுந்து வந்துட போகுது..." என்று எச்சிலை விழுங்-கினாள்.

அவனோ திரவத்திலிருந்து கண்ணை பிரிக்காமல், "அப்படியே பாம்பு வந்தாலும், நான் உன்ன கொத்த விடமாட்டேன்." என்றவனை கண்டு ஒரு நொடி தடுமாறியவள்,

பின் சிலுப்பியபடி, "யாரு நீ? என்ன பாம்பு கிட்ட கோர்த்து விட்டுட்டு நீ எஸ்கேப் ஆகிடுவ!" என்றதில், லேசர் பார்வையால் அழுத்தமாக ஒரு கணம் அவளை முறைத்தவன், பிறகு அவன் எதிர்பார்த்த விடை கிடைத்ததில் "எஸ்!" என டேபிளை குத்தினான்.

ஆனால், அவனுக்கு கிடைத்த விடை, விடையல்ல வினை-யென்று புத்தி உரைக்க, சுற்றி பின்னப்பட்டிருக்கும் வலைகளின் முடிச்சை அவிழ்க்க இயலாதவனாக அதிர்ந்திருந்தான்.

***

அத்தியாயம் 14

கடும் யோசனையில் அந்த திரவத்தையே வெறித்திருந்த வேதாந்த்தை பீதியுடன் நோக்கிய மஹதி, "என்னாச்சு வேதா?" என வினவ, அதற்கு அவன் பதிலளிக்கும் முன், பிரவீன் பரபரப்பாக அங்கு வந்தான்.

"மச்சி... நிலன் கண்ணுக்கு நான் தெரிஞ்சுட்டேன். அவன் என்னை பார்த்து மயங்கிட்டான்." என்க,

"நீ ஏன்டா அவன் கண்ணுக்கு தெரிஞ்ச" என்று முறைத்தான் வேதா.

"நான் அப்படி நினைக்கவே இல்ல மச்சி. பயமுறுத்த தான் ட்ரை பண்ணேன்!" என்ற விளக்கத்தை காதில் வாங்காமல், நிலனின் அருகில் சென்றவன், மயங்கி இருந்தவனின் மூச்சை சோதித்து பார்த்தான்.

கூடவே, அவன் விழிகள், நிலன் அடைத்து வைத்த பாம்பை நோக்க, அடுத்த சில நிமிடங்களில் மூவரும் நிலனை நாற்காலியில் கட்டி வைத்தனர்.

நிமிடங்கள் மணித்துளிகள் ஆகியும், நிலன் கண் விழிக்காது போக, ஒரு குவளை நீரை எடுத்து அவன் முகத்தில் தெளித்தான். அப்போது தான் லேசாக, கண்ணை பிரித்த நிலன் வேதாவை பார்த்து அதிர, தன்னை கட்டி இருந்த கயிறை கோபத்துடன் பார்த்-தான்.

"டேய்! நீ எதுக்குடா இங்க வந்த? என்னை எதுக்கு கட்டி போட்டு வைச்சுருக்க?" என்று தப்பிக்க முயன்று கொண்டே பேச, வேதா மறுபேச்சற்று பளாரென அவனை அறைந்தான்.

அதில் நிலனுக்கு மேலும் கோபம் எழ, "வேணாம் வேதா. எப்போ பாரு என்கிட்டயே வம்பிழுத்துட்டு இருக்க! நான் நினைச்-சேன்னா உன்னை இங்கயே கொன்னு போட்டுடுவேன்!" என விழி சிவக்க மிரட்டிட, மஹதி தான் மிரண்டு வேதாவை பிடித்துக்கொண்-டாள்.

அவனோ, "ஓ! சாருக்கு கொலை பண்றது தான், நூடுல்ஸ் பண்ற மாதிரி ரொம்ப ஈஸியாகிடுச்சே. அதுவும் சீரியல் கில்லர். சபாஷ்." என்று விழிகளில் அனலை கக்கியவன் அவன் புறம் குனிந்து, "சொல்லுடா எதுக்கு இதெல்லாம் செய்ற?" என்றான் கடுங்கோபத்துடன்.

ப்ரவீனும் அதே போல், அவன் புறம் குனிந்து "சொல்லு சொல்லு சொல்லு! நீ பாம்பேல என்ன பண்ணிட்டு இருந்த?" என பாட்சா வசனத்தை பேச, நிலனோ வியர்வையில் குளித்து, மீண்டும் 'ஆ' வென வீறிட்டுக் கத்தினான்.

"உஸ்... இவன் வேற புள்ளத்தாச்சி, புள்ள பெத்துக்குற ரேஞ்சுக்கு கத்திகிட்டே இருக்கான்..." என வராத வியர்வையை துடைத்துக்கொண்ட பிரவீன், "உனக்கு மட்டும் நான் எப்படிடா தெரியுறேன்?" என்றான்.

அதற்கும் அவனிடம் இருந்து கத்தல் சத்தமே வர, இப்போது மீண்டும் வேதாவிடம் சப்பென அறை வாங்கினான்.

"என்னடா செத்துப் போனவன், அதுவும் தன்னால கொலை செய்யப்பட்டவன் தன் கண்ணு முன்னாடி வந்து நின்னதும் உள்ளுக்குள்ள பயம் முளைக்குதா?" பல்லைக்கடித்துக்கொண்டு வேதா சீற, நிலன் மலங்க மலங்க விழித்தான்.

"யா யாரு செத்துப் போனா. நான் யாரை கொலை பண்ணுனேன்..." என திக்கி திணறி கேட்டவன், "வேதா உன் பக்கத்துல அந்த பால் தானா அசையுது. இங்க ஏதோ அமானுஷ்ய சக்தி இருக்கு. வாட்ச்மேன். டேய் வாட்ச்மேன்" என்று குரலை உயர்த்தினான், வாட்ச்மேனை சாப்பிட அனுப்பியது மறந்து.

அப்போது தான் மஹதி பிரவீனின் கையில் இருந்த பந்தை பார்த்தாள்.

பழக்க தோஷத்தில் அவன் அதனை தூக்கி போட்டு கேட்ச் பிடித்துக்கொண்டே பேச, இவர்களுக்கு அது தனியாக தெரியவில்லை. ஆனால், நிலனுக்கு வெறும் பந்து மட்டும் மேல்நோக்கி ஆடுவது தெரிய, அந்த பயத்தில் தான் கத்தி, மயங்கி விட்டான் போலும் என்று கணித்தவள், அதனை வேதாவிடமும் கூற, வேதா கொலைவெறியுடன் பிரவீனை ஏறிட்டான்.

அசட்டு சிரிப்பு வழங்கிய பிரவீன் சட்டென அந்த பந்தை டேபிளில் வைத்து விட்டு நல்ல பையன் போல நிற்க, வேதா நிலனின் வாயை பொத்தி, "மவனே! இன்னொரு தடவை கத்துன...

சங்கை அறுத்துருவேன்." என்று அங்கிருந்த பழம் வெட்டும் கத்தியை எடுத்து நிலன் கழுத்தில் வைக்க, அவன் கப்சிப் ஆனான்.

அதன் பிறகு, "சொல்லுடா! எத்தனை வருஷ பிளான் இது? என் ப்ரெண்டு, என் ப்ரெண்ட்ஸ் ஓட லவ்வர்ஸ்ன்னு எல்லாரையும் எதுக்குடா கொல்ற? அதுவும் சூசைட் மாதிரியே எப்படிடா கொல்லுற? சொல்லு!" அடிக்குரலில் மிரட்டிக்கேட்டான்.

நிலனுக்கோ ஒன்றும் புரியவில்லை. "என்னடா... காலேஜ்ல பண்ணதுக்கு எல்லாம் சேர்த்து வைச்சு, இப்போ இல்லாத பழி எல்லாம் என் மேல போட்டு என்ன பழி வாங்குறியா? அதுவும் கொலை பழியை என் மேல தூக்கி போடுற... உங்கிட்ட என்ன ஆதாரம் இருக்கு!" என்றான்.

எகத்தாளமான பார்வை ஒன்றை வீசிய வேதா, "அந்த ஊதா நிற திரவத்தை அவன் முன் நீட்டி, இது தான் ஆதாரம். இப்போ நான் அடிக்கற அடியில நீயே உண்மையை ஒத்துக்குவ!" என்று கையை ஓங்க,

"இது என்ன சொலியூஷன்? நான் என்ன உண்மையை ஒத்துக்கணும். வேதா நீ தேவையில்லாம என்ன கார்னர் பண்ற!" என்றான் கோபத்துடன்.

"நான் கார்னர் பண்றேனா? அது சரி! அப்போ இந்த கெமிக்கல் உன் வீட்டுல உன் பெட் ரூம்ல எப்படி வந்துச்சு?"

நெற்றிக்கண்ணை திறந்தான் வேதா.

"காட்! முதல்ல இது என்ன கெமிக்கல்ன்னு சொல்லு!"

"கண்டுபிடிச்ச உனக்கு தெரியாதாடா...? இதை ஸ்மெல் பண்ணாலோ, இல்ல இதை ட்ரிங்க்ஸ்ல கலந்து கொடுத்தாலோ மைண்ட் ஹிப்னாடைஸ் ஆகிடும்ன்னு..." என்று நரம்பு புடைக்க, கையை இறுக்கினான்.

மஹதியும், ப்ரவீனும் ஒரு சேர "வாட்?" என அதிர, அதே அதிர்வை நிலனின் முகமும் தாங்கியது.

"இல்ல... இந்த மாதிரி கெமிக்கல் என்கிட்ட இல்ல. இது எப்படி இங்க வந்துச்சுன்னு எனக்கு தெரியாது...!" என்றான் குழப்பமாக.

"நடிக்காத நிலன். உன் லவ்வை பிரிச்சு விட்டதுக்காக, எங்க ப்ரெண்ட்ஸ் லவ்வை எதுக்கு பிரிக்கிற. அதுவும் பிரஷ்ஷுக்கு நீ இதை தான குடுத்த?" விடாமல் வேதா கேள்வி கேட்க, நிலனோ கலவரமானான்.

"டேய். சத்தியமா எனக்கு எதுவும் தெரியாது. அதுவும் பிரவீன் டெத் அப்போ நான் ஊர்லயே இல்ல. காலேஜ் முடிச்சு போனதுக்கு அப்பறம் அலுமினில தான் எல்லாரையும் பாக்குறேன். தயவு செஞ்சு நான் சொல்றதை நம்பு" என்று உறுதியாக கூற, அவன் கண்ணை பார்த்து பேசிய தோரணையே வேதாவை சிந்திக்க வைத்தது.

"அப்போ... இது உன்னோடது இல்லைன்னா... இது எப்படி உன் ரூம்ல இருந்துச்சு?" விழி இடுங்க வேதா வினவ,

"எனக்கு தெரியல. நிஜமா எனக்கு தெரியல!" என்றான் பாவமாக.

மஹதியும், எச்சிலை விழுங்கிக் கொண்டு, "வே... வேதா. ஒருவேளை இவன் உண்மையே சொல்லலாம்ல. அது... இவன் மேல பழி போட யாராவது இப்படி பண்ணிருக்கலாம்" என்றாள் தடுமாற்றத்துடன்.

நிலனோ "என் மேல பழி போடற அளவு யாருக்கு என்ன பகை?" என்று அவளை புரியாமல் பார்த்தவன், "நீ நம்ம காலேஜ் ஜூனியர் தான?" எனக் கேட்டான் யோசனையாக.

"ம்ம்" என தலையாட்டியவள், "வேதா... நம்ம கொலைகாரனை தேடுறோம்ன்னு தெரிஞ்சு, அவனே ஏன் நம்மளை திசை திருப்ப சீனியர மாட்டி விட முயற்சி பண்ணிருக்க கூடாது?" என கேள்வியாக கேட்க, வேதாவிற்கு மண்டை காய்ந்தது.

எவனோ தங்களை பின் தொடர்கிறான் என்று எச்சரிக்கையாக இருப்பதா, அல்லது மீண்டும் மீண்டும் தொடங்கிய புள்ளியில் வந்து நிற்பதில் எரிச்சல் கொள்வதா என பின்னந்தலையை அழுந்தக் கோதியவன், "எதுக்கு பாம்பை வீட்டுக்கு எடுத்துட்டு வந்த?" எனக் கேட்டான்.

"எனக்கு பாம்பு வளர்க்க பிடிக்கும். அதான் முதல் தடவை ட்ரை பண்ணலாம்ன்னு கொண்டு வந்தேன்."

"ஏன் வீட்டுக்குள்ளேயே லேப் வச்சுருக்க?" இன்னும் அவனின் சந்தேகக் கேள்வி தொடர்ந்தது.

அதற்கு நிலனோ, "டேய் நான் உனக்கு சீனியர்டா. நானும் கெமிஸ்ட்ரி ஸ்டூடன்ட் தான். நீ டாக்டரேட் வாங்கிட்ட. நான் இன்னும் ரிசர்ச் பண்ணி டாக்டரேட் வாங்க ட்ரை பண்ணிட்டு இருக்கேன். உள்ள இருக்குறது எல்லாம் நார்மல் கெமிக்கல் தான். வேணும்ன்னா போய் டெஸ்ட் பண்ணிக்க...!" என்றான் கடுப்பாக.

ஆனால், வந்ததுமே வேதா அதனை செய்து விட்டான். ஆய்வுக்கூடத்தில் சந்தேகப்படும் படியாக எதுவும் இல்லை என்று உறுதியானதுமே சற்று நிதானம் கொண்டவன், இந்த திரவத்தை கண்டறிந்ததும் தான் சந்தேகம் கொண்டான்.

இப்போது, நிலனை அவிழ்த்து விட, அவனோ, "செத்துப் போனவன் கண்ணு முன்னாடி வந்து நின்னதும் பயம் முளைக்குதான்னு கேட்டியே... எவனை கேட்ட?" எனப் பார்த்தான்.

பிரவீன், "இவன் கண்ணுக்கு தெரியவா?" என தலையை எல்லாம் கோதிக்கொண்டு ஸ்டைலாக கேட்க, வேதா வேண்டாம் என கண்ணைக் காட்டி விட்டு, "அது ஒன்னும் இல்ல. இட்ஸ் அ லாங் ஸ்டோரி. இப்போதைக்கு நீ சொல்றதை நான் நம்பறேன். பட் என் பார்வை உன்மேல இருந்துக்கிட்டே இருக்கும். உண்மையான கொலைகாரன் கையில கிடைக்கிற வரைக்கும்!" என மிரட்டி விட்டு வெளியில் வர, அவன் பின் மஹதியும் ப்ரவீனும் வந்தனர்.

ப்ரவீன், "ஏன் மச்சி. அவன் கண்ணுக்கு தெரிய வேணாம்ன்னு சொன்ன?" எனக் கேட்க,

"இன்னும் இவன் சஸ்பெக்ட் லிஸ்ட்ல தான் இருக்கான். உண்மையிலேயே இதெல்லாம் யாரு பண்றான்னு கண்டுபிடிக்கிற வரை, நம்ம அமைதியா தான் இருக்கணும்...!" என்றவனின் முகம் யோசனையில் புதைய, ஜெகதீஷ் போன் செய்தான்.

"மச்சி... நான் ஹாஸ்டல் வாசல்ல தான் நிக்கிறேன். நீ எங்க இருக்க" என கேட்க, பத்து நிமிடத்தில் வருவதாக உரைத்தவன், கூறியது போல் அடுத்த பத்து நிமிடத்தில் விடுதிக்கு சென்றான்.

வேதாவும் மஹதியும் அவரவர் வண்டியில் அங்கு சென்றிருக்க, வினிதா வேதாவை முறைத்தாள்.

சிறிதாக புன்னகைத்த வேதா, "லீவ் கிடைச்சுருச்சா வினி?" எனக் கேட்க, "லீவ் கிடைக்கலைன்னா மட்டும் சும்மாவா விட்டுருப்பீங்க! இவன் என்னை தூக்கிட்டு வராதது தான் குறை! ஜோக்ஸ் அபார்ட் இங்க என்ன நடக்குது?" என நேரடியாக விஷயத்திற்கு வந்தாள்.

பிரவீன் வேறு ஒரு புறம் ஜெகாவிடம், "மச்சி... வினிக்கிட்ட இன்ட்ரோ குடுடா!" என்று அவனை சொரிய, "ப்ச். இருடா" என முணுமுணுத்தான். அவன் தனியாக பேசுவதை கண்ட வினிக்கு தான் வயிறு கலங்கியது.

"உங்க எல்லோருக்கு பைத்தியம் எதுவும் பிடிச்சுருச்சாடா?" என வினி எச்சிலை விழுங்க,

மஹதி தான், "சே சே... பேய் தான் பிடிச்சுருக்கு!" என்றாள் நமுட்டு சிரிப்புடன்.

"இந்த பொண்ணு யாரு?" என வினவியதில் ஜெகா, "அது வேதாவோட..." என ஆரம்பித்து விட்டு, வேதா புருவம் உயர்த்தியதில், "அவள் நம்ம ஜூனியர் வினி. நமக்கு ஹெல்ப் பண்றா" என்று அறிமுகப்படுத்திட, வேதா தான், 'ஹெல்ப் எங்க பண்றா... என்னை தான் நல்லா வைச்சு செய்றா!' என தனக்குள் சிரித்துக் கொண்டான்.

பின், பொறுமையாக வினிதாவிற்கு நடந்ததை எடுத்துக் கூறி, பிரவீனை அவள் முன் வரவைக்க, அவளுக்கோ விழி பிதுங்கியது.

"என்னடா உண்மையாவே தூங்கிட்டு இருந்த பேயை எழுப்பி விட்டுடீங்களா? பிரஷ்ஷு" என அவனை திகிலாக பார்த்தவளுக்கு இன்னும் இதை நம்ப இயலவில்லை.

"எனக்கு என்னமோ ரொம்ப பயமா இருக்குடா! அப்போ உண்மையாவே இவன் தற்கொலை பண்ணலையா? நம்ம ப்ரெண்ட்ஸ் ஓட லவ்வர்ஸ எல்லாம் யாரு தற்கொலை பண்ண வைக்கிறா?" என அவளுக்கு உதற, அவளின் கரங்களை ஆதரவாக பிடித்துக்கொண்ட ஜெகதீஷ், "சீக்கிரமா கண்டுபிடிக்கலாம் வினி. அதுக்கு தான் உன்ன பாதுகாப்பா இருக்க கையோட கூட்டிட்டு வந்துட்டேன்!" என்றான்.

ஆனாலும் அவளுக்கு ஒன்றும் எதையுமே நம்ப இயலவில்லை. அதிலும் தற்கொலை என்று காவல்துறையே கூறியபின்பு அதெப்படி கொலையாகும்... பிரவீன் ஏன் பேயா சுத்துறான்... என்ற கேள்விகள் எல்லாம் அவளை குடைய, வேதா "நீ இதை பத்தி யோசிக்காத வினி. போய் ரெஸ்ட் எடு. எதுவா இருந்தாலும் காலைல பேசிக்கலாம்..." என்றவன் ஜெகாவிடம், "அவளுக்கு ரூம் அரேஞ்ச் பண்ணியா?" எனக் கேட்டான்.

"இல்ல மச்சி. ப்ரீத்தி கூட ஸ்டே பண்றேன்னு சொன்னா..." என்றவன் ப்ரீத்திக்கு போன் செய்ய அவளோ போனை எடுக்கவே இல்லை. 'இவள் ஏன் போனே அட்டெண்ட் பண்ண மாட்டுறா?' என முணுமுணுத்த ஜெகாவிடம், "அவளுக்கு லவ் ஃபெய்லியராம் மச்சி..." என்றான் பிரவீன்.

அதில் இருவரும் புரியாமல் பார்க்க, மஹதி தான், "உங்களுக்கு ஓகேன்னா என் வீட்ல ஸ்டே பண்ணிக்கோங்க அக்கா. நானும் அம்-

மாவும் மட்டும் தான் இருக்கோம்." என்க, முதலில் தயங்கிய வினி ஜெகாவை பார்த்தாள். அவளின் தாய் தந்தையும், ஹைதராபாதில் இருக்க, இங்கு அவள் தங்க வீடு இல்லை. அதனாலேயே ப்ரீத்தி உடன் தங்கிக்கொள்ளலாம் என்று நினைத்திருந்தாள்.

உடனே வேதா, "அதான் சொல்றாள்ல. நீ மஹி கூட போ! இப்போவே லேட் ஆச்சு கிளம்புங்க!" என்றவன் மணியை பார்த்துக் கொண்டு வண்டியை கிளப்பினான்.

மஹதி, மற்ற இருவரிடமும் சொல்லிக்கொண்டு ஸ்கூட்டியை ஸ்டார்ட் செய்ய, மறந்தும் இப்போது வேதாவின் புறம் திரும்ப-வில்லை. அவனோ அவளை தான் பார்த்திருந்தான்.

ஜெகா "நீ எங்கடா போற?" என வினவ, "ரெண்டு பேரையும் அவள் வீட்டுல விட்டுட்டு வரேன்..." என்றதில், அதனை காதில் வாங்காதவள் போல, மஹதி வினியை அழைத்துக்கொண்டு கிளம்ப, வேதாவும் பின்தொடர்ந்தான்.

கண்ணாடி வழியே பின்னால் வருபவனை பார்க்கக் கூடாது என்று கண்களை கண்டித்தாலும், அதுவோ அவளின் பேச்சை மீறி அவனிடமே தான் விழுந்தது.

‘என்னையவே அடிச்சுட்டில...?’ என்ற கோபம் ஒரு புறம் எட்டிப் பார்க்க, நடக்கும் மர்மங்கள் ஒரு புறம் கிளி பிடிக்க வைத்தது.

பின், வீட்டை அடைந்த மஹதி, வினியை ரேகாவிற்கு தோழி-யென்று அறிமுகப்படுத்திட, அவரும் நன்றாகவே பழகினார். வினிக்-கும் ஏற்பட்ட அதிர்ச்சியில் உடல் அயர்சியாக இருக்க, சாப்பாட்டை கொறித்து விட்டு, படுத்துக் கொண்டாள்.

மஹதியின் எண்ணங்கள் சுற்றி சுற்றி வேதாவையே வலம் வந்-தது. அந்நேரம், அவளுக்கு ஒரு குறுஞ்செய்தி வர, அதனைப் பார்த்து விட்டு, சட்டென ஜன்னல் புறம் எட்டிப் பார்த்தாள்.

அங்கு வேதா தான் வண்டியில் அமர்ந்திருந்தான். "வெளிய வா!" என்ற குறுஞ்செய்தியை அவளுக்கு அனுப்ப, "நான் வரமாட்-டேன். இந்த நேரத்துல இங்க என்ன பண்ற?" எனக் குறுஞ்செய்தி அனுப்பி விட்டு முறைத்தாள்.

அவளை அடித்து விட்டு அவனுக்கு தான் உறக்கம் வர மாட்-டேன் என அடம்பிடிக்க, இறுதியில் அவளிடமே பேசி விடலாம் என இங்கு வந்து விட்டான்.

"நீ மொதோ இங்க வா!" என அடம்பிடிக்க, "அம்மா பார்த்தா அவ்ளோ தான்" என்றாள் பதற்றமாக.

ஆனால், அவள் வராமல் அவன் நகரமாட்டான் என்பது புரிய, வேற வழியின்றி ஓசையில்லாமல் வெளியே சென்று, அவனிடம் கடிந்தாள்.

"என்ன பண்ற வேதா?" என அவள் பேசும் முன், "வண்டியில ஏறு" என்றான்.

"ப்ச், விளையாடாத வேதா. மணி என்னன்னு பார்த்தியா 12." என கூறியபடி வீட்டை ஒரு முறை பார்த்துக்கொண்டவளிடம் "மணி 12 ன்னு எனக்கு தெரியாதா டின்பீரு... உங்கிட்ட கொஞ்சம் பேசணும் வா!" என அவள் கையை பிடித்தான்.

"வாய்ப்பே இல்ல. நான் வரமாட்டேன்." என முரண்டு பிடித்தவளை அலேக்காக தூக்கி வண்டியில் அமர வைத்து விட, அவள் தான் திகைத்தாள்.

"எ... எ... என்ன பண்ற?" எனக் கேட்டவளுக்கு இதயத் துடிப்பு பன்மடங்காக, "நானும் பொறுமையா பேசிக்கிட்டே இருக்கேன். ஓவரா பண்ற. கொஞ்சம் வாய மூடிக்கிட்டு உட்காரு..." என உறுமியவன், வண்டியில் அதி வேகத்தில் பறந்தான்.

மஹதி தான், "வேதாளம்... வேதாளம்... என்னை அடிச்சதும் இல்லாம, இப்படி அர்த்த ராத்திரியில கடத்திட்டு வேற போற!" என அவன் முதுகிலேயே அடிக்க, அவள் அடிகள் எல்லாம் அவனுக்குள் வன்முறையை தூண்டி விட்டது.

'கொஞ்ச நேரம் என்ன டச் பண்ணாம உட்காரேண்டி...' என கூற வந்தவன், பின் அதற்கும் சண்டையை ஆரம்பிப்பாள் என்றெண்ணி அமைதியாக சென்று, ஓரிடத்தில் வண்டியை நிறுத்தினான்.

ஆள் அரவமற்ற இடம். சுற்றிலும் மரங்களும் செடிகளும் இருட்டில் பயமுறுத்த, மஹதிக்கு மேனி முழுதும் அச்சம் பரவியது. அதிலும், அறிமுகமாகி இருநாட்களே ஆன ஒரு ஆடவனுடனான தனிமை வேறு அவளை நடுங்க வைக்க, "வேதா போலாம். ப்ளீஸ்!" என்றாள் கண்டிப்பாக.

அவளின் எண்ணம் உணர்ந்தவனோ, "உன்ன கூட்டிட்டு போய் ஒன்னும் பண்ண மாட்டேன். எப்படி வந்தியோ அப்படியே உன் வீட்டுல விட்டுடுவேன். ரெண்டு நிமிஷம் அமைதியா வா!" என அவள் வாயை அடைத்தவன், எங்கோ கூட்டிச் செல்ல, 'மர்டர் மிஸ்டரியை கண்டுபிடிக்க ஹெல்ப் பண்றேன்னு தெரியாம ஒத்துக்கிட்டேன்.

இப்படி கண்ட நேரத்துல கண்டுபிடிக்கிறேன்னு கொல்றானே...' என்று மிரண்டவளின், கருவிழிகள் இப்போது வியப்பை தாங்கி இருந்தது.

ஆங்காங்கே சீரியல் பல்புகளின் வெளிச்சம் பரவ, அவ்வெளிச்சம் அந்த நீச்சல் குளத்திலும் மின்னியது.

அதனை விட, பெண்ணவளின் முகம் மின்னலாய் ஒளிர்ந்தது. "ஹை... ஸ்விம்மிங் பூல்... சூப்பரா இருக்கு..." என சொல்லும்போதே சட்டென நிறுத்திக் கொண்டாள்.

பின்னே, அவன் மீண்டும் அடித்து விட்டால்!

அதில் கனிந்த வேதா, "சாரி மஹி. ஏதோ டென்ஷன்ல அடிச்சுட்டேன்..." என்றவனைக் கண்டு சிலுப்பிக் கொண்டாலும் , அந்த நீச்சல் குளம் அவளின் கோபத்தை முற்றிலும் குறைத்திருந்தது.

"ப்ளீஸ் மஹி. ரொம்ப சாரி. உனக்கு என் பீலிங்ஸ் புரியுதா இல்லையான்னு எனக்கு தெரியல. பட்... நான்..." என கூந்தலை கோதியபடியே ஏதோ சொல்ல விழைந்தவனை அவள் தான் கவனித்தால் இல்லை.

"அங்க போலாமா?" எனக் கேட்டவளின் கண்களில் அங்கு செல்ல வேண்டும் என்று அத்தனை ஆவல்.

அந்த ஆவலில் என்ன கண்டானோ, உடனே பேச்சை நிறுத்தி விட்டு, நீச்சல் குளத்தின் அருகில் அழைத்து சென்றான்.

ஏனோ சிறுவயதில் இருந்தே அவளுக்கு நீச்சல் குளம் என்றால் அத்தனை பிரியம். நீல நிறத்தை பிரதிபலிக்கும் அந்நீச்சல் குளத்தில் குளிக்க வேண்டும் என்ற ஆவலை விட, அதில் காலை நனைத்தவாறு அமர்ந்து மனதிற்கு பிடித்தவர்களுடன் உரையாட அத்தனை பிடிக்கும் அவளுக்கு.

மிலிட்டரியில் பணிபுரிந்த அவளின் தந்தை அவளின் பத்து வயதியிலேயே காலமாகி விட, ரேகா தான், பள்ளியில் ஆசிரியராக பணிபுரிந்து குடும்பத்தை பார்த்துக் கொள்கிறார். இருக்கும் வீடே, லோனில் தான் இருக்க, இதில் எங்கு நீச்சல் குளத்தை பற்றி சிந்திப்பது.

அப்படியும் பொது நீச்சல் குளத்தில் பணம் கட்டி போய் அமர்ந்தாலும் ஏனோ வீட்டிற்குள் இருக்கும் நீச்சல் குளம் போல் அது அவளை கவரவில்லை. பாதுகாப்பும் தரவில்லை.

அவள் எண்ணியது போல், நீச்சல் குளத்தினுள் காலாட்டியபடி இவற்றை கூறியவள், "ஆமா, இது யாரோடது வேதா?" எனக் கேட்-

டாள். அதனை பார்த்தால் பொது நீச்சல் குளம் போல் தெரியவில்லை. அருகிலேயே ஒரு பங்களாவும் இருந்தது.

அவள் பேசியதிலேயே புதைந்திருந்த வேதா, அவள் கேள்வி கேட்ட பின்னே நினைவுக்கு வந்து அவளருகில் அமர்ந்தான் அவளைப்போல.

"இது என் பிரெண்டோடது. அவன் பாரின்ல இருக்கான். இன்னைக்கு கொஞ்ச நேரம் இங்க இருக்கனும்ன்னு கேட்டேன். அவன் ஓகே சொல்லிட்டான்...! அதுக்கு அப்பறம் தான், இங்க இருந்த வாட்ச்மேன் கிட்ட சொல்லி, இதை கொஞ்சம் டெகரேட் பண்ண சொன்னேன்..." அவளை பார்த்தபடி பேசி முடித்தான்.

"வாவ்... செம்ம. உனக்கும் ஸ்விம்மிங் பூல்ன்னா பிடிக்குமா?" என அவள் விழி விரித்துக் கேட்க,

அவனோ மானசீகமாக தலையில் அடித்துக் கொண்டு, "ஆமா, எனக்கு இருக்குற வேலையில ஸ்விம்மிங் பூல்ல ரிலாக்ஸ் பண்ண தான் டைம் இருக்கு பாரு. லேபுக்குள்ள போனா விடியிறதும் தெரியாது. அடையுறதும் தெரியாது. அதும் எனக்கு இந்த தண்ணியை பார்த்தாலே அலர்ஜி" என்றான் முகத்தை சுருக்கி.

மஹதி தான், "அப்ப எதுக்கு இங்க வரதுக்கு பெர்மிஷன் கேட்ட?" என இன்னும் புரியாமல் கேட்டாள். மினுமினுக்கும் நீரின் அழகும், சிலுசிலுக்கும் காற்றும், வேதாவின் அருகாமையும் அவளின் புத்தியை செயலிழக்கத் தான் வைத்தது.

"உனக்காக தான் டின்பீரு. நிலன் வீட்டுல இதை ஆசையா பார்த்தீல. அதான், உன்ன கூட்டிட்டு வந்தேன்..." என சட்டென கூறியதில், ஒரு கணம் திகைத்தவள், பேச்சற்று போனாள்.

"எ... எனக்காக... எனக்காகவா?" அவள் நெஞ்சமும், வார்த்தையும் தடுமாற, விழிகளோ அவனை பார்க்க இயலாமல் நீரில் புதைந்தது.

அவளின் பாவனைகள் அவனுக்குள் புது வித கிளர்ச்சியை உருவாக்க, "ம்ம்..." என்றவன், நீரில் மிளிர்ந்த மஹதியின் முகத்தைக் காண, அவனின் பார்வை அவளுக்குள்ளும் மயக்கத்தை தெளித்தது.

எப்போது என்னுள் புதைந்தாய் மைவிழியாளே...!

நீர் தேங்கிய குளம் தாங்கும்

நின் வதனத்தை...

நெஞ்சோடு தாங்கிடவே

ஏக்கம் கொள்ள வைக்கிறாய்

உந்தன் மை விழியாலே...!

இங்கோ இவன் காதல் மயக்கத்தில் கரைய, அங்கோ ஜெகதீஷ் பிரவீனின் மூலம் கேட்ட செய்தியில் உறைந்து போனான்.

***

அத்தியாயம் 15

நொடிகள் நிமிடங்களாக கரைய, தண்ணீரில் பிரதிபலித்த மங்கை-யின் முக அளவை பார்வையாலேயே அளந்திருந்தான் வேதாந்த். சுடிதாரின் நுனியை திருகிக் கொண்டிருந்தவளின் கன்னங்களோ, இரத்த சிவப்பை அதிகரித்துக்கொண்டே செல்ல, மனதை விட்டு துள்ளிக் குதிக்கும் இதயத்தை தடுக்க வழியறியாமல் திணறினாள்.

"வே வே... வேதா..." மஹதி குனிந்தவாறே அவன் பெயரை உச்சரிக்க,

அதில் மென்னகையுடன் இன்னும் அவளை நெருங்கி அமர்ந்த-வன், தோளோடு தோள் உரச, "என்ன டின்பீரு?" எனக் கேட்டான் மென்மையாக.

"அது... வந்து! நான் நான்... உன்கிட்ட ஒன்னு சொல்லணும்!" என அவள் ஆரம்பிக்கும் போதே, வேதாவின் அலைபேசி அலறி-யது.

'ப்ச், யாரு அந்த கரடி?' என்று முணுமுணுத்துக் கொண்டே, திரையை பார்த்தவன், ஜெகதீஷின் எண் மிளிர்ந்ததும், "சொல்லுடா" என்றான்.

"இந்த நேரத்துல எங்கடா போன? சீக்கிரம் கிளம்பி வாடா!" என பரபரத்தான்.

அவனின் பதற்றம் வேதாவை தொற்றிக் கொள்ள, விருட்டென எழுந்தவன், சைகையில் மஹதியையும் எழ சொல்ல, அவளோ கையை பிசைந்துக் கொண்டு மெல்ல எழுந்து அவனை தவிப்பாக பார்த்தாள்.

அவளை இழுத்துக்கொண்டு நடந்தபடி, "என்ன ஆச்சு மச்சி?" என வேதா வினவ, "மச்சி... சம்திங் நாட் ரைட்! ப்ரஷ்ஷு ரஞ்-சனியை எவ்ளோ லவ் பண்ணுனான்னு நம்ம எல்லாருக்கும் தெரி-யும். ஆனா, அவனுக்கு அவளை லவ் பண்ணதே ஞாபகம் இல்-லடா..." என்றான் குழப்பமாக.

அதற்குள் வண்டியை அடைந்தவன், அதனை கிளப்பிக் கொண்டு, "எனக்கும் அதே டவுட் தான் ஜெகா. நான் அங்க

தான் வந்துட்டு இருக்கேன். வந்து பேசுறேன்..." என்றவன் போனை வைக்க அப்போது அவனை ஒரு குறுஞ்செய்தி தழுவி இருந்தது. அதனை பற்றியே சிந்திருந்தவன், மஹதியை அவள் வீட்டில் விட்டுவிட்டு, திரும்பி பாராமல் விடுதிக்கு பறந்து விட்டான்.

எங்கே அவளை பார்ப்பது... எண்ணம் முழுக்க முடிச்சிட்டுக்கொண்டிருக்கும் மர்மங்களை அல்லவோ அசை போட்டுக் கொண்டிருந்தது. அந்த சிந்தனையில் மஹதி ஏதோ பேச வருவதை அவன் கவனித்தான் இல்லை.

அடுத்த சில நிமிடங்களில் விடுதியை அடைந்தவன், யோசனையுடன் அமர்ந்திருந்த ஜெகதீஷ் மற்றும் பிரவீனை ஒரு முறை பார்வை இட்டு, "நம்ம நினைக்கிறதை விட சூழ்நிலை ரொம்ப மோசமா இருக்குடா... மஹதி கவி வீட்டுல இருந்து எடுத்த பாட்டில் பத்தின டீடைல் எனக்கு வந்துடுச்சு!" என்றவனை இருவரும் புரியாமல் ஏறிட்டனர்.

"அந்த பாட்டில்ல இருந்த மருந்தும் ஒரு வகையான ஹிப்னோடைஸ் பண்ற கெமிக்கல் தான். ஆனா எக்சாக்ட் ஆ என்ன நடந்து இருக்குன்னு புரியல மச்சி." என்றான் தலையை பிடித்தபடி.

சற்றே அதிர்ந்த பிரவீன், "அப்போ என்னையும் ஹிப்னோடைஸ் பண்ணி தான் தற்கொலை பண்ண வச்சு இருப்பாங்களோ..." என்று கேட்க,

வேதாந்த் மறுநொடி, "இல்ல" என உறுதியாக உரைத்தான்.

ஜெகதீஷ், "எப்படி மச்சி இல்லைன்னு இவளோ கன்பார்ம் ஆ சொல்ற? நம்ம கைக்கு கிடைச்ச ரெண்டு ஆதாரமும் வசியம் பண்ற கெமிக்கல்ஸ் தான். அப்போ இது அதுவா தான இருக்க முடியும்?" புரியாமல் பார்த்தான்.

ஆனால், அதற்கு அவனிடம் கனத்த அமைதியே நிலவியது.

அடுத்த இரு நாட்களும், எழுவதும் எதையோ தீவிரமாக சிந்திப்பதும் பின் படுப்பதுமாக பொழுதை கழித்தான் வேதாந்த்.

பிரவீனும் "மச்சி, நம்ம அடுத்த டார்கெட் யாருடா. நெக்ஸ்ட் பிளாஷ்பேக் போனீனா, நம்ம அடுத்த கட்ட எதிரி யாருன்னு தெரிஞ்சுக்கலாம்ல?" என பல்லைக் காட்ட, அவனிடம் இருந்து முறைப்பே பதிலாக வந்தது.

"வேதா... நம்ம வேணும்னா, நம்ம கூட கெமிஸ்ட்ரி படிச்ச எல்லாரையும் இன்டராகேட் பண்ணலாமா? கெமிக்கல்ஸ் யூஸ் பண்றவன் கண்டிப்பா கெமிஸ்ட்ரி சம்பந்தமானவனா தான் இருக்கனும்..."

என்று கேட்டான் ஜெகதீஷ்.

"ம்ம்! யோசிக்கலாம்" என்றவன், மீண்டும் மெத்தையில் புதைய, அவன் என்ன சிந்திக்கிறான் என்று கூட புரியாமல் ஆவிக்கும் மண்டை காய்ந்தது.

ஜெகதீஷிற்கு வினிதா வேறு விடாமல் போன் செய்து கொண்டே இருக்க, லேசாக தயங்கியவன், "வேதா! வினி வேற என்ன பிளான்... கில்லர் யாருன்னு கண்டுபிடிச்சாச்சா? அது இதுன்னு கேள்வி மேல கேள்வி கேட்குறா. அவளையும் வர சொல்லிட்டு இப்படி அமைதியா இருந்தா என்னடா அர்த்தம்..." என்றிட,

வேதா, "நான் எதையோ மிஸ் பண்றேன். ஆனா என்ன மிஸ் பண்றேன்னு புரியல. பிரஷ்ஷூ இறப்புக்கு நான் நினைச்சது தான் ரீசன்னா, அப்போ மத்த பொண்ணுங்க இறப்புக்கும் அது தான் ரீசனா இருக்க முடியும். பட், பட்... லவ்வர்ஸ் லவ் பண்றாங்க. ரெண்டு பேருக்கும் சண்டை வருது. கொஞ்ச நாள்ல, லவ் பண்ண பையனை மறந்துடுறாங்க. தென் சூசைட் பண்ணிக்கிறாங்க... பிரஷ்ஷூ டெத்ல இருந்து இது தொடர்ந்து நடக்குதுன்னே வச்சுக்கிட்டாலும், அவன் இறக்குறதுக்கு முன்னாடி வரை ரஞ்சனிகிட்ட கொஞ்சி தான் பேசிக்கிட்டான். சரி அப்படியேன்னாலும், இவன் லவ்வர் ஆன, ரஞ்சனியை தான கில்லர் கொலை பண்ணி இருக்கணும். ஏன் இவனை கொல்லனும்? அதுவும் யாரு? எதுக்கு? ஏன்? எப்படி?" என விடை புரியாத புதிரில் தொலைந்து போனவன், கோபத்தில் பெட்ஷீட்டை இழுத்து கீழே போட்டான்.

"எப்படின்னு நான் சொல்லவா?" அறை வாசலில் வினி கையை கட்டிக் கொண்டு மூவரையும் கொலைவெறியுடன் பார்த்தாள். கூடவே மஹதியும் அங்கு வந்து வேதாவை முறைத்தாள். பின்னே இரு நாட்களாக அவனை தொடர்பு கொள்ள முயல, அவன் ஒரு முறை கூட போனை எடுக்கவில்லையே.

ஜெகதீஷ் "என்ன உனக்கு தெரியுமா?" குழப்பமாக வினவ,

"ம்ம்... நல்லா தெரியுது. இந்த பொண்ணுங்க மர்டர் எல்லாம் பக்கா சூசைட் தான். யாரோ நம்மளை குழப்பி விடணும்னு இப்படி எல்லாம் சுத்த விடுறாங்க." என்றவளின் பார்வை மஹதியை ஏறிட, அவளோ புருவ முடிச்சிட குழம்பினாள்.

வேதாவோ, "அப்போ பிரஷ்ஷூ டெத்?" சற்றே காரமாக கேட்டதில், "அன்னைக்கு காலேஜ் 'லாஸ்ட் டே'ன்னு எல்லாரும் குடிச்சீங்களே ஞாபகம் இருக்கா...? அளவுக்கு அதிகமா குடிச்சுட்டு இவன்

தான் ஏதாவது முட்டாள்தனம் பண்ணிட்டானா இருக்கும்!" என்றாள் முகத்தை சுருக்கி.

அதற்கு பிரவீன் தான், "அப்படிலாம் பார்த்தா, உலகத்துல இருக்குற மொடா குடிகாரனுங்க எல்லாரும் சூசைட் பண்ணிக்கனும் வினி. நாங்க அன்னைக்கு ஒரு நாள் தான் ட்ரை பண்ணோம். உடனே நீ எங்களை ஏதோ குடிக்கு பிறந்து இறந்த குடிமகன்கள் ரேஞ்சுக்கு பில்ட் அப் தர்ற?" என விழியை சிவப்பாக்கி முறைத்தான்.

"சரி... பிரஷ்ஷு! உன் டெத் மிஸ்டரியாவே இருக்கட்டும். ஆனா, அந்த மிஸ்டரி கூட மத்தவங்க இறப்பையும் கனெக்ட் பண்றதுல எனக்கு சுத்தமா உடன்பாடு இல்ல. அதுவும் லவ்வர்ஸ டார்கெட் பண்றாங்கன்னு இப்படி ஒரு வீட்டுல பூட்டி வைச்சுட்டா, அவன் என்னை எதுவும் பண்ணமாட்டானா? செத்ததுக்கு அப்பறம் நம்ம ஆன்மா நிம்மதியா இருக்கனும் வேதா. அவனை அவனை... நிம்மதியா அவன் உலகத்துக்கு அனுப்பனும். அதை விட்டுட்டு, அவனுக்கும் நிம்மதி இல்லாம , நமக்கு நிம்மதி இல்லாம ஏன் எல்லாத்தையும்..." என்று அவள் பேசிக் கொண்டே செல்ல, அவளருகில் பூச்சாடி வந்து டொம்மென விழுந்தது.

வேதா தான் தூக்கி எறிந்திருந்திருந்தான். "நீ ப்ரெண்டுன்றனாள பொறுமையா போறேன் வினி. சும்மா வாய்க்கு வந்ததை உளறாத." என எச்சரித்தான்.

"யாரு நான் உளறுறேனா? நீ தான் உளறிட்டு இருக்க வேதா. நமக்கு கிடைச்ச ஆதாரம்படி, யாரோ ஹிப்னோடைஸ் பண்றாங்கன்னும் அக்செப்ட் பண்ண மாட்டுற...! அடுத்து என்ன பண்றதுன்னும் சொல்ல மாட்டுற... அப்படி எதை வைச்சு நீ இவ்ளோ அமைதியா இருக்க?" எனக் கேட்டாள்.

அவனோ விழி இடுங்க, "முதல்ல அவங்க இறப்பு எல்லாம் சூசைட் தான்னு நீ எப்படி உறுதியா சொல்ற?' என்றான் உறுமலாக.

ஜெகதீஷ் தான், "ஐயோ நிறுத்துறீங்களா!" என தடுக்க எண்ணியும் இருவரின் சண்டையை நிறுத்த இயலவில்லை.

மஹதியும், "அக்கா... அவங்க சூசைட் பண்ணிக்க சான்ஸே இல்ல. அதுவும் கவி அக்காவை பத்தி எனக்கு நல்லாவே தெரியும்..." என்றாள்.

வினி, வேதாவை அழுத்தமாக பார்த்து, "நான் எப்படி உறுதியா சொல்றேன்னு கேட்டில. அதுக்கு காரணம் இவள் தான்..." என்ற-

தில், மஹதியும் வேதாவும் திகைத்தனர்.

"நா... நானா? என்.. என்ன சொல்றீங்க..." அவள் தட்டு தடுமாற, வேதா கோபத்தின் உச்சிக்கே சென்றான்.

"முட்டாள்தனமா பேசாத வினி. அவளை ஏதாவது சொன்ன அறைஞ்சுடுவேன்." என தலையை அழுந்தக் கோதியவன், "ஊஃப்... பிரஷ்ஷூ இறப்பு எப்படி ஆச்சுன்னு எனக்கு தெரியும்...! அவனை ஹிப்னோடைஸ் பண்ணல" என்றதில் நால்வருமே அதிர்ந்து விட்டனர்.

பிரவீன், "துரோகி... இதை ஏன்டா முன்னாடியே சொல்லல..." என வாயில் கை வைக்க,

"ப்ச்... இப்போ கூட அதை சொன்னா நீங்க எல்லாரும் நம்புவீங்களா மாட்டீங்களான்னு எனக்கு தெரியல. இத்தனை வருஷமா என்னாலேயே அன்னைக்கு நடந்ததை மறக்கவோ நம்பவோ முடியல...! ஏன்னா ஏன்னா... அன்னைக்கு அன்னைக்கு... அவனை கொன்னது ஒரு ஆவி" என்றான் உள்ளங்கையை இறுக்கி மூடிக்கொண்டு.

ப்ரவீனா "எதே... ஆவியா!" என இருந்த இடத்திலேயே துள்ளிட, ஜெகதீஷ் பேயறைந்தது போல் நின்றான்.

வினிதான் "என்... என்னடா குழப்புற? அன்னைக்கு என்ன தான் நடந்துச்சு" என எச்சிலை விழுங்கினாள்.

மஹதிக்கோ, "ஆத்தாடி அப்போ ஒரு ஆவி இல்லையா. நம்மளை சுத்தி நிறைய ஆவி இருக்கும்போலேயே" என்றே பீதியானவள் பயத்தில் வேதாவின் அருகில் வந்து நின்று கொண்டாள்.

அவனும், அவளின் கையை பிடித்தபடி, "என்ன நடந்து தொலைஞ்சுச்சுன்னு எனக்கும் அவ்ளோவா ஞாபகம் இல்ல. அன்னைக்கு எல்லாரும் ட்ரிங்க் பண்ணிருந்தோம். பிரஷ்ஷூ போன் பேசிட்டே, ரூமுக்கு போனதை பார்த்துட்டு, நானும் பின்னாடியே போனேன். அங்க போய் பார்த்தா... ஏதோ சம் ஆவி மாதிரி... ஏதோ ஒன்னு... காத்துல கலந்து அவன் உடம்புக்குள்ள புகுந்துச்சு. அது என்னன்னு நான் யோசிக்கிறதுக்குள்ளயே, ஜஸ்ட் பிராக்ஷன் ஆப் செகண்ட்ல இவன் தூக்கு மாட்டிக்கிட்டான். ஐ வாஸ் டோட்டலி கொலாப்ஸ்ட். நான் நான் கொஞ்ச நேரம் மயங்கிட்டேன். பட் ஐ டோன்ட் ஈவன் ரிமெம்பெர் வாட் தி ஹெல் வாஸ் ஹேப்பெண்ட் தட் நைட்..." என கோபத்தையும் இயலாமையும் அடக்க இயலாமல் தரையில் ஓங்கி ஓங்கி எத்தினான்.

"அதனால தான்... அதனால தான் அவன் டெத், தற்கொலை இல்ல கொலைன்னு ஒவ்வொரு தடவையும் உங்க எல்லார்கிட்டயும் சொன்னேன். ஆனா யாருமே அதை ஒத்துக்கல. என்னால, அன்னைக்கு நடந்ததை எக்ஸ்ப்ளெய்ன் பண்ணவும் முடியல. விளக்க முடியாத ஒரு விஷயத்தை எப்படி நம்ப வைக்க முடியும்...?" என்றவனுக்கு மூச்சிரைத்தது என்றால், அதனை கேட்ட மற்ற நால்வருக்கும் மூச்சே நின்றது போல் ஆனது.

***

அத்தியாயம் 16

"என்னடா ஆவிகிட்டயே ஆவி கதை சொல்ற?" உட்சபட்ச அதிர்ச்சியில் கத்தினான் பிரவீன்.

"நான் கதை சொல்லல. நடந்தத தான் சொல்றேன்." அழுத்தத்துடன் வேதா உரைக்க, ஜெகதீஷ் "அப்போ இவனுக்கு முன்னாடி செத்து ஆவியாகி ப்ரஷ்ஷ கொன்னது யாரு?" என்றான் பயத்தில் நடுங்கியபடி.

வினிதாவிற்கு நின்ற இடத்திலேயே கால் நடுங்க ஆரம்பித்தது. பின்னே, தெரிஞ்ச பேய பார்த்தாலே அடிவயிறு கலங்குது. இதுல தெரியாத பேய நினைச்சாலே நெஞ்சை அடைக்குதே...

இங்கோ வேதாவின் உள்ளங்கை திடீரென குளிர்ந்திருக்க, என்னவென்று அருகில் பார்க்க, மஹதி அரண்டு நின்றிருந்தாள். அச்சத்தில் அவளின் கரங்கள் சில்லென்று உறைந்திருக்க, மெல்ல அவனின் தீண்டல் கொண்டு சூடேற்ற முயன்றிருந்தான்.

வினிதான், "ஐ காண்ட் பிலீவ் திஸ் வேதா. மே பி அது உன் ஹாலுசினேஷன் ஆ இருக்கும்" என தன்னை தானே சமாதானம் செய்து கொண்டாள்.

"என்ன ஹாலுசினேஷனா? அப்போ இவன் உன் கண்ணுக்கு தெரியுறானே இதுவும் ஹாலுசினேஷனா?" என விழி இடுங்க வேதா முறைத்ததில், பிரவீன் "மச்சி நல்லா யோசிச்சு பாரு. அது ஆவி தானா. இல்ல எவனாவது தம் அடிச்சுட்டு இருந்த புகையை பார்த்து போதையில ஆவின்னு உன்ன நீயே நம்பவைச்சுக்கிட்டு இருக்கியா?" என்றான்.

"வேணாம். என்கிட்ட அடி வாங்கிட்டு போயிடாத. தம் அடிச்ச ஆவி உன் மேல புகுந்து தான், நீ தூக்கு மாட்டிக்கிட்டியா? அப்பறம் நீ ஏன் ஆவியா சுத்தனும்?" என பல்லைக்கடிக்க, "சரி சரி... அது ஆவி தான். அதுக்கு ஏன் சந்திரமுகி அவதாரம் எடுக்குற." என சமன்செய்தவன் "அவ்வ்வ்! ஆவியா வந்து என்னை பழி வாங்குற அளவு நான் ஒர்த் இல்லையேடா." என்றே நொந்து போனான்.

சில நொடி ஏதோ சிந்தித்த வினி முடிவாக, "வேதா நீ அன்னைக்கு என்ன பார்த்த என்ன நடந்துச்சு இதெல்லாம் எனக்கு புரியல. ஆனா ஒரு விஷயம் மட்டும் புரியுது. இங்க நடக்குற எல்லா பிரச்சனைக்கும் இவளுக்கு ஏதோ சம்பந்தம் இருக்கு!" என்றாள்.

மஹதியோ திகைக்க, வேதா தீயாக முறைத்தான்.

"ஜெகா... இவள சும்மா இருக்க சொல்லு. அப்பறம் உன் ஆளுன்னு கூட பார்க்க மாட்டேன். அடிச்சுடுவேன்..." என ஜெகதீஷிடம் எகிற, வினி, "இத நீ நேரா என்கிட்ட சொல்லலாம் வேதா. ஆமா அதென்ன இவளுக்கு மட்டும் இப்படி சப்போர்ட் பண்ற? யூ லவ் ஹெர்...?" என அவள் நேரடியாகவே கேட்க, மஹதி பதில் பேசாமல் "நான் கிளம்புறேன்" என்று தோள்பையை மாட்டினாள்.

அதனை அவளிடம் இருந்து பிடுங்கிய வினிதா, "நான் பேசிட்டு இருக்கேன்ல நீ பாட்டுக்கு கிளம்புனா என்ன அர்த்தம்...?" என்று முறைத்து விட்டு, வேதாவிடம் பிடிவாதமாக கேட்க, அவன் அப்போது தான் வினிதாவின் பிடிவாதத்தையும் கவனித்தான்.

அவள் எதற்கும் வீம்பு பண்ணும் ரகம் கிடையாது. ப்ரீத்தியும் ரஞ்சனியும் சில நேரம் சண்டையிட்டால் கூட பொறுமையாக செல்பவள் தான்.

இந்த முறை, மஹதியை அவன் விழிகள் ஆராய, அவளோ கையை பிசைந்தாள். ஒரு முழு நிமிடம் மஹதியை ஆராய்ந்து விட்டு, "ஆமா. ஐ லவ் ஹெர்!" என்று உரைத்திட, மஹதி சட்டென நிமிர்ந்தாள். அதிர்ச்சி என்பதை தாண்டி, ஒரு வித தவிப்பே அவளின் விழிகளை பதம் பார்க்க, வினிதா, "நினைச்சேன்! ஆனா, மேடம் உன்ன லவ் பண்ணல. அவள் அவளோட அத்தை பையனை தான் கல்யாணம் பண்ணிக்க போறா. எப்போவோ பேசி வைச்சதாமே. காலைல தான் இவ அம்மா என்கிட்ட சொன்னாங்க..." என்றாள்.

அதில் அவனுக்கு சுள்ளென வலித்தாலும், பெரியதாக எண்ணிக்கொள்ளவில்லை. அவளின் வீட்டு நிலவரத்தை அவளிடம் அவன் கேட்டதும் இல்லையே. ஆகினும், அவளுக்கு தன் மேல் ஒரு ஈர்ப்பு இருக்கிறது என உறுதியாக நம்பியே இருந்தான்.

"சரி. அவங்க தான சொன்னாங்க. இவள் சொல்லலையே." என்றவன், "இப்போ எதுக்கு இது?" என்றான் எரிச்சல் மூள.

"அதை விடு. அதெப்படி போலீஸ்க்கு கூட கிடைக்காத ஆதாரம் இவளுக்கு மட்டும் கிடைச்சுது? அதெப்படி இவ இருந்த ரூம்ல

நிலன் வீட்டுல கிடைச்ச சொலுஷன் இருந்துச்சு வேதா?" என அவள் வினவ,

"நீ அவளை சந்தேகப்படுறியா?" வேதா அழுத்தமாக கேட்டான்.

"சந்தேகம் இல்ல வேதா. கன்பார்ம் ஆ சொல்றேன். இவள் மேல ஏதோ ஒரு தப்பு இருக்கு..." என்று உறுதியாக கூற, மஹதி, "நீங்க தேவை இல்லாம பேசுறீங்க" என்றாள் காரமாக.

"யாரு நான் தேவை இல்லாம பேசுறேனா? நீ தான் எங்களை சுத்தல்ல விடுற! உன் ஹேண்ட் பேக் முழுக்க, அன்னைக்கு கவி வீட்டில கிடைச்ச பாட்டிலும், நிலன் வீட்டுல கிடைச்ச கெமிக்கலும் அது போக ஏதேதோ கெமிக்கல் வைச்சு இருக்க தான?" எனக் கேட்டாள் வினிதா.

மஹதிக்கு தான் இதயத்துடிப்பு அதிகமானது. அதிலும் வேதா-வின் கூர்பார்வை அவளை வதம் செய்வதை அவனை பாராமலேயே உணர்ந்து கொண்டவளுக்கு, பதில் கூற தான் இயலவில்லை.

வேதா உடனடியாக, அவளின் கைப்பையை வாங்கி சோதிக்க, அதில் வினிதா கூறியது போல தான் இருந்தது.

அதில் அவன் தான் அதிர்ந்து விட்டான். மஹதியை பிடித்து அவன் புறம் திருப்பியவன், "கவி வீட்ல இருந்து உண்மையாவே உனக்கு பாட்டில் கிடைச்சுதா இல்ல...?" என அவன் கோபத்தை அடக்கிக்கொண்டு நிறுத்த,

அவளுக்கு தொண்டை வறண்டது.

"வேதா... அது... அது... வந்து!" வார்த்தைகள் வெளிவராமல் தந்தியடிக்க, அவனோ பொறுமையாக "எதுவா இருந்தாலும் சொல்லு மஹி. நீ பொய் சொன்னியா?" எனக் கேட்கும் போதே அவனுக்கு எதுவோ உள்ளுக்குள் உடைந்தது.

சில நொடிகள் கீழுதட்டை அழுந்தக் கடித்தவள், "ஆமா!" என்க,

"ஏன்?" என்றான் இறுகிய நிலையில்.

அவள் மௌனத்தை கடைபிடித்ததும், அருகிலிருந்த டேபிளை அறை அதிர தட்டியவன், "ஏன்" என கர்ஜித்து வினவ, அதில் தூக்கி வாரி போட திடுக்கிட்டாள்.

"நா... நான்... இந்த ஆதாரத்தை எல்லாம் கவி வீட்ல இருந்து எடுத்ததுன்னு சொன்னது மட்டும் தான் பொய். ஆனா, உண்மை-யாவே இதுக்கும் இங்க நடக்குற பிரச்சனைக்கும் ஏதோ சம்பந்தம் இருக்கு..." ஒவ்வொரு வாக்கியத்தையும் திக்கி திணறி கூறியவ-

ளுக்கு வேதாவை காணவே பயம் அப்பியது.

அவனோ முழு விவரம் வேண்டும் என்பது போல், அவளை எரித்து விடுபவன் போல் அனலாக தகித்து நிற்க, மஹதி கூறத் தொடங்கினாள்.

"ஒரு... ஒரு மாசத்துக்கு முன்னாடி.... என்... என் பிரெண்ட்ஸ் சுமதியும், லாராவும் பிரவீன் இறந்த ஹாஸ்டல் பிளாக்குக்கு போனாங்க. அந்த பிளாக்ல பேய் இருக்குறதாவும், அர்த்த ராத்திரியில யாரோ அந்த பிளாக்குக்கு உள்ள நடமாடுறதாவும் நிறைய வதந்தி வந்துச்சு..." என்று அவள் கூறிட, ஜெகதீஷ் பிரவீனை பார்த்தான்.

அவனோ, "மச்சி... நாலாம் பத்து மணிக்கே பாயை விரிச்சு படுத்துருவேன். இது வேற பேயா இருக்கும்" என்று தன்னிலை விளக்கம் கொடுத்தான்.

மஹதி மேலும் தொடர்ந்து, "லாராவுக்கு ரிப்போர்ட்டர் ஆகணும்ன்னு தான் ட்ரீம். ஆனா அவங்க வீட்ல அவளை கம்பெல் பண்ணி கெமிஸ்ட்ரி டிபார்ட்மெண்ட்ல சேர்த்து விட்டுட்டாங்க. அவள் இந்த வதந்தி சம்பந்தமா ஏதாவது கண்டுபிடிச்சு, அந்த பிளாக்ல பேயே இல்ல. எல்லாமே வெறும் கட்டுக்கதைன்னு ப்ரூவ் பண்ணி, இதை மீடியாவுக்கு சொல்றேன்னு சேலஞ்ச் பண்ணா. சுமதியும் அவளுக்கு ஹெல்ப் பண்றேன்னு சொன்னா.

இதுல ஏதோ ரிஸ்க் இருக்குன்னு தோணுச்சு. சோ, ரெண்டு பேரையும் தடுத்தேன். ஆனா, அவங்க என்கிட்டயே சொல்லாம மிட் நைட்ல அந்த ஹாஸ்டல் பிளாக்கு போயிருக்காங்க. அங்க போனவங்க என்ன ஆனாங்கன்னே தெரியல. ஆனா, விடிஞ்சதும் எனக்கு ஒரு வாட்சப் வீடியோ மட்டும் வந்திருந்தது லாராகிட்ட இருந்து.

அவள் கையில ஷாலால ஏதோ திங்க்ஸ சுத்தி, ஹாஸ்டல் என்ட்ரன்ஸ்ல ஒரு மரத்துக்கு கீழ புதைச்சுருந்தா. 'எனக்கு ஆபத்து இருக்கு. இதை... இதை போலீஸ்கிட்ட காட்டி, இங்க நடக்குற மிஸ்டரியை கண்டுபிடிக்கணும்'ன்னு சொல்லும் போதே வீடியோ ஆஃப் ஆகிடுச்சு.

எனக்கு என்ன பண்றதுன்னு தெரியல. உடனே ஹாஸ்டல்ல அவள் புதைச்சு வைச்ச அந்த திங்க்ஸ எடுத்து பார்த்தப்போ தான் இதெல்லாம் இருந்துது. ஆனா, அவங்க எங்க போனாங்கன்னு தெரியவே இல்ல. காலேஜ் மேனேஜ்மெண்ட் கிட்ட அவங்களை காணோம்ன்னு சொன்னப்போ, அவங்க எந்த ரெஸ்பான்ஸ்ஸூம்

பண்ணல.

அவங்க பேரெண்ட்ஸ் வந்து கேட்டப்போவும், ஏதோ சமாளிச்சு-ருக்காங்க. ஆனா என்ன சமாளிச்சாங்கன்னு என் ப்ரெண்ட்ஸ் ஓட அப்பா அம்மாவும் என்கிட்ட சொல்லவே இல்லை. அப்படி அவங்-ககிட்ட என்ன தான் சொன்னாங்கான்னும் தெரியல. காலேஜ்லயும் ரெண்டு பேரையும் டிஸ்மிஸ் பண்ணிட்டதா நம்ப வைச்சுட்டாங்க. ஆனா, எனக்கு தெரியும் அவங்க அந்த ஹாஸ்டல்க்கு போய் தான் காணாம போயிருக்காங்கன்னு.

பட், என்கிட்ட இருந்த வீடியோவையும் ஆதாரத்தையும் தப்பா-னவங்க கண்ணுல காட்டிட்டா, கண்டிப்பா என்னால எதையும் கண்-டுபிடிக்க முடியாது, அதே நேரம் ஆபத்துன்னும் தோணுச்சு. அப்போ தான், காலேஜ்ல அலுமினி நடத்துறதை பத்தி பேசிட்டு இருந்தாங்க.

இங்க நடக்குற மிஸ்டரிக்கு ஒரு முடிவு தெரியணும்ன்னா, எந்த பேட்ச்ல இருந்து இந்த பிரச்சனை ஆரம்பிச்சுச்சோ அந்த பேட்ச் சீனியர்ஸ இங்க வரவைக்கணும்னு முடிவு பண்ணேன். அதனால தான் உங்க பேட்ச் ஸ்டூடண்ட்ஸ் எல்லாருக்கும் பெர்சனாலா நானே இன்விடேஷன் அனுப்புனேன்.

உன்ன பத்தி காலேஜ்ல விசாரிச்சப்போ, நீ ரொம்ப திமிரு பண்-ணுவ. காலேஜ்னாலே உனக்கு பிடிக்காதுன்னு சொன்னாங்க. அதே மாதிரி, பிரவீன் டெத் நடந்தப்போ, அது கொலைன்னு சொன்ன ஒரே ஆளு நீ தான்னும் கேள்வி பட்டேன்.

உன்னை இங்க வரவைக்கணும்னு, காலேஜ் சார்பா ஏதாவது வித்தியாசமா செய்யணும்னு பிரின்சிபல் மண்டையை கழுவி பாஸ் அவுட் ஆகி, இப்போ பெரிய லெவல்ல அசீவ் பண்ற, பண்ணிட்டு இருக்குற ஓல்ட் ஸ்டூடண்ட்ஸ்க்கு அவார்டு குடுக்கலாம்ன்னு சஜஸ்ட் பண்ணேன்.

என் ப்ரெண்ட்ஸை பத்தி கேட்காம இருக்குறதுக்காகவும், என்ன அவங்களை நம்ப வைக்கிறதுக்காகவும் நான் சொன்னதுக்கு ஒத்துக்-குவாங்கன்னு கெஸ் பண்ணேன். அதே மாதிரி அவங்களும் ஓகே சொல்லிட்டாங்க." எனப் பேசிவிட்டு நிமிர, வேதா நிற்கும் தோரணையே அவளை மறுவார்த்தை பேச விடாமல் தடுத்தது.

"ம்ம்... சோ, என்னை இங்க வரவைச்சு, என்கிட்ட வான்டட் ஆ வந்து பேசி என்னை பேசவைச்சு, என் கூடவே இருந்து இம்ப்ரெஸ் பண்ணி..." யோசியாமல் கடும் சினத்தில் வார்த்தைகளை கொட்டி-னான்.

ஏனோ அவ்வார்த்தை அவளை கூனி குறுக வைத்தது. "நான் ஒன்னும் இம்ப்ரெஸ் பண்ணனும்னு..." என ஆரம்பிக்க, பளாரென அவளை அறைந்திருந்தான் வேதா.

"நீ டைரக்ட் ஆ வந்து என்கிட்ட ஹெல்ப் கேட்டு இருந்தாலே நான் செஞ்சுருப்பேன். பிரெண்டை இழந்த வலி என்னன்னு எனக்-கும் தெரியும். எட்டு வருஷமா, இந்த நிமிஷம் வரைக்கும் அந்த வலியை தாங்குறது அவ்ளோ சாதாரணமான விஷயம் இல்ல. ஆனா அதுக்கு ஏன்டி என் பீலிங்ஸ் ஓட விளையாண்ட....!" ஆழ்ந்த குரலில் மொத்த கோபத்தையும் வெளிப்படுத்தியவன், புயல் வேகத்-தில் வெளியேறி விட்டான்.

மஹதி தான், கன்னத்தில் கைவைத்து சிவந்த விழிகளுடன் அவனை வெறித்திருந்தாள்.

என்னதான் அனைத்தையும் பிளான் செய்து, பழைய மாணவர்-களை வரவைக்க முயன்றிருந்தாலும், வேதா வருவானா மாட்டானா என்பது பெரிய கேள்விக்குறியாகவே இருந்தது அவளுக்கு.

அவனுடைய பழைய காலேஜ் ரெகார்ட்டில் உள்ள புகைப்ப-டத்தையும், முகப்புத்தகத்தில் அவனை கண்டுபிடித்து தற்போதைய புகைப்படத்தையும் பார்த்திருக்கிறாள். அதிலேயே அவனின் முகம் அவளுக்கு பதிந்து விட்டது.

அவன் வந்திருக்க வேண்டும் என்று வேண்டிக்கொண்டே தான் அன்று அலுமினி விழாவிற்காக கல்லூரிக்கு சென்று கொண்டிருந்-தாள்.

செல்லும் போதே, வண்டியை நிறுத்தி கண்ணாடி வழியே பின்-னால் பார்த்தாள்.

ஹெல்மெட்டை கழட்டி கையில் வைத்துக் கொண்டு யாருடனோ வேதா போன் பேசிக் கொண்டிருக்க, 'வாவ்... இவன் வந்துட்டானா?' என மகிழ்ந்தவள், வண்டியை திருப்பி அவனருகில் செல்வது போல் செல்ல, அப்போது தான் அவன், ஜெகதீஷை கெட்ட வார்த்தையில் திட்டிக் கொண்டிருந்தது.

'ஐயோ... இவன் என்ன இப்படி பேசுறான்...' என ஒற்றைக் கையால் காதை மூடிக் கொண்டவள், எப்படியாவது பேசிட வேண்-டும் என்றெண்ணி, வேண்டுமென்றே அட்வைஸ் செய்வது போல் பேச்சுக் கொடுத்தாள்.

ஆனால், அவளையே எரிச்சல் கொள்ள வைக்கும் படி இருந்-தது அவனின் பேச்சு. முதலில் கோபம் வந்தாலும், 'நமக்கு வேலை

ஆகனும் மஹி. பொறுமையா இரு' என தனக்கு தானே சொல்லிக் கொண்டு, கல்லூரிக்கு சென்றவள், அவன் வந்த வண்டியை பார்த்-தாள்.

உண்மையிலே அவனை பழி வாங்க வேண்டும் என்ற எண்-ணத்துடன், வண்டியை பஞ்சராக்க தான் முயன்றாள். ஆனால், அவளுக்கு அந்த அளவு பழி வாங்கும் பழக்கமற்று போக, அவனி-டமே மாட்டிக் கொண்டாள்.

அவனோ லாவகமாக ஜெகதீஷ் தான், அவளை வம்பிழுத்தவன் என்று சீண்ட, அதனை புரிந்துக் கொண்டவளும், அவன் வழியி-லேயே சென்றாள்.

பின், மேடையில் விருது வாங்கிவிட்டு, திமிராக பேசியதில், ஒரு புன்னகையே அவளை தழுவியது. 'உண்மையாவே திமிரு பிடிச்ச-வன் தான் போல...' என எண்ணினாலும் எப்படியாவது விடுதிக்கு அவனை அழைத்து செல்ல வேண்டும் என்று சிந்தித்தாள்.

ஆனால், அவளுக்கு வேலை வைக்காமல், அவனே நண்பர்க-ளுடன் அங்கு செல்ல, அவள் உடனடியாக தடுப்பது போல் தடுத்து, உள்ளே செல்ல வேண்டும் என்ற அவனின் எண்ணத்தை உறுதி-யாக்கினாள்.

மொத்தமாக அனைத்து ஆதாரங்களையும் கொடுத்தால் சந்தே-கம் வந்து விடும், தனக்கு உதவி செய்வானோ மாட்டானோ என்ற பயத்தில், கவியின் இறப்பை அறிந்து, தன்னிடம் இருக்கும் ஒரு ஆதாரத்தை அங்கு கிடைத்ததாக கூறி அவனிடம் கொடுத்தாள்.

ஆனால், நிலனின் வீட்டில் கெமிக்கலை வைக்க வேண்டும் என்பது அவள் திட்டமிடவில்லை.

சில விஷயங்களில் தெளிவாக நடந்தாலும், உண்மையில் பேயின் மேல் அவள் கொண்ட பயமும், எது ஒன்றிற்கும் வேதா-விடமே தஞ்சம் அடையும் நடவடிக்கையும், நீச்சல் குளத்தின் மேல் இருந்த ஈர்ப்பும் உண்மையே. அந்த ஈர்ப்பில் தான் தன் கைப்பை திறந்திருந்ததை அறியாமல், கட்டிலில் சாய்த்து வைத்திட, அதிலி-ருந்து ஒரு ஆதாரமான கெமிக்கல் கீழே விழுந்தது.

முதலில், வேதாவிற்கு தன் மேல் ஒரு வித உணர்வு இருக்கிறது என்று அவளுக்கு புரியவில்லை தான். ஆனால், தனக்கு பிடிக்கு-மென்று தன்னை நீச்சல் குளத்திற்கு அழைத்து வந்தவனின் பார்-வையே கூறியது, அவள் மீதான அவனின் நேசத்தை.

அப்போது தான் அவளுக்கு சுளீரென ஒன்று உரைத்தது, தன்னுடைய அத்தை மகனை தான் திருமணம் செய்ய தாயிடம் வாக்கு கொடுத்ததும், தனக்கும் வேதாவின் மேல் மெல்லிய நேசமும் உருவாகி விட்டது என்றும்.

இதனை எப்படி சரி செய்வது என புரியாமல் தவித்தவள், வேதாவிடமே அனைத்தையும் கூறி புரியவைக்கலாம் என்று எண்ண, அதற்குள் வினி அவளை கண்டுகொண்டாள்.

இப்போதோ, வேதாவின் கோபத்தையும் தாங்க இயலாமல், அவனை இம்ப்ரெஸ் செய்து தனக்கு வேண்டியதை சாதித்து கொள்ளும் கீழ்த்தர பெண்ணாக உருவகப்படுத்திவிட்டு சென்ற அவனின் வார்த்தைகளும் அவளை உயிருடன் வதைத்திருப்பதை அறியாமல், அவன் தீ வேகத்தில் வண்டியில் பறந்தான்.

ஏமாற்றமும், காதல் கொடுத்த வலியும் அவனுக்கு கண்ணை மறைக்கும் அளவு கோபத்தைத் தந்தது.

"திட்டமிட்டு, தனக்குள் அமிலத்தை ஊற்றி விட்டாளே! என்கிட்ட வந்து கேட்டு இருந்தாலே நான் ஹெல்ப் பண்ணிருப்பேனே. என்னை இப்படி பைத்தியக்காரன் மாதிரி அலைய விட்டுட்டு, கூலா பிரெண்டுக்காக பண்ணேன். டேஷுக்காக பண்ணேன்னு சொல்லி... இதுல அத்தை பையன் நொத்தை பையன் வேற இருக்கானாம்... அப்பறம் என்ன இதுக்கு, நான் அடிச்சா தாங்கிக்கணும், சமாதானம் பண்ணுனா அக்செப்ட் பண்ணிக்கணும்... சர்ப்ரைஸ் குடுத்தா ஏத்துக்கணும். வேற ஒருத்தன கல்யாணம் பண்ணிக்க போறேன்னு சொல்லிட்டு போக வேண்டியது தான... என்ன என்ன... கிறுக்கனாக்கிட்டில... "என தன் போக்கில் எண்ணியவனுக்கு, இதுவரையில் அவளிடம் காதலை உரைக்கவே இல்லை என்பது உறைக்கவே இல்லை.

எதிரில் லாரி ஒன்று வர, நேராக அதை நோக்கி சென்றவன், பின் படக்கென அருகில் இருந்த மரத்தில் மோதி வண்டியை டொம்மென கீழே போட்டான். காலால் அதனை கோபம் தீரும் வரை எத்தியவன், "யூ ப்ளடி சீட்... ஐ ஹேட் யூ டி... ஐ ஹேட் யூ அ லாட்!" எனக் கத்தினான்.

பின், "ஊஃப்! ஊஃப்!" என பெரிய பெரிய மூச்சுக்கள் வாங்கி தன்னை தானே அமைதி படுத்திக் கொள்ள முயன்றவன், தலையை அழுத்திக் கோதி, கண்ணை மூடி நிதானித்தான்.

மூடிய விழிகளுக்குள்ளும் அவளின் முகமே வந்து அவனை சிதைக்க, அவனின் உறுதியான மேனியும் தளர்ந்திட, அங்கேயே முட்டியிட்டு அமர்ந்து விட்டவனுக்கு, இதுவரையில் காதல் வலியால் வெளிப் பார்த்திராத கண்ணீர் துளிகள் சிறிது சிறிதாக கண்ணை விட்டு இறங்கி, நெஞ்சையும் எரித்தது.

ஹ்ம்ம் இதுவரை

இல்லாத உணர்விது

இதயத்தை துண்டாகும்

நினைவிது மனதினை

மண்ணோடு புதைத்திடும்

பெண்ணை நம்பாதே

காதல் என்றால்

அத்தனையும் கனவு கண்

மூடியே வாழ்கின்ற உறவு

பெண்கள் என்றால் ஆணை

கொல்லும் நோய்யானதே

ஐயோ இந்த

இளமையின் தொடக்கம்

இன்றே முற்று புள்ளி

அதை சொல்லாமல்

சொல்லி நம்மை பைத்தியம்

ஆக்கும் பெண்ணை தேடி

தொலையாதே

***

அத்தியாயம் 17

விழிமீறி வெளிவந்த நீர்த்துளிகளை துடைக்க மனமற்று, நிமிடங்களைக் கடத்தியவன், சிறிது சிறிதாக மனதை கட்டுப்படுத்த முயன்றான். இது சலனப்படும் நேரமல்ல என உள்மனது எச்சரிக்க, மெலிதாய் படர்ந்த காதலை அடியாழத்தில் அமிழ்த்திவிட்டு எழுந்தவன், மீண்டும் பல்சரைக் கிளப்பிக்கொண்டு விடுதிக்கே விரைந்தான்.

ஜெகதீஷும் ப்ரவீனும் மஹதியைப் பாவமாக பார்க்க, வினிக்கும் கொஞ்சம் அவசரப்பட்டுட்டோமோ என்றே தோன்றியது.

கைப்பையை அங்கேயே வைத்து விட்டு, மெல்ல வெளியில் சென்ற மஹதிக்கு, வேதா பேசிய வார்த்தைகளே தீயாக எரிய, வலியில் எரிந்த கன்னத்தையும் தேய்த்துக் கொண்டாள்.

ஜெகதீஷ் தான், "என்ன வினி நீ. கொஞ்சம் பொறுமையா பேசியிருக்கலாம்ல. இப்ப பாரு, அவன் சும்மாவே ஆடுவான். இப்போ இந்த பொண்ணு தெரியாம ஏதோ செஞ்சதுக்கு அவளை இம்ச பண்ணுவான்." என்று திட்ட,

வினியும், "எனக்கு மஹியோட சிட்டுவேஷன் புரியல ஜெகா. அவள் தப்பு பண்றான்னு மட்டும் தான் தோணுச்சு. வேதாவும் அவள் மேல ஓவர் கான்ஃபிடன்ட் வச்சு, அப்பறம் அது பொய்யாகிடுச்சுன்னா... அதான் படக்குன்னு சொல்லிட்டேன்." என்றாள்.

ப்ரவீனோ, "ஆமா, அவ ஹேண்ட் பேக்ல இருந்தது உனக்கு எப்படி தெரியும்?" எனக் கேட்க,

"ப்ச், இன்னைக்கு காலைல அவ அம்மாட்ட பேசிட்டு இருந்தேன். அவங்க தான் அவளுக்கு அத்தை பையன் ரெடியா இருக்கான். காலேஜ் முடிச்சதும் கல்யாணம்ன்னு சொன்னாங்க. ஜெகா என்கிட்ட ஏற்கனவே சொல்லிருந்தான், வேதாவுக்கு அவள் மேல க்ரஷ்ன்னு. மஹியும் அவன்கிட்ட கொஞ்சம் உரிமையா தான் இருந்தா. இதை கேட்டதும் கொஞ்சம் ஷாக் ஆகிடுச்சு. இதை பத்தி அவள்கிட்டயே கேட்கலாம்ன்னு அவ ரூமுக்கு போனப்போ, ஹேண்ட் பேக்ல எதையோ பார்த்துட்டு யோசிச்சுட்டு இருந்தா.

எனக்கு என்னமோ அவள் மேல சந்தேகமா இருந்ததுல, அவ பாத்ரூம் போன நேரமா பார்த்து ஹேண்ட் பேகை ஓபன் பண்ணிட்டேன். சட்டுனு வேதா வைச்சுருந்த ஆதாரத்தை அவள் பேக்ல பார்த்ததும் ஒண்ணுமே புரியல. கோபம் தான் வந்துச்சு. அதான் அவள்கிட்ட கூட கேட்காமல் நேர இங்க கூட்டிட்டு வந்துட்டேன். பட், அவளும் பாவம் தான். யார்கிட்ட ஹெல்ப் கேக்குறதுன்னு தெரியாம தயங்கிருக்கா. இதுக்காக வேதா அவளை அடிச்சுட்டா போவான்... லூசா பிடிச்சுருக்கு அவனுக்கு. இன்னும் அடிக்கிற பழக்கத்தை விடமாட்டுறான்." என இத்தனை நேரமும் மஹதியை திட்டிக் கொண்டிருந்த அவளின் இதழ்கள் வேதாவை வஞ்சிக்க தொடங்கியது.

அதில், ஜெகதீஷ் "சும்மா இருந்த லவர்ஸ பிரிச்சு விட்டுட்டு, கொய்யால... பேச்சா பேசுற..." என்று முறைத்தான்.

மஹதியின் மேனிதான் வலுவிழந்தது போன்று இருந்தது. கரங்கள் வண்டியை செல்ஃப் ஸ்டார்ட் செய்யக் கூட ஒத்துழைக்கவில்லை. எஞ்சின் ஸ்டார்ட் ஆகாமல் சதி செய்ய, "ப்ச்!" என ஹேண்ட்பாரில் தலையை புதைத்தவள், சோர்ந்து தான் போனாள்.

அந்நேரம், பல்சரில் வேகமாக வந்தவன், மஹதியின் அருகிலேயே சடன் பிரேக் போட, அச்சத்தத்திலேயே அவன்தான் என உணர்ந்தவள், சட்டென நிமிர்ந்து மீண்டும் வண்டியை கிளப்ப முயன்றாள்.

அதற்குள் அவன் அவளின் வண்டி சாவியை எடுத்து விட்டு, எதுவும் சொல்லாமல் விடுதிக்குள் செல்ல, மஹதிக்கு கண்ணீர் சுரந்தது. வேறு வழியற்று, அவளும் அறைக்கு செல்ல, அவள் வரும் வரை அமைதியாக காத்திருந்தவன் அவள் வந்ததும், "எக்ஸ்சாக்ட் ஆ என்ன நடந்துச்சு? இந்த ஆதாரத்துக்கும் நடந்த கொலைகளுக்கும் சம்பந்தம் இருக்குன்னு எப்படி உறுதியா சொல்ற?" என சலனமின்றி கேட்டான்.

அவனின் வெற்றுப் பார்வை, மஹதிக்கு வலியை கிளப்ப, "எக்ஸ்சாக்ட் ஆ என்ன நடந்துச்சுன்னு எனக்கும் தெரியல..." என்றவளிடம்,

"அதுக்கு அப்பறம் உன் ப்ரெண்ட்ஸ நீ பார்க்கவே இல்லையா?" எனக் கேட்டான்.

"பார்த்தேன். அவங்க வீட்டுக்கே போய் பார்த்தேன். ஆனா, ஆனா, அவங்களுக்கு எதுவுமே ஞாபகம் இல்ல. லாராவுக்கு,

வீடியோ அனுப்புன ஞாபகம் கூட இல்ல." குரல் பிசிறடிக்க கூறி-யவள், "இந்த ஆதாரத்துக்கும் கவி அக்கா, அப்பறம் உங்க மத்த ப்ரெண்ட்ஸ் ஓட லவ்வர்ஸ் இறப்புக்கும் நிச்சயம் சம்பந்தம் இருக்கு. ஏன்னா... இவங்களை மாதிரி தான் என் ப்ரெண்ட்ஸும் இறந்துட்-டாங்க!" என்றாள் உதட்டைக் கடித்து.

அதில் நால்வரும் திகைத்தனர்.

வினிதா, "என்னது காணாம போன உன் ப்ரெண்ட்ஸ் இறந்-துட்டாங்களா?" என வெகுவாய் அதிர, "ம்ம்" என்றாள் தலையை ஆட்டி.

"நான் அவங்களை பார்த்துட்டு போன ரெண்டு நாள்லையே சூசைட் பண்ணிக்கிட்டாங்கன்னு நியூஸ் வந்துச்சு. ஆனா, நான் போய் பாக்கல. எனக்கு ப... பயமா இருந்துச்சு. அவங்களுக்கு ஏதோ நடந்துருக்குன்னு மட்டும் எனக்கு தெரியும். ஆனா, கவிக்கா டெத்க்கு அப்பறமா தான் நான் இதை லிங்க் பண்ணி யோசிக்க ஆரம்பிச்சேன். அதனால தான் அவங்க இறந்த இடத்துல கிடைச்-சுச்சுன்னு ஒரு எம்ப்டி பாட்டிலை உங்க கிட்ட குடுத்தேன்." என்றாள் விழி கலங்க.

ஜெகதீஷோ, "நீ பிச்சு பிச்சு இன்ஸ்டால்மென்ட்ல குடுத்ததுக்கு மொத்தத்தையும் குடுத்துருந்தா, எப்போவோ கண்டுபிடிச்சு இருக்க-லாம்ல" என ஆதங்கப்பட,

"நீங்க ஹெல்ப் பண்ணுவீங்களோ மாட்டீங்களோன்னு பயந்து தான் ஒன்னு ஒன்னா குடுத்தேன். அது மட்டும் இல்ல, நானும் உங்க எல்லாரையும் இப்போ தான் முதல் தடவை பாக்குறேன். எந்த நம்-பிக்கையில எல்லாத்தையும் குடுக்குறதுன்னு தான்..." என இழுக்க,

வேதா சற்றே முறைத்து விட்டு, "இப்போவாவது நம்பிக்கை வந்து குடுப்பியா, இல்ல இன்னும் பத்து நாளைக்கு அலைய விடுவியா?" எனக் கேட்டான் குத்தலாக.

அதில் சுணங்கியவள், "என் ஹேண்ட்பேக் இங்க தான் இருக்கு" என கட்டிலை காட்டியதில், அதனை எடுத்து ஆராய்ந்தான். மேலும் சில ரசாயனங்கள் இருக்க, அதனை யோசனையுடன் பார்த்தவன், "மச்சி... வீ நீட் லேப். நிலன் வீட்டுக்கு போலாம்..." என்றவன் நில்-லாமல் வெளியில் விரைய, மற்றவர்களும் அவன் பின்னே தொடர்ந்-தனர்.

மஹதி வேகமாக, "என் வண்டி சாவி வேணும். நான் வீட்டுக்கு போறேன்!" என அவனிடம் கையை நீட்ட, மறுக்காமல் சாவியை

கொடுத்தவன், திரும்பி பாராமல் சென்று விட்டதில், இன்னுமாக அவளுக்கு அழுகை வந்தது.

பொங்கிய கண்ணீரை அடக்க இயலாமல் வீட்டிற்கு சென்று கட்டிலில் புதைந்து அழுது தீர்த்தாள். 'நான் இம்ப்ரெஸ் பண்ணனும்ன்னு ட்ரை பண்ணல வேதா. உங்கிட்ட நான் தான் இம்ப்ரெஸ் ஆகிட்டேன்.' எனத் தேம்பினாள்.

வேதாவும் ப்ரவீனும் வண்டியில் வர, ஜெகதீஷும் வினியும் ஆட்டோவில் நிலவின் வீட்டிற்கு சென்றனர்.

போகும் வழியிலேயே, "பாவம்டா மஹதி. அவளை ஏன் போக சொன்ன. அவள் சூழ்நிலையும் கஷ்டம் தான" என பிரவீன் ஆயாசப்பட,

"வேற என்ன பண்ண சொல்றடா. கூடவே கூட்டிட்டு சுத்தி, அவளுக்கும் ஏதாவது ப்ராப்லம் வரவா? முதல்ல இருந்தே அதனால தான் அவளை அவாய்ட் பண்ணிட்டே இருந்தேன். அவ தான், ஹெல்ப் பண்றேன்னு என்னை ப்ரெய்ன் வாஷ் பண்ணி, கூடவே இருந்தா. ஆனா, இது நினைச்சத விட ரொம்ப சிவியர் ஆ போயிட்டு இருக்கு. அவள் நம்மளை விட்டு தள்ளி இருக்குறதே பெட்டர்..." என்றான் வேதனையை விழுங்கியபடி.

"நம்மளை விட்டா...? இல்ல உன்ன விட்டா மச்சி..." பிரவீன் நக்கலாக வினவ, கண்ணாடி வழியே அவனை முறைக்க முயன்றான், கண்ணாடி நண்பனின் முகத்தை பிரதிபலிக்காது என்பதை மறந்து.

"ஹா ஹா. பேயா இருக்குறதுல என்ன ஒரு பெனிஃபிட்டு...!" என வாய்விட்டு நகைத்தவன், பின் "ஆமா மச்சி. நான் உண்மையாவே ரஞ்சனியை லவ் பண்ணுனேனா என்ன?" எனக் கேட்டான் குழப்பமாக.

"ஹ்ம்ம்... ஆமா! லவ்ன்னா லவ்வு லவ்வோ லவ்வு. இடையில அதனால கொஞ்சம் பிரச்சனை கூட வந்துச்சு." என பதிலளிக்க, "ஓ! இப்போ என் அம்மா அப்பா எல்லாம் எங்க இருக்காங்க?" என்றான்.

அதில் தயங்கியவன், "அது... அப்பா ரெண்டு வருஷத்துக்கு முன்னாடி தான் இறந்தாரு. அம்மா, உன் அண்ணன் கூட செட்டில் ஆகிட்டாங்க லண்டன்ல. நீ பாக்கணுமா?" என்றிட,

அவனோ, சற்று அமைதியாகி விட்டு, "அட...! இந்த மனுஷன் ஏண்டா இவ்ளோ சீக்கிரம் விண்ணுலகத்துக்கு வந்தாரு. என்னை

பார்த்தா இங்கயும் படிக்க சொல்லி அடிப்பாரு. எதுக்கும் நான் தலைமறைவா நம்ம ஹாஸ்டல் பிளாக்லையே இருந்துடுறேன்டா." என்றான் கேலியாக.

அக்கேலியில் வேதாவால் இலயிக்கத்தான் இயலவில்லை. அவனிடம் தனியாக பேசினால், கண்டிப்பாக எமோஷனல் ஆகி விடுவோம் என்று நன்கு அறிந்தவன், இதுவரை நடந்த கொலைகளையும், மர்மங்களையும் மட்டுமே பேசி இருக்க, ப்ரவீனும் அவர்களை சங்கடப்படுத்தாமல் முயன்றவரை அனைத்தையும் ஜாலியாக எடுத்துக்கொண்டான்.

அவனின் குணமே அது தான் என்றாலும், சில நேரம் அவனை மீறி ஒரு ஏக்கம் வெளியில் வந்து விழத்தான் செய்தது.

பின் வேதாவே, "ரஞ்சனியை பாக்கணுமா?" என கேட்க,

"எனக்கு அவள் மேல எந்த பீலிங்க்ஸுமே இல்லையடா. சோ பாக்கணும்னு தோணவே இல்லையே..." என்றான் பாவமாக.

வேதாவிற்கு தான் சுருக்கென இருந்தது. "வாட் த ஹெல்!? எந்த பீலிங்ஸ்ஸும் இல்லையா!" என தனக்குள் அதிர்ந்தவனுக்கு, கண்ணை கட்டி காட்டில் விட்ட நிலை தான். மேற்கொண்டு எதுவும் பேசாமல் நிலனின் வீட்டை அடைந்தனர்.

அங்கு ஏற்கனவே ஜெகதீஷ் நிலனிடம் பேசி, ஆய்வுக்கூடம் வேண்டும் என்று கேட்க, அவனோ முறைத்தான்.

"அன்னைக்கு வந்து அடிச்சதும் இல்லாம, திரும்பி வேற வந்து இருக்கீங்களா?" என அவன் எகிற, அதனை எல்லாம் கண்டுகொள்ளாமல் வேதா விறுவிறுவென உள்ளே சென்று ஆராய்ச்சியை மேற்கொண்டான்.

"டேய்... நான் சொல்லிக்கிட்டே இருக்கேன். நீ பாட்டுக்கு போற?" நிலன் கத்தியதில், தீப்பார்வை பார்த்த வேதா, "மவனே... மூடிக்கிட்டு போய் உட்காரு. இல்ல கட்டிப்போட்டு உட்கார வைப்பேன்!" என்று மிரட்டி விட்டு, மேலும் ரசாயனங்களில் மூழ்கினான்.

எப்போதும், வேலை சமயத்தில் அவனுக்குள் எந்தவொரு கவனச் சிதறல்களும் இருந்தது இல்லை. இப்போதும்,

அதையே கடைபிடித்தவனை கலைக்கவென்றே எழுந்தது மஹதியின் நினைவுகள்.

"ஷிட்! சாவடிக்கிறா"

இரு கைகளாலும் கண்ணை அழுந்தத் தேய்த்து, தன்னை நிலைப்படுத்தியவன், இவை அனைத்தும் என்ன மாதிரியான இரசா-

யனம் என சோதனைக்குட்படுத்த, இறுதியில் வந்த அனைத்து விடைகளும், அவனிடம் ஆதாரமாக இருந்த அனைத்து இரசாயனங்களும் 'ஹிப்னோடைஸ் செய்யும் கெமிக்கல்'' என்று தான்.

"ஹிப்னோடைஸ்?! எங்க சுத்துனாலும் இது தான் வந்து நிக்குது. சரி. மத்த பொண்ணுங்கள ஹிப்னோடைஸ் பண்ணி கொன்னான்னு வச்சுக்கிட்டாலும், பிரஷ்ஷூ எப்படி செத்துருப்பான். அவன் டெத் ரொம்ப வித்தியாசமே இருந்துச்சே. மவனே நீ மட்டும் என்கையில கெடடா. செத்துருவ அதோட..." என கடுங்கோபத்தில் திளைத்தவனை, கலைக்கும் வண்ணம் அவனின் அலைபேசி அழைத்தது.

அதில் தெரிந்த மஹதியின் எண்ணை வெற்றுப்பார்வை பார்த்தவன், உடனடியாக போனை எடுத்து, "என்னடி வேணும் உனக்கு. எல்லா விதத்துலயும் டார்ச்சர் பண்ற?" என கோபமாக உரைக்க, அதனை அவள் கவனியாமல்,

"வேதா... ப்ரீத்திக்கு ஏதோ ஆபத்துன்னு நினைக்கிறேன். அவளை யாரோ கடத்திட்டு போறாங்க!" என பரபரத்தாள்.

"வாட்?" என நெற்றி சுருங்கி அதிர்ந்தவன், "என்ன உளறுற? உண்மையா அவளை தான் பாத்தியா. இல்ல மறுபடியும் சுத்த விடுறியா?" எனக் கேட்டான் நம்பாத தொனியில்.

அக்கேள்வியில் அவளுக்கு தான் கோபம் எழுந்தது.

"நான் பெசன்ட் நகர் பீச்சுக்கிட்ட தான் நிக்கிறேன். இப்போ தான் ஒருத்தன் மயங்குன நிலையில ப்ரீத்தியை கார்ல ஏத்திட்டு போனான். நான் பாலோ பண்ணிட்டு போறேன். என்மேல நம்பிக்கை இருந்தா வா. இல்லைன்னா அவளோட நானும் சாகுறேன்!" என ஆற்றாமையில், குரல் நடுங்க கத்திவிட்டு, ஸ்கூட்டியில் அந்த டொயோட்டா காரை பின்தொடர்ந்தாள்.

வீட்டில் அழுது சோர்ந்தவள், மனமாற்றத்திற்காக கடற்கரையில் நின்று அலைகளை வெறித்திருக்க, அப்போது தான் ப்ரீத்தியை யாரோ கடத்துவதைக் கண்டாள்.

"காட்... ப்ரீத்தியோட வீடும் பெசன்ட் நகர் பீச்சுக்கு பக்கத்துல தான இருக்கு!" என திகைத்த வேதா, அவசரமாக மற்றவர்களிடம் கூறி விட்டு, பெசன்ட் நகரை நோக்கி செல்லும்போதே மஹதிக்கு போன் செய்தான்.

"பிக் அப்! பிக் அப்! பிக் அப் மஹி! டோன்ட் ஃபாலோ தெம். இட்ஸ் நாட் சேஃப் ஃபார் யூ." வாய்விட்டு தவித்தபடி வண்டியை அதிவேகத்தில் செலுத்தியவன், எதிரில் மஹதியை கண்டு விட்டு,

வண்டியை 'யூ டர்ன்' போட, இவர்கள் பின் தொடர்வதை அறிந்த டொயோட்டா கார்காரன், சடன் பிரேக் போட்டு காரை நிறுத்தி-னான்.

காரை வெகுவாய் ஓட்டி வந்த மஹதியால் திடீரென பிரேக் பிடிக்க இயலாது, அந்த காரிலேயே மோதி டொம்மென கீழே விழுந்-திட, நெற்றியில் இருந்து ரத்தம் சொட்டியது.

நடக்கவிருக்கும் அசம்பாவிதத்தைத் தடுக்க, புயல் வேகத்தில் வந்த வேதாவாலும் இதனை தடுக்க இயலாது போக, அவள் விழுந்த நொடி, அவளை மடியில் கிடத்தி இருந்தான்.

வேதாவுடன் வந்த பிரவீன், "மச்சி நீ இவளை பாரு நான் காரை பாலோ பண்றேன்..." என்று விட்டு வேகமாக ஓட, அவசரத்தில் நிலனின் வண்டியை எடுத்து வந்த ஜெகதீஷும், பிரவீனை ஏற்றிக்-கொண்டு காரை பின்தொடர்ந்தான்.

"மஹி... மஹி...! இங்க பாருடி!" என அவள் கன்னத்தை தட்-டியவனுக்கு அவள் பதிலளிக்காமல் ஆழந்த மயக்கத்திற்குள் புக, நெற்றியிலிருந்து வந்த குருதி நிற்காமல் அவனின் கரங்களையும் நனைத்து, இதயத்தை பலமாக தாக்கியது.

***

அத்தியாயம் 18

"மஹி! மஹி!" என அவள் கன்னம் தட்டியவன், அவளை கையில் அள்ளிக் கொண்டு அருகில் நின்றிருந்த ஆட்டோவில் கிடத்தினான்.

"வேகமா ஹாஸ்பிடல் போங்க" என பரபரத்தவனுக்கு சுற்றி நடக்கும் எதுவும் நினைவு இல்லை.

அடுத்த சில நிமிடங்களில் மருத்துவமனையில் அடைந்திட, மயங்கியிருந்தவளை கரங்களில் ஏந்தி உள்ளே சென்றவனின் இதயத்துடிப்பு தாறுமாறாக எகிறியது.

ஒரு அளவுக்கு மேல் அவனை உள்ளே அனுமதிக்காது போக, தன் சட்டையில் ஒட்டி இருந்த தன்னவளின் உதிரம், அவனுக்குள் பெரும் பிரளயத்தயே நடத்தியது.

"நான் அவள் பின்னாடியே போறேன். செத்தாலும் பரவாயில்ல... அப்போ நம்புவீல" என்ற அவளின் வாசகம் வேறு செவியில் ஒலித்து, நெஞ்சை நடுங்க வைத்தது.

"மஹி... ப்ளீஸ்டி... என்னை விட்டு போய்டாத." என தனக்குள் முணுமுணுத்தவனின் அருகில் மருத்துவர் வந்து நிற்க,

அவனோ "டாக்டர் மஹி எப்படி இருக்கா. இஸ் ஷீ ஆல்ரைட்? அவ அவ... அவ... உயிருக்கு எதுவும் ஆபத்து இல்லல...! ப்ளட் லாஸ் நிறைய ஆச்சு, பிளட் ஏத்துறதுன்னாலும் ஓகே டாக்டர்" என தன்னை மறந்து உளறிக் கொட்டினான்.

அவனை மேலிருந்து கீழ் வரை ஒரு மாதிரியாக பார்த்த மருத்துவர் தான், "மிஸ்டர், அவங்களுக்கு நெத்தியில தான் அடிபட்டுருக்கு. இப்போ ஸ்டிட்சஸ் பண்ணிருக்கோம். ரத்தம் ஒன்னும் அவ்ளோ வேஸ்ட் ஆகல. கீழ விழுந்ததுல கைல லேசான சிராய்ப்பு. இன்பாக்ட் ஷாக்ல மயங்கிருப்பாங்க. தட்ஸ் ஆல். நீங்க அவங்களை கூட்டிட்டு போகலாம்." என பேசிவிட்டு செல்ல, அப்போது தான் அவனுக்கு மூச்சே விட முடிந்தது.

சற்றே நிதானத்திற்கு வந்து, தன் சட்டையை பார்த்தவனுக்கு அப்போது தான் அது சில துளிகள் ரத்தம் என்றே உரைக்க, தன்னை கேவலமாக பார்த்து சென்ற மருத்துவரை நிமிர்ந்து பாராமல்

இதழ் மீறி வெளிவந்த புன்னகையையும் அடக்க இயலாமல், 'ஐயோ!' என வசீகரமாக தலையில் தட்டிக் கொண்டான்.

மஹதியை வைத்திருந்த அறைக்கு சென்றவன், அவள் அப்போது தான் எழுவதை பார்த்து விட்டு, உடனே அவளைப்பிடித்தான்.

அவனைக் கண்டதும் தடுமாறியவள், பின் வெடுக்கென கையை தட்டி விட, "ஒழுங்கா பிடிச்சு எந்திரி டின்பீரு." என எச்சரித்தான்.

"வேணாம். அப்பறம் அதுக்கும் நான் உன்னை இம்ப்ரெஸ் பண்ண தான் பண்றேன்னு சொல்லுவ. எனக்கு தேவையா..." என்று தேம்பலாகவே கூறியவள், அவன் பேச வந்ததை தடுத்து, கையெடுத்து கும்பிட்டாள்.

"போதும் வேதா. நான் உண்மையை மறைச்சுட்டேன் தான். ஆனா, உன்ன ஏமாத்தணும்ன்னு நினைக்கல." என கோபமாக உரைத்தவள், "நீ என்ன லவ் பண்ணுவன்னு நான் என்ன கனவா கண்டேன்." என வாய்க்குள் முணுமுணுத்துக் கொண்டாள்.

அவனோ கழுத்தைத் தேய்த்தபடி, "நான் மட்டும் டின்பீர் சைசுல இருக்குற உன்ன விரும்பி தொலைப்பேன்னு கனவா கண்டேன். கலர் கலர் கெமிக்கல் கனவுல தூங்கி எந்திரிச்சுட்டு இருந்தவன் நான். இப்ப உன் மூஞ்சிதான் பிளாக் அண்ட் வொய்ட்ல வருது" என்று கேலி போல் முனகினான் அவள் காதில் விழும்வாறு.

அதில் பெண்ணவளுக்கு தான் கோபத்தில் மூச்சிரைத்தது. அந்நேரம், "ப்ரீத்தி சேஃப். கல்ப்ரிட் மிஸ்ஸிங்" என்று ஜெகதீஷிடம் இருந்து குறுஞ்செய்தி வர, அதனை பார்த்து விட்டு சற்று நிம்மதியும், கோபமும் ஒரே சேர எழுந்தது.

பின், "சரி வா உன்ன வீட்டுல விடுறேன்..." என்றான்.

"எனக்கு போய்க்க தெரியும்." அவள் கடுகடுவென பதிலளிக்க, "ம்ம்... அதான் கொஞ்ச நேரத்துக்கு முன்னாடி கார்ல இடிச்சு மண்ணை கவ்வுனியே. அந்த மாதிரி தான?" குரலில் குறும்பு கொப்பளிக்க வாரினான் வேதாந்த்.

கண்ணை சுருக்கி முறைத்த மஹதி, "உனக்கு சிரிப்பா இருக்குல்ல... உன் ப்ரெண்ட காப்பாத்த போய் கீழ விழுந்தா உனக்கு... உனக்கு காமெடியா இருக்கு. அப்படியே போய் சேர்ந்துருப்பேன். நிம்மதியா இருப்பேன்னு தான் நினைச்சுருப்ப. என் லவ் உனக்கு வெறும் இம்ப்ரெஸ் பண்ற லவ் தான." என மூக்கை உறிஞ்சியவள், சினத்துடன் நகர, அவன் சட்டென அவளின் முழங்கையை பற்றி இருந்தான்.

அங்கு ஏற்கனவே சிராய்ப்பு இருந்ததில், "ஸ்ஸ் ஆ..." என அவள் கையை உதற,

"ஹே... சாரிடி சாரிடி. வலிக்குதா. காயத்துல கை வைச்சுட்டேனா...? எரியுதா?" என்று அவள் கையை பிடித்து ஊதி விட்டவன், சரட்டென, "ஆமா இப்ப என்ன சொன்ன? உன் லவ்வா? அப்டின்னா..." என அவளை கூர்பார்வை பார்த்தான்.

'ரொம்ப தான் அக்கறை' என தள்ளி நின்றவள், "ஒன்னும் இல்ல சாமி. உன் சங்காத்தமே வேணாம். ஆளை விடு." என பொரிந்தவளை, அப்படியே தூக்கியவன், ஆட்டோ ஒன்றை பிடித்து, அவளை வீட்டிற்கு அழைத்து சென்றான் அவள் மறுத்தும்.

அவள் தாயும் பள்ளிக்கு சென்றிருக்க, அதன் பிறகே, "அய்யயோ! வீட்டு சாவியை நான் வண்டிக்குள்ள தான் போட்டு இருந்தேன். இப்போ என் வண்டி...?" என அவள் தலையில் கை வைத்தாள்.

"ஜெகாவை சொல்லி வண்டியை எடுக்க சொல்லிருக்கேன். இப்போதைக்கு பூட்ட உடைச்சுடலாம்..." என அசட்டையாக கூறியவன், கல்லை எடுத்து பூட்டை ஒரே அடியாக அடிக்க, அதுவோ உடனே திறந்து கொண்டது.

"என்னடி... பூட்டு இவ்ளோ வீக் ஆ இருக்கு. இதுக்கு எதுக்கு சாவி?" என அவன் நகைக்க, சிலுப்பிக்கொண்டவள், "நான் போய்க்கிறேன். நீ கிளம்பு" என்றாள்.

ஆனால், அதனை கண்டுகொள்ளாமல் வீட்டினுள் நுழைந்தவன், பின்னே வந்தவளை மீண்டும் கையில் அள்ளி அவளின் படுக்கையறைக்கு கொண்டு செல்ல, அவள் தான் திகைத்தாள்.

"வே வேதா. என்ன பண்ற?" என அவள் திணற,

"ம்ம்... உன்ன கடிச்சு வைக்க போறேன்!" என்று அவள் முன்னால் கடிப்பது போல் வந்தவன், சிறு நகையுடனே அவளை படுக்க வைத்துவிட்டு, அடுக்களைக்கு சென்றான்.

அவன் பாவனையில் அவள் சற்றே மிரண்டு தான் இருந்தாள். ஆனாலும், அவன் உடன் இருப்பது சுகமாகவே இருக்க, சில நிமிடங்களில் கையில் ஜூஸுடன் வந்தான்.

"இதை குடிச்சுட்டு கொஞ்ச நேரம் ரெஸ்ட் எடு." என அதனை கொடுக்க, அவள் வாங்காமல் அமைதி காத்தாள்.

"ப்ளட் போயிருக்கு மஹி. இதை குடி!" அவன் மீண்டும் அதட்டலாக கூற, "வேணாம்! போ!" என்றாள் சிறுபிள்ளைதனமாக.

"ஊஃப்!" பெருமூச்சை வெளியிட்டு, அவளின் கன்னம் பற்றியவன், "ஐ லவ் யூ டி!" என நேரடியாக உரைத்துவிட்டான்.

சட்டென கூறுவான் என எதிர்பார்க்காத மஹதியும் சற்று திகைக்க, அவனோ "என்ன லவ் பண்றியா?" எனக் கேட்டான்.

மீண்டும் அவள் மௌனத்தை கடைபிடித்ததும், "இல்ல, உன் அத்தை பையன தான் கல்யாணம் பண்ணிக்க போறன்னாலும் ஓகே. தேவையில்லாம நான் தான் ஏதோ பீலிங்ஸ வளர்த்துக்கிட்டு..." என்றபடி பின்னந்தலையை தேய்த்தவன்,

"சீ... எனக்கு லவ்ல எல்லாம் இன்டர்ஸ்ட் இல்ல. ஆனா உன்ன பார்த்தப்பறம்... ரொம்ப கெட்ட பையனாகிட்டேனோன்னு தோணுது. உன்ன பார்க்கும் போது என் எண்ணமும் சரி இல்ல. என் உணர்வுகளும் சரி இல்ல. எனக்கு இருக்குற பீலிங்ஸ் உனக்கு இல்லாதப்போ, எனக்கு மட்டும் இருக்குறது தப்பு தான. கொஞ்சம் ஓவர் கான்பிடண்ட். உன்மேல ஓவர் நம்பிக்கை வச்சிட்டேன் போல. 'தட் யு ஆர் மைன்'னு! அதான் நீ பொய் சொல்லிட்டன்னு தெரிஞ்சதும், ஐ காண்ட் கண்ட்ரோல் மை செல்ஃப்.

இப்போ உனக்கு ரத்தம் வந்ததை பார்த்ததும்..." என நிறுத்தியவனுக்கு அந்நிகழ்வு இப்போதும் வலியை கொடுப்பதை உணர்ந்து, மீண்டுமாக மூச்சை வெளியேற்றினான்.

கட்டிலில் இருந்து எழுந்தவன், "ஃபர்கெட் இட். டேக் ரெஸ்ட். சாரி ஃபார் எவெரிதிங். உன் ப்ரெண்ட்ஸ கொன்னவனை கண்டிப்பா நான் கண்டுபிடிப்பேன்." என உறுதியாக கூறி விட்டு, விருட்டென நகர்ந்தான்.

வேதா அறையை தாண்டும் வேளையில், "அப்போ நான் என் அத்தை பையனையே கல்யாணம் பண்ணிக்கவா?" என ஏக்கத்துடன் வெளிவந்தது அவளின் குரல்.

திரும்பி பாராமல் அப்படியே நின்றவன், "உன் இஷ்டம்!" என்க,

"எனக்கு இஷ்டம் உன்மேல தான்!" மெலிதாக உரைத்தவளுக்கு முகம் பூவாக மலர்ந்திருந்தது.

அதில் வேதாவின் இதழ்களும் புன்னகையை தத்தெடுத்திருக்க, ஆர்வத்துடன் மீண்டும் கட்டிலில் வந்து அமர்ந்தான்.

"என்ன மேடம் சொன்னீங்க. இஷ்டமா...?" என கேட்காதவன் போல சந்தேகமாக கேட்க, அவளுக்கு வெட்கம் பிய்த்துத் தின்றது.

"ம்ம்" என்று மேலும் கீழும் தலையாட்டியவள், அவனை காண இயலாமல் முகத்தை மூடிக் கொள்ள, அவனுக்குத்தான் வெகு சுவா-

ரஸ்யமாக இருந்தது.

"ஏய் டின்பீரு உனக்கு வெட்கப்படலாம் தெரியுமா?" என குனிந்து அவளை மேலும் வெட்கப்பட வைத்தவன், அவளின் கையை எடுத்து விட்டு, கன்னங்களைத் தாங்க, அதுவோ செம்மையை தாங்கி இருந்தது.

அதனை ரசித்தபடியே, "எனக்கும் உன்மேல ரொம்ப ரொம்ப ரொம்ப இஷ்டம் மஹி." என்றே கூறி, அவள் கன்னத்தில் அழுத்தமாக தன் முத்திரையை பதித்தான்.

செவி மடல்கள் சிலிர்க்க, மனதில் மென்சாரல் அடித்திட, அவனின் நெருக்கத்தில் தவித்துப் போனவள், வேதாவின் நெஞ்சிலேயே புதைந்தாள்.

"வேதா. அம்மா நான் அவங்க அண்ணன் பையனை தான் கல்யாணம் பண்ணிக்கணும்ன்னு சொல்றாங்க. நீ அவங்க கிட்ட பேசுவ தான?" என கேட்டாள் லேசாக நிமிர்ந்து.

"கண்டிப்பா பேசுவேன்டி. நீ காலேஜ் முடிச்சதும், உன்ன ஹைத்ரபாத்க்கு கடத்திட்டு போயிடுறேன். உன் அம்மாவை ஒத்துக்க வைக்க வேண்டியது என் பொறுப்பு! சரியா?" என்றவன், உச்சந்தலையில் முத்தமிட, இன்னுமாக அவனை இறுக்கிக் கொண்டாள்.

பிறகு, உடனே நகர்ந்து, "ஆனா, உன்கூட ஹைத்ரபாத் வரணும்னா ஒரு கண்டிஷன்!" என விழிகளை உயர்த்தி கட் அண்ட் ரைட்டாக பார்த்தவளைக் கண்டு அவனுக்கு மேலும் பல பல ரசாயனங்கள் மேனியில் புகுந்து தொந்தரவு செய்தது.

அதனை கட்டுப்படுத்தி, "என்ன கண்டிஷன்...?" என அவன் கேட்க,

"அட்லீஸ்ட் மாசத்துக்கு ஒரு தடவை, என்னை ஸ்விம்மிங் பூல்க்கு கூட்டிட்டு போகணும்...! ஓகே வா?" தீவிரத்துடன் அவள் கட்டளையிட, அவனோ பக்கென சிரித்து விட்டான்.

"மாசத்துக்கு ஒரு தடவை என்ன. வாரத்துக்கு ஒரு தடவ கூட்டிட்டு போறேன்டி... என் லூசு டின்பீரு. உலகத்துல லவ் பண்ற பொண்ணு என்ன என்னமோ கேட்கும்ன்னு கேள்வி பட்டிருக்கேன். ஆனா உன் கண்டிஷன் ரொம்ப சின்னபுள்ளத்தனமா இருக்குடி." என்றான் அவள் மூக்கை ஆட்டி.

உடனே, "ஆனா, எனக்கும் ஒரு கண்டிஷன்" என அவன் நிறுத்த, அவள் உதட்டில் உறைந்த புன்னகையுடன் என்ன எனப் பார்த்தாள்.

"நம்ம ஹைதரபாத் போற வரை, என்னை பார்க்கும் போதெல்லாம், கிஸ் பண்ணனும். ம்ம்?" என்று குறும்பு கூத்தாட அவன் வினவ, மஹதியோ திக்குமுக்காடி போனாள்.

"நீ சரியே இல்ல வேதாளம்...!" குரல் மேலெழும்பாமல் கண்டித்தவளை, இன்னும் நெருங்கி அமர்ந்தவன், "நான் தான் சொன்னேன்லடி. உன்ன பார்த்தா நான் சுத்தமா சரி இல்லைன்னு. நான் சொன்ன கண்டிஷனை இப்போ இருந்தே பிரகடனப்படுத்திடலாமா?" நேரம் செல்ல செல்ல அவன் குரல் தேய்ந்தது.

"வேதா. நோ!" என அவள் பலவீனமாக மறுக்க, அவனுக்கோ அது பலமாகி போனது.

"'நோ'வ ஸ்ட்ராங் ஆ சொல்லுடி..." ஹஸ்கி வாய்ஸில் கேலி செய்தவன், அவள் இதழ் நோக்கி படையெடுத்தான்.

இரு மலரிதழ்களும் தீண்டலில் தொடங்கி, பின் கடும் போர் புரிய, அப்போரில் அதரங்கள் காயமான போதும், மூச்சுக்கு பஞ்சமான போதும், கொஞ்சமும் போரை நிறுத்த முயலவில்லை, இரு காதல் உள்ளங்களும்.

வினாடிகள் கடக்க, எங்கோ ஒரு தூரத்தில் ரிங்டோன் அடிப்பது போல மாயை தோன்றியது வேதாவிற்கு. பிறகே தன்னுடைய போன் தான் ஒலிக்கிறது என உணர்ந்தவன், மிகவும் மெல்ல அவளை விட்டு விலகினான்.

அவனின் இதழ் தீண்டலில் மயங்கி, கிறங்கி சிவந்திருந்தவளை ஒரு கணம் நிதானமாக ரசித்து விட்டு, போனை எடுத்து காதில் வைத்தான்.

எதிர்முனையில் ஜெகதீஷ் கலங்கிய குரலில், "மச்சி... வினி வினி... என்ன என்ன... லவ் பண்ணுனதை மறந்துட்டா டா. ரொம்ப வித்தியாசமா பிஹேவ் பண்றா!" என்றிட, வேதாந்த் திடுக்கிட்டான்.

அத்தியாயம் 19

"என்னது?" முகத்தில் அப்பட்டமாக அதிர்ச்சியை காட்டிய வேதா-விடம், "மச்சி... எனக்கு பயமா இருக்குடா உடனே கிளம்பி வா" என்று பரபரத்தான் ஜெகதீஷ்.

அவன் போனை வைத்ததும், மஹதி புரியாமல், "என்னாச்சு வேதா?" எனக் கேட்க,

"என்ன நடக்குதுன்னு ஒன்னும் புரியல..." சலித்தபடி நெற்றியை தாங்கியவன் தானறிந்த செய்தியை கூறிவிட்டு, "நீ ரெஸ்ட் எடு. கதவை லாக் பண்ணிக்கோ. சேஃப் - ஆ இரு!" என்று மடமடவென உத்தரவு பிறப்பித்து கிளம்ப எத்தனிக்க மஹதி அவனின் கையை பற்றிக் கொண்டாள்.

"நானும் உன்கூட வரேன். ப்ளீஸ்." என்றாள் கண்ணால் கெஞ்சி.

முதலில் மறுக்க நினைத்தவன், பின் அவளையும் அழைத்துக்-கொண்டு நேராக, நிலனின் வீட்டிற்கே சென்றான்.

அங்கோ, நிலனும் ப்ரவீனும் பேந்த பேந்த விழித்து வினியை குழப்பமாக பார்க்க, அவளோ "நான் எப்படி இங்க வந்தேன். ஜெகா... காலேஜ்ல உன்ன பார்த்துருக்கேன்ல. என் க்ளாஸ்மேட் தான நீ. நம்ம க்ளாஸ்ல படிச்ச பிரவீன் கூட சூசைட் பண்ணிக்-கிட்டானே. ஆனா, ஆனா, நான் ஏன் இங்க உங்க கூட..." என்று ஒன்றும் புரியாமல் சுற்றி முற்றி பார்த்தவளை கண்டு ஜெகதீஷ் அரண்டிருந்தான்.

"வி... வினி! உனக்கு எதுவுமே ஞாபகம் இல்லையா?" தொண்டை வறண்டிருந்தது அவனுக்கு. கொஞ்சம் கொஞ்சமாக மனவலியும் மேனி எங்கும் தாக்கத் தொடங்கியது.

"ஏன்... எனக்கு உன்னை நல்லா ஞாபகம் இருக்கே. ஆனா, இங்க ஏன் வந்தேன்னு தான் ஞாபகம் இல்ல." என்று தலையை சொறிந்தவள், நிலனைப் பார்த்து விட்டு, ஹஸ்கி குரலில் "ஆமா, இந்த சீனியர் ஏன் இங்க நிக்கிறான் ஜெகா. மறுபடியும் அவனுக்கும் வேதாவுக்கும் எதுவும் பிரச்சனையா." என்று தீவிரமாக விசாரிக்க, அவனுக்கு ஐயோ என்றிருந்தது.

இப்போது அவள் விழிகளுக்கு ப்ரவீனும் தெரியவில்லை.

அந்நேரம், வேதாவும் மஹதியும் வந்து விட, ஜெகதீஷ் "மச்சி... இவளை பாருடா." என உதட்டை பிதுக்க, வினிதா வேதாவை கண்டு "ஹே, வேதா. நீ எப்போ இங்க வந்த?" என ஆச்சர்யமாக கேட்க, அவனும் அவளின் மாற்றம் கண்டு குழம்பினான்.

ஜெகதீஷிடம், "நம்ம ப்ரீத்தியை காப்பாத்த போகும்போது இவ எங்க இருந்தா?" என வினவிட, "இவளை இங்க இருக்க சொல்-லிட்டு தான் போனேன்..." என்று நிலனை முறைத்தான்.

அவனோ பதறி, "டேய்! என்னடா என்னை பாக்குறீங்க. அவள் இங்க தான் இருந்தா. நீங்க வர்ற வரைக்கும் நான் ரூம்ல இருந்-தேன். ஜெகா சத்தம் கேட்டு தான் திரும்ப வெளியவே வந்தேன். என்னையவே சந்தேகப்படுறீங்க" என்று மிரண்டான்.

"இங்க உன்னையும் இவளையும் தவிர வேற யாரும் இல்ல நிலன். அப்பறம் வேற யாரு இதை பண்ணிருக்க முடியும்?" அழுத்-தமாக வேதா வினவ, "இங்க பாரு வேதா. நான் காலேஜ்ல அப்படி இப்படி இருப்பேன் தான். ஆனா, இப்போ நான் மாறிட்டேன். தேவை இல்லாம என்ன சந்தேகப்பட்டு டைம் வேஸ்ட் பண்ணாம உண்மையான குற்றவாளி யாருன்னு கண்டுபிடிங்க" என்றான் திட்-டவட்டமாக.

மஹதியும், "வேதா... அவரு சொல்றது சரிதான்னு தோணுது. நம்ம இதுக்குமேலயும் டைம் வேஸ்ட் பண்ண கூடாது. நல்லா யோசிச்சு சொல்லு. காலேஜ்ல உனக்கு இன்னும் வேற யாராவது எதிரி இருந்தாங்களா?" எனக் கேட்டாள்.

"ப்ச், மஹி. நிறைய பேரோட சண்டை வந்துருக்கு உண்மை தான். ஒவ்வொரு தடவையும் அதுல நியாயம் இருந்தாலும் காலேஜ் மேனேஜ்மெண்ட் என்னை தான் பனிஷ் பண்ணும். நியாயமா, பழி வாங்கணும்னா நான் தான் அவனுங்களை பழி வாங்கணும். மத்தபடி இவ்ளோ தூரம் கொடூரமா பிஹேவ் பண்ற அளவு வேற யார்கூடயும் பிரச்சனை இருக்கிறதா எனக்கு தோணல." என்றவன் வெகுவாய் நொந்தான்.

ப்ரவீன் சிந்தித்தபடி, "மச்சி, உனக்கு ஞாபகம் இருக்கா. ஒரு தடவை, நம்ம ஜுனியர் ஒருத்தன் நம்ம செட்டு பொண்ணை லவ் பண்றேன்னு டார்ச்சர் பண்ணான். நம்ம கூட போய் திட்டிட்டு வந்-தோமே" என நினைவுபடுத்த,

வேதா, "இல்ல மச்சி, அவன் நான் பிஜி படிக்கும் போது ஜூனி-யர் ஆ வந்தான். ஆனா, அப்பறம் நாங்க பிரெண்ட்ஸ் ஆகிட்-டோம். சோ அவன் இல்ல..." என்று மறுத்திட, 'இவன் யாருகிட்ட பேசுறான்' என புரியாமல் நிலனும், வினிதாவும் பேயாக விழித்தனர்.

அதை எல்லாம் விளக்க இப்போது பொறுமை இல்லாது போக, "வேதா... இவளை எப்படிடா சரி பண்றது. என்ன லவ் பண்ணதே இவளுக்கு ஞாபகம் இல்ல" என்று பாவமாக ஜெகா கேட்க,

வினி "என்னது லவ் பண்ணேனா?" என உட்சகட்ட அதிர்ச்சி-யானாள்.

"உன்ன போய் லவ் பண்ண எனக்கு பைத்தியமா பிடிச்சுருக்கு" அவள் முகம் கடுகடுக்க, ஜெகதீஷுக்கு அழுகாதது ஒன்று தான் குறை.

ப்ரவீனா, கெக்க பெக்க வென சிரித்து, "இப்போ தான் மச்சி அவள் தெளிவா ஒரு முடிவெடுத்து இருக்கா. உனக்கும் எஸ்கேப் ஆக ஒரு சான்ஸ் இருக்கு." என்று கண்ணடிக்க, "பேய் நாயே பிரஷ்ஷு " என கடுப்பாகி, அவன் மேல் பூச்சாடியை வெட்டெறிய, அதை அவன் கேட்ச் பிடித்தான்.

காற்றில் பூச்சாடி மிதப்பதை கண்ட நிலனும், வினியும் கத்தி ஒரே நேரத்தில் மயக்கமாக, வேதா, "டேய் நிறுத்துங்கடா. இப்போ-தைக்கு இதுங்க மயக்கமா இருக்குறது தான் பெட்டர். ஆமா ப்ரீத்தி எங்க?" என வினவினான்.

"அவளும் மயக்கத்துல தான் இருக்கா. ரூம்ல படுக்க வைச்சு-ருக்கேன். அவள் கண்ணு முழிச்சா யாரு கடத்துனாங்கன்னு ஒரு ஐடியா கிடைக்கும்" என்று ஜெகதீஷ் கூற, "வினிய ரூம்ல படுக்க வைச்சுட்டு வா..." என்றான் வேதா.

நிலனை அவனே தூக்கி சோபாவில் சாய்த்து அமர வைத்து விட்டு, "நீயும் அவன் யாருன்னு பாக்கலையாடா?" என பிரவீனை பார்த்தான்.

"எங்கடா. அவன் புயல் வேகத்துல ஓடிட்டான். ஒலிம்பிக்ல பார்ட்டிசிபேட் பண்ண ட்ரை பண்றான் போல!" என சிந்தனையுடன் அவனுக்கு பாராட்டு பத்திரம் வழங்க, "போடாங், நீ பேய் தான. பறந்து போய் பிடிக்க வேண்டியது தான? அட்லீஸ்ட் கையவாச்சு நீளமாக்கி அவனை பிடிச்சு இருக்கலாம்ல" என்று முறைத்தான்.

"என்னது கையை நீளமாக்கவா. நான் என்ன ஸ்பைடர் மேனாடா? எனக்கு இருக்குற ஒரே பவரு என்னை யாரும் நான்

நினைக்காம பாக்க கூடாது. அவ்ளோ தான். அதையே நான் ஏழு வருஷம் கழிச்சு தான் கண்டுபிடிச்சேன். போவியா" என்றிட,

"நாய் உயிரோட இருக்கும் போதும் ஒரு வேலைய உருப்படியா செய்யாது. பேயாகியும் அப்படி தான் இருக்கு." என திட்டி விட்டு, அவன் ஆய்வுக்கூடத்திற்குள் நுழைய, மஹதி அச்சத்தில் தோய்ந்து இருந்தாள்.

'என்னமோ, பேய்க்கு பவர் எழுதி குடுத்தமாதிரி பேசுறான்...' என மனதினுள் சிலுப்பிக்கொண்ட பிரவீன் அவன் பின்னே தொடர, வினியை கட்டிலில் கிடத்தி விட்டு, நெற்றியில் அழுத்தமாக முத்தம் ஒன்றையும் வழங்கினான் ஜெகதீஷ்.

கூடவே, தற்கொலை செய்து கொண்ட அத்தனை பெண்களின் முகமும் மனக்கண் முன் வந்து போக, நெஞ்சம் நடுங்கியது. அதே தவிப்புடன் அவனும் ஆய்வுக்கூடம் செல்ல, அங்கு வேதா போனில் யாருடனோ விவாதித்துக் கொண்டிருந்தான்.

"ஆகாஷ்! நீ என்ன பண்ணுவியோ எனக்கு தெரியாது. ஹிப்னோடைஸ் பண்றதுக்கான கெமிக்கல், அப்பறம் அதெல்லாம் சேர்த்து என்ன மாதிரியான கெமிக்கல் செய்வாங்க, அது எங்க கிடைக்கும், இதை எல்லாத்தை பத்தின புல் டீடைல்ஸ் இம்மீடியட் ஆ வேணும்." என்று அவர்களின் மற்றொரு நண்பனான ஆகாஷிடம் பேசிக்கொண்டிருக்க, அவனோ "மச்சி. நீ சொல்ற கெமிக்கல் இன்னும் கண்டே பிடிக்கல. எங்க லேப்லயும் இந்த மாதிரி எதுவுமே யூஸ் பண்ணது இல்ல." என்று புரிய வைக்க முற்பட்டான்.

"இல்ல ஆகாஷ். எனக்கு கிடைச்ச ஆதாரத்தை வைச்சு, அதை நான் ரிசர்ச் பண்ணதை வைச்சு சொல்றேன். கண்டிப்பா இது கெமிக்கல் உலகத்துலயே ரொம்ப ஆபத்தானது.

லுக், இப்ப என்கிட்ட இருக்குற எல்லாத்தையும் தனி தனியா டெஸ்ட் பண்ணுனா, அது எல்லாமே வசியம் பண்றதுக்கான கெமிக்கல் அவ்ளோ தான். இதை நான் இல்ல. போலீஸ் கண்டுபிடிச்சா கூட, அவங்களோட தியரி இதுவா மட்டும் தான் இருக்கும். ஆனா, உண்மையாவே இது வசியம் பண்ற மருந்து இல்ல மச்சி.

ஐ ஆம் டாமின் சியூர். இட்ஸ் சம்திங் நியூ. என் ரிசர்ச் லைஃப்ல இப்படி ரிசல்ட் நான் பார்த்ததே இல்ல." என்று உறுதியாக கூறியதில், குழம்பிய ஆகாஷ் "அப்படி என்ன மச்சி ரிசல்ட் வந்துச்சு" எனக் கேட்டான். அதே கேள்வியை தான் அவனுடன் இருந்த மூவரின் முகமும் தாங்கி இருந்தது.

"ஹைட்ரோமெட்மைசைட்." வேதா அழுத்தமாக அதன் பெயரை உச்சரிக்க, ஆகாஷ் "வாட்?" என இருக்கையை விட்டு எழுந்திருந்தான்.

"மச்சி இது?" என அவன் ஆரம்பிக்க,

வேதா, "எஸ். மனித இனத்திற்கே கொடுக்கவோ, ஏன் டெஸ்ட் பண்ண கூட கூடாத ஒரு கெமிக்கல் இது. இதை உற்பத்தி பண்றது ரொம்ப ரொம்ப ரொம்ப ரொம்ப கஷ்டம். உலகத்துல அரிதான வசிய மருந்துகளை ஒண்ணாக்கி, அதோட சில ரசாயனங்களை கலந்து இதை உற்பத்தி பண்ணனும்.

அதாவது, ஒரு மனுஷனோட எந்த உணர்வை அழிக்கணுமோ, அந்த உணர்வை டெலிட் பண்றதுக்கான ரசாயனத்தை, வசிய மருந்துகளோட கலந்து, ஒரு மனுஷனுக்கு குடுத்தா அவங்களோட அந்த மொத்த உணர்வும், அந்த உணர்வை கொடுக்குற ஹார்மோனும் மொத்தமா டெலிட் ஆகிடும். லைக் கம்பியூட்டர்ல டெலிட் பண்ற மாதிரி.

ஒருத்தனுக்கு காதல் உணர்வை தோற்றுவிக்கிற ஹார்மோன் டோபமைன். அந்த டொபமைன மொத்தமா அழிச்சு, அந்த காதல் உணர்வு யார் மேல வந்துச்சோ அவங்களை யாருன்னே தெரியாத அளவு ஆக்கிடும். ஐ மீன், ஒருத்தர் மேல காதல் உணர்வு வர்றதுக்கு முன்னாடி வரையான அவங்களை பத்தின ஞாபகங்கள் இருக்கும். ஆனா, எப்போ இருந்து அவங்க ஒருத்தரை காதலா பார்க்க ஆரம்பிக்கிறாங்களோ, எப்போ இருந்து அவங்களுக்குள்ள டோபமைன் சுரக்க ஆரம்பிக்குதோ அந்த நிகழ்வுகள், அந்த உணர்வுகள், எல்லாமே ஏரேஸ் ஆகிடும்.

அது மட்டும் இல்ல. அவங்க மூளையும் முழுக்க முழுக்க அவங்களுக்குள்ள செலுத்தப்பட்ட வசியமருந்துக்கு கட்டுப்படும். இட்ஸ் ரியலி ரியலி ரியலி ரியலி வெரி டேஞ்சரஸ்." என ஆற்றாமையுடன் கூறிக்கொண்டே சென்றவன், சினத்தில் டேபிளை நங்கென்று குத்தினான்.

இதனைக் கேட்ட ப்ரவீனும், "அப்போ எனக்கும் இதை தான் குடுத்தாங்களா?" என திகைக்க, ஜெகதீஷிற்கும் மஹதிக்கும் பயம் நெஞ்சை கவ்வியது.

ஆகாஷோ, "காட்! என்னால நம்பவே முடியல வேதா. ஹொவ் இட் இஸ் பாசிபிள்...? அதுவும் நம்ம இந்தியால இப்படி ஒன்னு இருக்குன்னே தெரியாது." என்றவனும், ரிசர்ச் சைன்டிஸ்ட். புனே-

வில் வேலை செய்கிறான்.

அவன் மட்டுமே இன்னும் டோபாமைனால் பாதிக்கப்படாமல் இருக்கிறான்.

"வேதா. இது ரொம்ப பெரிய இஷ்யூ வா இருக்கும் போல. நீ ஒன்னு பண்ணு. நம்ம திவாகர் அமெரிக்கால இருக்கான்ல அவனுக்கு கால் பண்ணி இதை பத்தி கேளு. அங்க இருக்குற பெரிய கெமிக்கல் கம்பெனில தான் அவன் ஓர்க் பண்றான். சொல்லப்போனா சில நேரம் நம்ம கேள்விப்படாத கெமிக்கல் பேர் எல்லாம் அவன் தான் சொல்லுவான். நானும் இதை பத்தி விசாரிக்கிறேன். எதுக்கும் எல்லாரும் ரொம்ப கேர்புல் ஆ இருங்க." என்றிட, உடனே வேதா திவாகருக்கு தான் அழைத்தான்.

ஆனால், அவனின் அழைப்பு எடுக்கப்படாமல் இருக்க, அதற்குள் ரஞ்சனியிடம் இருந்து வேதாவிற்கு அழைப்பு வந்தது.

'இவள் எதுக்கு போன் பண்றா?' என எண்ணியபடி அவள் அழைப்பை ஏற்றான்.

"வேதா? எங்கடா இருக்கீங்க எல்லாரும்?" என அவள் வினவ, "நீ எங்க இருக்க ரஞ்சனி?" என மறுகேள்வி கேட்டான். "நான் சென்னைல, நம்ம காலேஜ் வாசல்ல தான் நிக்கிறேன். அலுமினிக்கு வந்துட்டு இன்னும் கிளம்பலைன்னு ப்ரீத்தி சொன்னா, அதான் உடனே கிளம்பி வந்தேன்." என்றதும்,

"ப்ச், இப்போ நீ எதுக்கு இங்க வந்த ரஞ்சனி" என சலித்தவன், "சரி நான் லொகேஷன் அனுப்புறேன். வா!" என அவளுக்கு இடத்தை அனுப்பி விட்டு, "இந்த ப்ரீத்தி லூசா டா. அவள் கிட்ட என்னத்த சொல்லி வைச்சான்னு தெரியல." என்று தலையை தேய்க்க, மஹதியோ "வேதா. நீ சொன்னது எல்லாம் உண்மையா. அப்படி ஒரு கெமிக்கல் இருக்கா என்ன?" எனக் கேட்டாள் வெளிறி.

"ம்ம்..." என தலையசைத்தவனை விழி கலங்க பார்த்தவள், "அப்போ வினி அக்கா மாதிரி நானும் உன்ன மறந்துருவேனா?" எனக் கேட்டாள்.

அதில் உருகியவன், "கண்டிப்பா அப்படி எதுவும் ஆக விடமாட்டேன் மஹி. ட்ரஸ்ட் மீ!" என உறுதியளித்தவன், இதிலிருந்து மீளும் வழி புரியாது தவித்தான்.

ஜெகதீஷ், "இப்போ ரஞ்சனி வேற வர்றாளே. அவளை எப்படி சமாளிக்க?" என வினவி விட்டு, "பேசாம இவன் முகத்தை காட்ட

வைச்சு அவளையும் மயக்கம் போட வைச்சுடுவோமா" என்றிட, பிர-வீன் முறைத்து வைத்தான். அவள் மேல் அவனுக்கு எந்த உணர்வும் இல்லை தான். ஆனாலும், தான் அவளை காதலித்தோம் என்று நண்பர்கள் கூற கூற, அவளை பார்க்க வேண்டும் என்ற ஆவல் எழுந்தது.

மஹதி, "பேய் அண்ணா தான் அந்த அக்காவை மறந்துட்-டாங்க. ஆனா அந்த அக்காவுக்கு பேய் அண்ணாவை லவ் பண்-ணது ஞாபகம் இருக்கும்ல. அப்போ அந்த அக்கா ஃபீல் பண்ண மாட்டாங்களா" என்று அவளே அந்நிலையில் இருப்பது போல பாவம் பார்த்தாள்.

வேதா, "பேச்சை நிறுத்திட்டு, போய் ப்ரீத்தி எந்திரிச்சுட்டா-ளான்னு பாரு ஜெகா. வினி மேல ஒரு கண்ணு இருக்கட்டும். அவளை மயக்க நிலைல வைச்சுருக்குறது தான் இப்போ நமக்கு நல்லது." என்றான் எச்சரிக்கையாக.

பின், "முதல்ல அவள் உடம்புல எப்படி இந்த கெமிக்கலை செலுத்தி இருப்பாங்கன்னு தெரியணும்." என்று சிந்தனையுடன் கூறிட, மஹதி "வேதா. இங்க யாரும் இல்லாத நேரம் இங்க யாரா-வது வந்தாங்களான்னு வாட்ச்மேன் கிட்ட விசாரிக்கலமா?" என வினவ,

பிரவீன் "அந்த ஆளே ஒரு டுபாக்கூர்." என்று சலித்தான்.

அப்போது தான் மயக்கம் தெளிந்து வந்த நிலன், "எதுக்கு வாட்ச்மேன் அதான் வாசல்ல சிசிடிவி இருக்கே" என்றான்.

'அட பைத்தியமே! அதை முன்னாடியே சொல்ல மாட்டியா' என்ற ரீதியில் ஜெகாவும், வேதாவும் அவனை முறைக்க, நிலனோ "முதல்ல நீங்க ரெண்டு பேரும் யாருகிட்ட பேசுனீங்கன்னு சொல்-லுங்கடா." எனக் கேட்டான்.

வேதாவோ "நீ மொதல்ல, சிசிடிவி ஃபுட் ஏஜ் காட்டு, அப்பறம் சொல்றேன்." என்றிட, அவனும் லேப்டாப் எடுத்து வந்து ஃபுட் ஏஜை காட்ட, அதை பார்ப்பதற்கு முன்பு, "நான் கேட்டதுக்கு பதில் சொல்லு. அப்போ தான் காட்டுவேன்" என வீம்பு பிடிக்க, அதில் பொறுமை இழந்த வேதா, "டேய் பிரஷ்ஷு. உன் மூஞ்ச காட்டுடா." என்றான் கடுப்பாக.

"ஆகட்டும்!" என்று சாமி சிலை போல் போஸ் கொடுத்தவன், சில நொடிகளில் நிலன் விழிகளுக்கு தெரிய, அவ்வளவு தான், மீண்டும் கத்தி அவன் மயக்கமாகி விட்டான்.

"இந்த நாய் மயக்கம் ஆகும்ன்னு தான், வீடியோவை கேட்டுட்டு உன் மூஞ்ச காட்ட சொன்னேன்." என அவனை காலால் எத்தி விட்டு, மடிக்கணினியில் ஆராய, அதில் சந்தேகப்படுவது போல் யாரும் வந்த அறிகுறி இல்லை.

மீண்டும் மீண்டும், வீடியோவை ஓட விட்டு பார்த்தவனுக்கு தோல்வியே கிட்ட, எரிச்சல் தான் மிகுந்தது. எந்தவொரு வழியும் கிட்டாமல் போக, மஹதி ஒருமுறை அதனை வாங்கி பார்த்தாள்.

அவளுக்கும் எதுவும் புலப்படாது போக, சில நொடிகளில் அவள் விழிகள் அதிர்ச்சியை தாங்கியது.

"வேதா. வேதா. இங்க பாரு." என்று பரபரக்க, மூவரும் என்னவென பார்த்தனர்.

மஹதி, "இங்க பாரு வேதா. இது மெய்ன் டோர்ல இருக்குற கேமரா. இதுல எதுவுமே இல்ல. யாரும் வந்த அறிகுறி இல்ல. ஆனா, இதுல...

ஹால ஒட்டுன ஜன்னல் பக்கம் இருக்குற கேமரா. இதுல பாரு வேதா..." என்றாள் குரல் நடுங்க.

ஹால் சோபாவில் தான் வினிதா அமர்ந்திருக்க, ஜன்னல் புறம் இருந்து ஒரு வித உருவமற்ற ஆவி போல் எதுவோ ஒன்று ஹாலினுள் நுழைந்தது.

நால்வரின் விழிகளும் அதிர்ச்சியில் உறைந்திருக்க, வேதா, "இதான்... இதான்... இதான் அன்னைக்கு பிரஷ்ஷு தூக்கு மாட்டும் போது என் கண்ணுக்கு தெரிஞ்சுது. இதே தான்..." என்று அறை அதிர கத்தினான் ரௌத்திரத்துடன்.

***

அத்தியாயம் 20

"வே வேதா... நீ என்ன சொல்ற? உண்மையா இதை தான் பார்த்தியா?" என வார்த்தைகள் படபடக்க கேட்டாள் மஹதி.

"ஆமா, மஹி. சத்தியமா நான் இதை அன்னைக்கு பார்த்தேன். என்ன தான் குடிச்சு இருந்தாலும் எனக்கு நல்லா ஞாபகம் இருக்கு" என்றான் தலையை அழுந்தக் கோதி.

அவளுக்கோ பயம் அப்பியது. வேதாவின் கையை இறுக்கமாக பற்றிக் கொண்டவள், "வேதா! ரொம்ப பயமா இருக்கு!" என்று உதட்டைப் பிதுக்க,

அவளின் கையை விட்டுவிட்டு, தோளோடு சேர்த்து அணைத்தவன், "இன்னைக்குள்ள அவனை நான் கண்டுபிடிச்சே ஆவேன் மஹி. ப்ளீஸ் பீ பிரேவ்." என்றவனின் அழுத்தமும், அணைப்பும் ஒரு தைரியத்தை கொடுத்தாலும், அவள் மனம் சற்றே கலங்கிப் போய் தான் இருந்தது.

ப்ரவீனோ, "ஆனா மச்சி... எனக்கு ஒரு டவுட்!" என்று அந்த வீடியோவையேப் பார்க்க, மற்ற மூவரும் அவனை பார்த்தனர்.

"இல்ல. பொதுவா பேய் ஆவின்னா போட்டோல கேமரால தெரியாதுன்னு தான சொல்லுவாங்க! ஆனா, இது மட்டும் எப்படி மச்சி கேப்ச்சர் ஆச்சு?" என அதிமுக்கிய கேள்வியை முன்வைக்க, இதுவும் யோசிக்க வேண்டியது தான் என்பது போல அனைவரின் முகமும் சிந்தனையில் ஆழ்ந்தது.

ஜெகதீஷும், "அது மட்டும் இல்ல வேதா. அப்படி ஆவின்னாலும் நம்ம பயப்பட தேவையில்ல. நம்ம கூட தான் இன்னொரு ஆவி இருக்கே." என்று பிரவீனை காட்ட,

அவனோ, "மச்சி. அந்த ஆவி புகை மாதிரி எல்லாம் உருவம் எடுத்து ஜன்னல் வழியா எல்லாம் வருது. ஆனா, நான்லாம், கதவை திறந்தா தான் உள்ளேயே வர முடியும். வேணும்னா, அந்த ஆவிக்கு ஒரு ஹால்ஃப் குடுத்து கரெக்ட் பண்ணிடுங்க." என்றான் அசட்டையாக.

பின், வேதாவின் அனல் பார்வையில் அடங்கியவன், திடீரென 'ஆ' வென வாயை பிளந்தான்.

ஸ்லீவ்லெஸ் டாப்ஸ், ஜீன்ஸ் விகிதம், அவன் கண்களுக்கு விருந்தானாள் ரஞ்சனி.

"என்னடா இது இந்த ஆவிக்கு வந்த சோதனை. காலேஜ்ல சுமார் பிகரா சுத்திக்கிட்டு இருந்த ரஞ்சனியா இது. இந்த பிகரையா நம்ம லவ் பண்ணோம். பிரஷ்ஷூ... டெலிட் பண்ணுன டோபமைனை ரீ இன்ஸ்டால் பண்ணுடா!" என்று அவளை பற்றி யோசிக்க, அவனின் மூளை 'லவ் ஹிஸ்டரி எம்ப்டி' என்ற பதிலையே கொடுத்தது.

மற்றவர்களும் அவளைப் பார்த்து விட, அவளோ "ஹே! மச்சீஸ். எப்பிடிடா இருக்கீங்க." விழி விரித்து பெரிய புன்னகையுடன் வினவ, "இதுவரைக்கும் நல்லா இல்ல. இனிமேலும் அப்படி தான் போல!" என்று சலித்தான் ஜெகதீஷ்.

அதில் "எப்போ பாரு விளையாட்டு தான் ஜெகா உனக்கு!" என அவன் தோளை இடித்தவள், "என்ன சைன்டிஸ்ட் சார். ஒரு போன் இல்ல. மெஸேஜ் இல்ல." என்று முறைக்க, வேதா சிறிதாய் புன்னகைத்து, "அலுமினிக்கு கூட வராத நீ சொல்ற அத." என்றான் நக்கலாக.

"என்ன பண்றது. பிளைட் கிடைக்கல. அதான் இப்போ நீங்க இங்க இருக்கீங்கன்னு தெரிஞ்சதும் ஓடி வந்துட்டேன். சரி அதெல்லாம் விடு. இங்க என்ன தான் நடக்குது?" எனக் கேட்டாள் கையைக்கட்டிக் கொண்டு.

"இங்க நடக்குறதுல உனக்கு எது தெரியும்ன்னு சொல்லு... அப்பறம் நான் எக்ஸ்ப்ளெய்ன் பண்றேன்" என வேதா கூறியதில், "ப்ச், நேத்து ப்ரீத்தி கால் பண்ணுனா வேதா. அவள் ஆளுக்கும் அவளுக்கும் ஏதோ ப்ராப்ளம். அதை சரி பண்ண ஹெல்ப் வேணும்ன்னு. அப்போ தான் அவ நீங்க இங்க இருக்கீங்கன்னும், ஏதோ நம்ம கூட படிச்ச பசங்களோட லவ்வர்ஸ் எல்லாரும் இறக்குறாங்கன்னும், அதுவும்... பிரஷ்ஷூ" என அவன் பெயரை கூறி விட்டு ஒரு கணம் சுணங்கியவள், பின் மீண்டும் தொடர்ந்தாள்.

"அவன் டெத் மாதிரியே இருக்கு. பிளா பிளான்னு. ஆனா சட்டுனு அவ லைன் கட் ஆகிடுச்சு. நானும் இப்ப வரை ட்ரை பண்றேன். நாட் ரீச்சபிள் தான்." என்று அவள் பேச பேச பிரவீன் அவளையே தான் பார்த்திருந்தான்.

அவள் கண்ணில் தெரிந்த வலி அவனுக்கானது என்று புரிந்தாலும், மனம் நிச்சலனமாக தான் இருந்தது.

வேதா பிரவீனை கவனித்தபடி, "அது, ரஞ்சனி... பிரஸ்ஸூ" என ஆரம்பிக்க, பிரவீன் 'வேணாம்' என மறுப்பாக தலையசைத்தான்.

அதில் சட்டென பேச்சை மாற்றிய வேதா, "ஜெகா... அவளை உள்ள கூட்டிட்டு போய் நடந்ததை சொல்லு! அப்டியே வினி, ப்ரீத்தி கூடவே இருக்க சொல்லு." என்று அர்த்தப்பார்வை பார்க்க, அவனும் பிரவீனை பற்றிய சமிக்கையை உணர்ந்து கொண்டு ஆறுதலாக கண்ணசைத்து அவளை அழைத்து செல்ல, அவள் தான் குழப்ப முகத்துடன் சென்றாள்.

ஏனோ ப்ரவீனுக்கு அவனை வெளிப்படுத்த விருப்பம் இல்லை. எப்படியும் தான், திரும்பி வரப்போவது இல்லை. எதற்கு அவளுக்கு வீணாக மற்றொரு ஏமாற்றத்தை கொடுக்க வேண்டும் என தன்னையும் அறியாது அவளுக்காக சிந்தித்தான்.

வேதாந்த்திற்கு அவனை காண சகிக்கவில்லை. சட்டென போனை எடுத்து எதையோ ஆராய்வது போல், கவனத்தை திருப்பிக் கொண்டவன், உண்மையில் 'ஹைட்ரோமெட்மைசைட்' பற்றி இணையதளத்தில் ஆராய, எந்தவொரு குறிப்பும் அதில் கிட்டவில்லை.

அந்நேரம், திவாகர் போன் செய்திட, சட்டென போனை எடுத்தவன், சாதாரண நல விசாரிப்பிற்கு இடம் கொடுக்காது, "மச்சி, டூ யூ நோ அபௌட் ஹைட்ரோமெட்மைசைட்?" என வினவ, அவனோ அப்பெயரை கேட்டு அதிர்ந்தான்.

"மச்சி! மச்சி... என்னடா நீ அசால்ட்டா இந்த பேர சொல்லிட்டு இருக்க? இங்க இந்த பேர சொன்னாலே புடிச்சு உள்ள போட்டுடுவாங்க." என்று ஹஸ்கி குரலில் பேசியவன், அதனை பற்றி அவனுக்கு தெரிந்த சில விவரங்களை கூறி விட்டு வைக்க, வேதாவின் விழிகள் சிறுத்தது.

இங்கோ, ரஞ்சனிக்கு ஜெகா கூறிய விஷயங்கள் தலையை சுற்ற வைத்தது.

"என்னடா நீ என்னென்னமோ சொல்ற? வினி அப்போ உன்ன லவ் பண்றதை மறந்துட்டாளா?" என திகைக்க,

அவனோ சுருங்கிய முகத்துடன் "ம்ம்" என்றான்.

அப்போது தான் தலையை பிடித்துக்கொண்டு எழுந்த ப்ரீத்தி, "ஆமா நீங்க எல்லாரும் யாரு?" எனக் கேட்டதில், இருவரும் அதிர்ந்து விட்டனர்.

"ஏய்! ப்ரீத்தி? என்னடி உளறுற. எங்களை உனக்கு தெரியல. நாங்க தான் உன் பெஸ்டி ஜெகா, ரஞ்சனி." என்று எச்சிலை விழுங்கியபடி ஜெகதீஷ் கூற, அவளோ பேந்த பேந்த விழித்து, "எனக்கு... எனக்கு எதுவுமே ஞாபகம் இல்ல. எனக்கு யாரையுமே தெரியல." என்று தலையை பிடித்தாள்.

"ஆத்தாடி..." என திடுதிடுவென வேதாவிடம் ஓடி வந்தவன் நடந்ததை கூற, வேதாவும் மறுநொடி அறைக்கு சென்று பார்த்தான்.

அவனையும் அவள் யாரோ போன்று பார்க்க, மஹதி "ப்ரீத்திக்கா. உங்களுக்கு என்ன கூட தெரியலையா?" எனக் கேட்டாள் பாவமாக.

அதில் பிரவீன் தான், "ம்ம்க்கும், இத்தனை வருஷமா பழகுனா எங்களையே ஞாபகம் இல்லையாம்." என நக்கலடித்திட, ப்ரீத்தியோ திருவிழாவில் காணாமல் போன குழந்தை போல் விழித்தாள்.

"ரஞ்சனி, ஜெகா ரெண்டு பேரும் இவங்க கூடவே இருங்க. ரொம்ப ரொம்ப கேர்ஃபுல் ஆ இருங்க. நான் வந்துடுறேன்." என்றவன், மஹதியிடம் திரும்பி,

"மஹி, நீயும் இங்க இரு. அம்மாவுக்கு கால் பண்ணி, பிரெண்டு வீட்ல இருக்கேன்னு இன்ஃபார்ம் பண்ணிடு. நீ இப்போ இங்க இருக்குறது தான் சேஃப்" என்றவன் நகர போக, அவளோ அவனை விட்டாளில்லை.

"வேதா. நானும் உன்கூட வரேன்."

"நான் கொஞ்சம் ரிசர்ச் பண்ணனும் மஹி. அட்லீஸ்ட், இதை தடுக்க முடியலைன்னாலும், இதை சரி பண்ண நான் ஏதாவது பண்ணியே ஆகணும். நீ இங்க இரு..." என்றவனின் பேச்சை அவன் கேட்கவே முயலவில்லை.

"இல்ல. எனக்கு பயமா இருக்கு. நானும் தான் உன்கூட வருவேன். ப்ளீஸ்!" கண்ணீர் அதோ இதோவென வெளிவர துடித்ததில், அவளை விட்டு செல்ல மனம் வராமல் "சரி வா!" என்றவன், ப்ரவீனுக்கும் கண்ணை காட்ட, அவனோ ரஞ்சனியின் மீது கண்ணை பதித்திருந்தான்.

அந்நேரம், அவனை தொந்தரவு செய்ய அவனுக்கு தோன்றவில்லை. விழிகளாலேயே அவனை அங்கு இருக்க சொன்னவன்

மஹதியையும் மட்டும் அழைத்துக்கொண்டு நேராக சென்றது, சென்னையில் இருக்கும் அரசு மைய ஆய்வுக்கூடத்திற்கு தான்.

அவன் பணிபுரியும் இடத்தில், நிலையில் தீவிரத்தை கூறி, உடனடியாக தனக்கு ஒரு ஆய்வுக்கூடம் வேண்டும் எனக் கேட்க, அவன் கூறிய கெமிக்கல் பெயரை கேட்டு ஸ்தம்பித்தவர்கள், அவனுக்கு வேண்டிய உதவியை செய்வதாக உரைக்க, நல்லவேளையாக அவன் பிரவீன் பற்றி கூறவில்லை. இல்லையென்றால், அவனுக்கு அறிவியலாளர் பட்டத்தை விடுத்து அறிவில்லாதவர் என பட்டம் கொடுத்து இருப்பர்.

நான்கு மாடி கொண்ட கண்ணாடி கட்டட ஆய்வுக்கூடம், ஓங்கி உயர்ந்து நிற்க, அவன் வேகமாக உள்ளே நுழைந்தான். செக்கியூரிட்டி தவிர அங்கு யாரும் இல்லாதிருக்க, சில பரிசோதனைக்கு பிறகு, இருவரையும் அனுமதிக்க, ரிசப்ஷனில் மஹதியை அமர வைத்து விட்டு, அவன் விறுவிறுவென உள்ளே நுழைந்தான்.

நுழைந்த வேகத்தில் கையில் க்ளவ்ஸை மாட்டிக்கொண்டவன், அவன் கண்டறிந்த திரவத்தை டேபிளின் மீது வைத்து விட்டு, அதனை மேலும் சோதனைக்குட்படுத்தினான்.

மூளையோ தீவிரமாக சிந்தித்தது. 'இன்னும் இந்தியாலேயே இந்த கெமிக்கல் பத்தி யாருக்கும் தெரியாது. ஆனா, எப்படி எட்டு வருஷத்துக்கு முன்னாடி இதை நம்ம காலேஜ் ஹாஸ்டல்ல யூஸ் பண்ணிருக்க முடியும்? இதை பிசிறில்லாம செய்யக் கூடிய ஆள் யாரு...? கண்டிப்பா எனக்கு தெரிஞ்ச எவனோ தான். அதுலயும் என் கூடவே இருக்குற யாரோ தான். ஆனா யாரு? ஹூ குட் பீ த கள்ப்ரிட்.' என்று யோசிக்க யோசிக்க, அவன் கரங்களோ மேலும் சில ரசாயனங்களை ஆய்வுக்குட்படுத்தியது.

கண்களோ, அவ்வப்பொழுது கண்ணாடி வழியே வெளியில் அமர்ந்திருந்த மஹதியை கண்காணித்துக் கொண்டது.

கிட்டத்தட்ட இரண்டு மணி நேரமாக, அவன் கரங்களும், மூளையும், கண்களும் சிறிதும் ஓய்வெடுக்கவில்லை.

அதன் விளைவாக எதையோ கண்டறிந்த வெற்றி மிதப்பு அவன் இதழில் உதயமானது.

ஹைட்ரோமெட்மைசைட் ரசாயனத்தின், சக்தியை குறைக்கும் ரசாயனம் எதுவாக இருக்கும் என்பதே அவனின் இத்தனை நேர ஆராய்ச்சி. அதன் அடிப்படையை கண்டறிந்து விட்டால், நிச்சயம் இதற்கான தீர்வையும் கண்டறியலாம் என்ற உத்வேகம் அவனுக்குள்

எழ, இப்போது அதற்கான எதிர் ரசாயனத்தின் அடிப்படையை அறிந்து கொண்டவனின், விரல்கள் தாளமிட்டது.

விடாது வேலை செய்த மூளையோ மூலை முடுக்குகளில் எல்லாம் நடந்தவற்றை அசைபோட்டு, இதற்கு காரணகர்த்தா யார் என்பதையும் அவனுக்கு உணர்த்த, வேதாவின் இதழ்கள் இன்னுமாக விரிந்தது.

"யூ ப்ளடி துரோகி! உன்ன சாவடிச்சுட்டு தான் நான் அடுத்த வேல பார்ப்பேன்." என்று நிமிர்ந்தவனின்

விழிகளோ அதிர்வுக்குள்ளானது.

கண்ணாடி கதவிற்கு பின் மஹதி அமர்ந்திருக்க, அவளுக்கு அருகில் அந்த உருவமில்லா ஆவி நெருங்கிக் கொண்டிருந்தது.

"ஓ மை காட் மஹி!" எனக் கத்தியவன், அவளை நோக்கி ஓட, அதற்கு அவசியமில்லை என்பது போல், அது அவளின் மேனியை தாக்கியது.

"நோ... மஹி... மஹி..." நடுக்கத்துடன் மயங்கி விட்டவளை மடியில் கிடத்தியவன், அங்கிருந்து செக்கியூட்டியை தீப்பார்வை பார்த்தான்.

"இடியட். உள்ள யாரும் வர்றாங்களான்னு பாக்க மாட்டியா?"

அவரோ தலையை சொரிந்து "உள்ள யாருமே வரலைங்க சார்..." என்க, "போடாங்..." என்று வெளிவந்த கெட்ட வார்த்தையை விழுங்கி விட்டு, அவளை அள்ளிக்கொண்டு வெளியில் சென்றிட, அவன் பின் தலையில் யாரோ அடித்தது போன்றது உணர்வு தோன்றியதில், தான் விழப்போகிறோம் என்று உணர்ந்தவன், கண்ணை இருட்டி மயக்கமாகும் போதிலும் கரங்களில் தவழ்ந்த தன்னவளை மெல்ல தரையில் படுக்க வைத்து, திரும்ப போக, மீண்டும் தாக்கப்பட்டதில் அவளருகிலேயே மயங்கி விழுந்தான்.

"மஹி... டின் பீரு! பேபி!" என அவன் உதடுகள் உளற, கரங்கள் அவளின் கரங்களை அழுந்த பற்றி எழுப்ப முயல, அதற்குள் அவளை யாரோ அவனை விட்டு பிரிப்பது போன்று, இழுத்துச் செல்வது மங்கலாக காட்சியளித்ததில், கண்கள் கண்ணீரை உற்பத்தி செய்தது.

"வினி! ப்ளீஸ் வினி. நான் சொல்றத கேளு! தயவு செஞ்சு இறங்கி வா!" என்று வினிதாவிடம் கெஞ்சிக் கொண்டிருந்தான் ஜெகதீஷ்.

நிலன் வீட்டு மொட்டை மாடியின் கைப்பிடி சுவரில் ஏறி நின்று சாகத் துணிந்தவளோ எதற்கோ கட்டுண்டது போல, இறுக்கமாக இருந்தாள்.

வேதாவிற்கு போன் செய்த ஜெகாவிற்கு அவனிடம் இருந்து பதில் வராது போனதில் பதறியவன், அறையை விட்டு வெளியில் வந்து மீண்டும் முயற்சிக்க, ப்ரவீனும் அவனுடன் பதறினான்.

அப்போது கண்ணிமைக்கும் நேரத்தில், வினிதா தன் துப்பட்டாவை கழற்றி பேனில் மாட்ட, ரஞ்சனியோ அதிர்ந்து அவளை தடுத்தாள். அதில் அவளை தள்ளி விட்டவள், விறுவிறுவென மொட்டை மாடிக்கு செல்ல, ரஞ்சனி கத்தும் சத்தம் கேட்டு தான் இருவரும் மேலே சென்று அதிர்ந்தனர்.

ஜெகா, விழியில் கசிந்த நீருடன், "வினி ப்ளீஸ்டி. இறங்குடி. விழுந்துடுவடி." என பதறிட, பிரவீன் "மச்சி, நான் அது மேல ஏறி அவளை இந்த பக்கமா தள்ளி விடுறேன். நீ அவளை பிடுச்சிடு." என்று முணுமுணுத்து விட்டு, கைப்பிடி சுவரில் ஏறியவனுக்கு, அடி வயிறு கலங்கியது.

"இவ்ளோ உயரத்துல ஏன்டா மொட்டை மாடி வைச்சீங்க?" என அரண்டவன், மெல்ல அடி எடுத்து வினிதாவின் அருகில் செல்ல, அவளோ கீழே குதிக்க போனாள். அவளை பிடித்து, மீண்டும் மொட்டை மாடிப் பக்கமே தள்ளி விட, ஜெகதீஷ் உடனே ஓடி வந்து அவளை பிடித்துக் கொண்டான்.

அதோடு அவள் மயக்கமாகி விட, அவனுக்கு கண்ணை கரித்தது. 'கடவுளே! ஏன் இப்படி எல்லாம் நடக்குது?' என வெந்தவனுக்கோ, உள்ளம் உலைக்களமாக கொதித்தது.

சில மணித்துளிகள் கழித்து, பின்னந்தலையில் ஏற்பட்ட கிண்ணென்ற வலியை கையால் தாங்கிக்கொண்டு எழுந்து அமர்ந்தான் வேதாந்த்.

அவன் மயங்கியதை பார்த்த செக்கியூரிட்டி, அவனை மருத்துவமனையில் சேர்க்க, அவனின் எண்ணம் முழுதும் மஹதியே ஆக்கிரமித்தாள்.

"ஐயோ! மஹிக்கு என்ன ஆச்சுன்னு தெரியலையே." என பதறி, வேகமாக போனை எடுத்தவன், ஜெகதீஷிற்கு போன் செய்ய, அவன் மூலம் வினிதா தற்கொலை செய்ய எத்தனித்ததை அறிந்து, திகைத்தான். மஹதியின் நிலையை எண்ணி மனமோ துடித்து போனது.

பின், "உடனே எல்லாரையும் கூட்டிட்டு நான் சொல்ற இடத்-துக்கு வா!" என்று உத்தரவிட்ட வேதா, ஒரு முடிவுடன் கிளம்பி-னான்.

மலர் தோட்டங்களும், அதற்கு அருகிலேயே நீச்சல் குளமும் கொண்ட நவீன பங்களா அது. வெகு அமைதியுடன் அழகாக காட்-சியளிக்க, அது தான் ஆபத்தும் என்பது வெளியில் இருந்து பார்க்-கும் யாருக்கும் புரியாது.

வெளியே பங்களா போன்று தோன்றினாலும், உள்ளே அது முழுக்க முழுக்க ஆய்வுக்கூடம் தான். இதுவரை கண்டுபிடிக்காத ஆபத்தான திரவம் எல்லாம், ஒவ்வொரு குடுவையில் அடைக்-கப்பட்டிருக்க, அங்கிருந்த இளைஞனோ மயக்கத்தில் இருந்த மஹதியை எகத்தாளத்துடன் பார்த்தான்.

"இந்த ஒரு நாளுக்காக தான் இத்தனை வருஷம் காத்திருந்-தேன் மஹதி. வலி... இந்த வலிய தான் அவனுக்கு குடுக்கனும்ன்னு நினைச்சேன். காதல் வலி!!! ம்ம்ஹூம்... இன்னைக்கு கொடுத்துட்-டேன். இனிமே தினமும் குடுப்பேன். உன்ன அவன் முன்னாடியே கொன்னு!" என்று இழிவாய் இதழ் விரித்தவன்,

"என் கனவை நிஜமாக்கவே அவன் காதலியா வந்து இருக்க மஹதி டியர்! ஆனாலும், உன்ன வலிக்காம கொல்ல முடியாது. வலிக்க வைச்சு தான் கொல்லனும். அப்போ தான அவனுக்கும் வலிக்கும்!!!" என்றவனின் முகத்தில் அத்தனை ஆனந்தம்.

"அட! அட! அட! எவ்ளோ சந்தோசம் என் ஆருயிர் நண்-பனுக்கு! எப்படி எப்படி? என் மஹியை வலிக்க வலிக்க கொல்-லுவியா... அதுக்கு முதல்ல நீ உயிரோட இருக்கணுமே மச்சி." என்றவனின் குரலில் இருந்த இகழ்ச்சி முகத்தில் இல்லை. அது கடுமையை போர்த்தி இருந்தது.

அங்கு வேதாவை எதிர்பார்க்கவில்லை என்பது அவனின் முக அதிர்விலேயே நன்கு பிரதிபலிக்க, ஒரு நொடி தடுமாறினான் ஆகாஷ்.

அவர்களின் நண்பர்களில் ஒருவன். எத்தனையோ எதிரிகளுடன் ஏற்பட்ட மனஸ்தாபத்தை எண்ணிய வேதாவிற்கு, இவனுடன் ஏற்-பட்ட சின்ன மோதல், 'நம்ம நண்பன் தான' என்ற உரிமையில் மறக்-கப்பட்டிருந்தது.

சுறுசுறுவென ஆத்திரம் எழ, ஆகாஷ் கையை ஓங்கும் முன், ஓங்கி அறந்திருந்தான் வேதா.

அப்போது தான் மயக்கம் கலைந்து, எழுந்த மஹதி சுற்றி முற்றி புரியாமல் பார்த்தாள். அவள் எழுந்த நொடி அவளருகில் சென்ற வேதா, "மஹி! ஆர் யூ ஆல்ரைட்?" என அவளின் கன்னம் தாங்க, அவளோ அவனை விழி விரித்து பார்த்தாள்.

"நீ... நீங்க... என் காலேஜ் சீனியர் தான. உங்களை நான் போட்டோல பார்த்து இருக்கேன். ஆ ஆனா... இங்க எப்படி..." என சிந்தித்தபடி அவனின் தீண்டலை தவிர்த்து விலகி நிற்க, அவனோ சிலையாகி இருந்தான்.

கூடவே, 'அவளுக்கு என்னை முதல் தடவை நேர்ல பார்த்தது கூட ஞாபகம் இல்லையா? அப்போ... அப்போ... மேடம்க்கு 'லவ் அட் ஃபர்ஸ்ட் சைட்' ஆ என் மேல? என்ன பார்த்ததுமே டோபாமைனால பாதிக்கப்பட்டுட்டியாடி என் டின்பீரு." என அந்நிலையிலும் மனதினுள் குத்து பாட்டை ஓட விட்டான்.

***

அத்தியாயம் 21

"மஹி! உனக்கு என்ன முதல் தடவை பார்த்தது ஞாபகம் இல்லையா?" எனக் கேட்ட வேதாந்திற்கு, ஒருபுறம் தன் மேல் அவள் கொண்டிருந்த காதல் மகிழ்வைக் கொடுத்தாலும், ஒரு புறம் ரணமான வலியையும் அடுத்து என்ன ஆகுமோ என்ற பயத்தையும் அள்ளித் தந்தது.

அவளோ மிரண்டு, "நான் எப்போ உங்களை நேர்ல பார்த்தேன். போட்டோல தான் பார்த்திருக்கேன்." என்று எச்சிலை விழுங்கியவளுக்கு, 'நம்ம பிரெண்ட்ஸ்க்காக ஹெல்ப் கேட்க தான இவரை வரவைக்க நினைச்சோம். இப்போ இவரு என்ன தெரிஞ்ச மாதிரி பேசுறாரு' என்ற குழப்பம் மேலோங்கி இருந்தது.

அதற்குள் ஆகாஷ் அவனை தாக்க வர, மீண்டும் அவன் கன்னத்தில் சப்பென அடித்தான் வேதா.

"துரோகி நாயே. ப்ரெண்டா டா நீ எல்லாம். கேவலம் ஒரு சின்ன இன்சிடென்ட்ட மனசுல வைச்சு, ப்ரஷ்ஷ கொன்னு, அப்பாவி பொண்ணுங்களை கொன்னு, காதலை கொன்னு... ஏன் டா ஏன்?" என ஏறி மிதித்தான்.

அதில் வெகுண்டு எழுந்த ஆகாஸ், "சின்ன இன்சிடென்ட் ஆ எதுடா சின்ன இன்சிடென்ட்? ஹான்?" என அனல் பறக்க வினவ, அப்போது வேதாவின் மற்ற நண்பர்களும் வந்து ஆகாஷை கண்டு அதிர்ந்தனர். ப்ரீத்திக்கு எதுவும் நினைவு இல்லாததால் பேந்த பேந்த விழித்து நின்றாள்.

ரஞ்சனியை கண்ட ஆகாஷ் மேலும் சினம் மிக, "இதோ... இவளை முதல்ல நான் தான லவ் பண்ணேன். ஆனா, நீ தான். நீ தான் பிளான் பண்ணி பிரிச்சுட்ட..." என்று கத்த, ரஞ்சனிக்கும் பிரவீனிற்கும் மயக்கம் வராத குறை தான்.

கல்லூரியில் ஒன்றாக சுற்றிய எட்டு பேர் கொண்ட குழுவும், எந்த அளவு அன்பை வெளிப்படுத்துவார்களோ அதே நேரம், நண்பர்கள் தவறிழைத்தால் அதட்டவும் தவற மாட்டார்கள்.

வேதாவும், ஜெகதீஷும் ப்ரவீனும் நெருக்கமானவர்கள் என்பதால், பாகுபாடு பார்த்து அவர்களுக்காக சப்போர்ட் செய்வது கிடையாது. யாராக இருந்தாலும் தவறு என்றால் தவறு தான். சில நேரம், பிரதீப், லோகு, ஸ்டீபன் கூட திட்டு வாங்கியுள்ளனர். ஆனாலும், அதில் இருக்கும் நியாயத்தை புரிந்து கொள்பவர்களுக்கு மறுமுறை அந்த தவறை செய்திட தோணாது.

ஆனால், ஆகாஷ் பொறுத்தவரையில் யாரும் அவனை ஒருவார்த்தை கூற கூடாது. அப்படி அவனை தவறாக ஒரு வார்த்தை சொல்லி விட்டாலும், அவர்களிடம் அவன் பேசவே மாட்டான். அதே நேரம், ஒவ்வொருவரிடமும் ஒவ்வொரு மாதிரியாக தன்னை அட்ஜஸ்ட் செய்து கொள்வான்.

பெண்களின் அறிமுகமும் கிடைக்க, அனைவரும் நல்ல நண்பர்களாகவே இருந்தனர். ரஞ்சனி மீது மட்டும் நட்பை தாண்டி ஒரு வித ஈர்ப்பு நிறைந்தது ஆகாஷிற்கு.

ஆனால், ரஞ்சனிக்கு எதற்கெடுத்தாலும் குட்டிக்குரங்கு சேட்டை செய்வது போல, எதையாவது பேசி அனைவரிடமும் திட்டு வாங்கும் பிரவீனின் மீது தான் ஏனோ நேசம் தோன்றியது.

அனைத்தையும் ஈசியாக எடுத்துக்கொள்ளும் அவனின் குணமும், விளையாட்டு இருந்த போதிலும் அதை விட அதிகமாக அனைவர் மேலும் அவன் கொண்ட பாசத்திலும் ஈர்க்கப்பட்டவள், மனத்தினுள்ளேயே அவனை விரும்பத் தொடங்கினாள் அவனறியாமலேயே.

"ஏய்... ரஞ்சு! என்ன மரத்துக்கு அடியில ஞானம் தேடி வந்துருக்கியா?" என மரத்தின் அடியில் அமர்ந்திருந்தவளை கேலி செய்தபடி அவளருகில் அமர்ந்தான் பிரவீன்.

"ஆமாடா! உங்க கூடலாம் பழகி லூசாகுறதுக்கு, இங்க உட்காந்து ஞானத்தை தேடுறது மேல்" என்றாள் கிண்டலாக.

அவனோ வெடிப்பு சிரிப்பு சிரித்து, "அதை இன்னொரு லூசு சொல்லுது பாரேன்." என்றிட, அவளோ தீயாக முறைத்தாள்.

அதில் அவன் "ஈஈ" என அனைத்து பற்களையும் காட்டிட, கோபம் மறைந்து அவளையும் மீறி புன்னகை அரும்பியது. அதனை உணராதவனோ, "சரி காலேஜ் முடிய இன்னும் ரெண்டு மாசம் தான் இருக்கு. அடுத்து என்ன பண்ண போற?" எனக் கேட்டான் கேள்வியாக.

அவனை ஓரக்கண்ணில் பார்த்தபடி, "நீ என்ன பண்ண போற?" என எதிர்கேள்வி கேட்க,

"நானா... இவ்ளோ நாள் என்ன பண்ணேன்?"

"ஒன்னும் பண்ணல..." என அவள் சலிக்க,

"அதே தான் இனிமேலும். நம்மளாம் உருப்புடனும்ன்னு நினைச்சா பூமி தாங்காது ரஞ்சு!" என்றான் நமுட்டு சிரிப்புடன்.

அவன் தலையில் நறுக்கென கொட்டியவள், "ஒழுங்கா லாஸ்ட் செமஸ்டர்லயாவது எல்லா அரியரையும் க்ளியர் பண்ணுடா பிரஷ்ஷு." என்று பேசும்போதே மற்றவர்கள் வந்து விட, நேரம் குதூகலமாக நகர்ந்தது. அவள் சொல்லவில்லை என்றாலும், 'இந்த பொண்ணு நம்மள ரூட்டு விடுது' என அறிந்தே இருந்தான் பிரவீன். அவனுக்கும் சிறு ஆசை இருக்கவே செய்தது. இவர்களின் கண்ணாமூச்சி ஆட்டமும் மற்ற அனைவர்க்கும் தெரிந்தாலும் வெளிப்படையாக இருவரிடமும் கேட்டது இல்லை. அதனாலேயோ என்னவோ இது ஆகாஷிற்கும் தெரியாமல் போனது.

அப்போது தான், அவளின் பிறந்த நாள் வரவிருக்க, அந்த நாளில் ஆகாஷ் அவன் மனதில் இருக்கும் காதலை அவளுக்கு தெரியப்படுத்த எண்ணினான்.

கல்லூரியில் வைத்தே அவளுக்கு கேக் வெட்ட நண்பர்கள் திட்டமிட்டிருக்க, சரியாக கேக் வெட்டி முடித்ததும், அவளை தனியாக அழைத்து, ஆகாஷ் அவளிடம் காதலை சொல்லி விட்டான்.

அவளுக்கு இது அதிர்ச்சி தான். ஆகினும், "சாரி ஆகாஷ். யூ ஆர் மை குட் ப்ரெண்ட் அவ்ளோ தான். மத்தபடி, எனக்கு இண்டரெஸ்ட் இல்ல" என நாசுக்காக விலகி விட, அவளை அவன் விட்டானில்லை.

லேசாக முகம் கறுத்தவன், "இப்போ இல்லைன்னா என்ன, இனிமே வரலாம்ல." என கேட்க,

"இனிமேலும் வராது ஆகாஷ். லீவ் திஸ் டாபிக்." என்றவள், அவனை தாண்டி சென்று விட, முதலில் இதை பற்றி யாரிடமும் அவள் கூறவில்லை.

ஆனால், ஆகாஷ் தினமும் அவளை தனியாக சந்தித்து பேசிக் கரைக்க முற்பட்டான். அவன் தான் இவ்வுலகைலேயே அவளை அதிகமாக காதலிப்பதாக உணர்த்த முயல, அவளுக்கோ அது ஒப்பவே இல்லை.

இறுதியில் வேறு வழியற்று, "ப்ளீஸ் ஆகாஷ். நான் தான் சொல்றேன்ல உன்ன லவ் பண்ணலைன்னு. நான்... நான்... ப்ரஷ்ஷ தான் லவ் பண்றேன் ஆகாஷ். இன்னும் அவன்கிட்ட கூட என் லவ்வ சொல்லல." என்று உண்மையை கூறிட, அவனோ வெகுவாக அதிர்ந்தான்.

பின் ரஞ்சனி, கூட்டமாக அமர்ந்திருந்த நண்பர்களிடம் வந்து பிரவீனின் முன் நின்றாள். அவன் என்னவென பார்க்க, "சாரி பிரஷ்ஷு. உன்ன கேட்காம நான் ஒரு தப்பு பண்ணிட்டேன்..." என்றாள் தலையை குனிந்த படி.

அவனோ "எப்போவும் நான் தான் இந்த ரியாக்ஷன் குடுப்பேன். இன்னைக்கு நீ குடுக்குற" என நக்கலுடன் குழம்பினான்.

வேதா தான், "என்னாச்சு மச்சி? ஏதாவது ப்ராபளமா?" எனக் கேட்க,

"அது மச்சி... ப்ராப்லம் எல்லாம் இல்ல... அது..." என்றவள் ஒரு நொடி தயங்கி பிரவீனை பார்த்து விட்டு, பின், "ஆகாஷ் என்னை லவ் பண்றேன்னு சொன்னான். அதனால, அவன்கிட்ட நான் உன்னை லவ் பண்றதா சொல்லிட்டேன்..." என்று கையில் வைத்திருந்த நோட்டின் நுனியை பிய்த்துக் கொண்டிருந்தாள்.

மற்றவர்களோ சிரிப்பை அடக்கிக் கொள்ள, பிரவீன் வியப்பில் விழி விரித்து விட்டு, பின் கெக்க பெக்க வென சிரித்தான்.

அவளோ முறைத்து பார்க்க, அதில் சிரிப்பை நிறுத்தியவன், மென்மையாக "சரி நம்ம ஆகாஷ் தான புருஞ்சுப்பான். விடு ரஞ்சு!" என்றான் சாதாரணமாக.

ஆகாஷிடமும் தான் இவளை விரும்புவதாக சொல்லவில்லையே. அதனால், அவன் மனதில் அப்படி எண்ணி இருப்பான் என்று அவனே முடிவுக்கு வந்திருக்க, மற்றவர்களும் அதனை பெரியதாக எடுக்கவில்லை.

ரஞ்சனி தான், "இவ்ளோ தான் உன் ரியாக்ஷனா?" என உறுத்து விழிக்க,

"வேற என்ன பண்ண சொல்ற ரஞ்சு. நீ என்கிட்ட நேரடியா லவ்வ சொல்லிருந்தா நானும் ரொமான்டிக் ஆ ப்ரொபோஸ் பண்ணிருப்பேன். நீ அவன்கிட்டல சொல்லிட்டு வந்துருக்க..." என அவளை வார,

"யூ... பிராடு..." என்று அவனை அடிக்க துரத்திட, அவனும் அவளின் கையில் அகப்படாமல் ஓடினான்.

ஒரு கட்டத்தில் சுவற்றோரம் அவளை அணை கட்டியவன், "இப்போவாவது என்கிட்ட நேரடியா சொல்லேன்..." என்றான் தலை சாய்த்து.

"அப்போ நீ சொல்ல மாட்ட அப்படித்தான..." அவனை கண்ணை சுருக்கி முறைத்தாள் ரஞ்சனி.

அதில் மெலிதாக புன்னகைத்தவன், அவளின் கையை பிடித்துக்கொண்டு, "கண்டிப்பா சொல்லனுமா? சொன்னா தான் காதலா..." என முரளி ரேஞ்சிற்கு மேலே பார்த்து பீல் செய்ய, அதில் வெறியானவள், "போடாங் கொய்யால." என்றாள் நாராசமாக.

அவனோ அவளின் கோபத்தை வெகுவாய் ரசித்து, "லவ் சொல்ற அளவு மெச்சூரிட்டி வந்துருச்சான்னு தெரியல ரஞ்சு. ஆனா, உன்ன தவிர வேற யாருக்குமே என் லைஃப்ல இடம் இல்ல. என் ப்ரெசன்ட் லவர், என் பாஸ்ட் பிரெண்ட், என் பியூச்சர் வைஃப் எல்லாமே நீ தான். நீ மட்டும் தான்." என கண்சிமிட்ட, அவள் அவன் வார்த்தைகளில் சிவந்திருந்தாள்.

சில நிமிடங்கள் காதல் உலகில் இரு உள்ளங்களும் சஞ்சரிக்க, அவள் தான், "ஆனா... ஆகாஷ்..." என மென்று விழுங்க, "நான் தான் சொன்னேன்ல. அவன் நம்ம பிரெண்டு. ஜஸ்ட் அட்ராக்ஷனா இருக்கும். சொன்னா புருஞ்சுப்பான் ரஞ்சு. இதெல்லாம் ஒரு பெரிய விஷயமா" என்றவனிடம் முயன்று முறுவலித்தாள்.

ஏனோ, ஆகாஷால் சில நாட்களாக தான் அவதிப்படுவதை அவனிடம் உரைக்கவில்லை.

மற்றவர்களும், முக்கியமாக ப்ரவீனும், அவன் சங்கடமாக எண்ணுவான் என்று நினைத்தே, ஆகாஷிடம் இதை பற்றி பேசவில்லை.

அது எவ்வளவு தவறு என்பது அதன் பிறகே புரிந்தது.

ஆகாஷ் விடாமல் ரஞ்சனியிடம் பேசி அவளை கரைக்க முற்பட, அவள், "ஆகாஷ்... எல்லாத்துக்கும் ஒரு லிமிட் இருக்கு. நீ ப்ரெண்டுன்ற நால தான் நான் பொறுமையா போறேன்." என்று அதட்ட,

"நானும் நீ என் ப்ரெண்டுன்ற நால தான் பொறுமையா போறேன் ரஞ்சி. அவனை விட நான் எதுல குறைஞ்சுட்டேன். இத்தனைக்கும் உங்கிட்ட வந்து முதல்ல ப்ரொபோஸ் பண்ணுனது நான் தான். ஆனா, நீ அவன் கூட... இங்க பாரு ரஞ்சி. நான் உன்ன தான் லவ் பண்றேன். நீயும் என்ன லவ் பண்ற." என்று மிரட்டிட, அவளுக்கு சிறிதாக பயம் எழுந்தது.

வேறு வழியற்று, பிரவீனிடம் கூறிட, அவனுக்கும் ஒன்றும் புரி-யவில்லை. இறுதியில் இந்த விஷயம் வேதா காதிற்கு வர, அவன் ரஞ்சனியை பிடித்து திட்ட ஆரம்பித்தான்.

"அவன் உன்ன டிஸ்டர்ப் பண்ணான்னு முன்னாடியே சொல்ல வேண்டியது தான மச்சி?" என்றவன், பிரவீனை கண்டு, "நான் அன்னைக்கே அவனை வார்ன் பண்ணலாம்ன்னு சொன்னேன். கேட்டியா?" என்று எகிறினான்.

"இல்ல மச்சி. என்ன இருந்தாலும் ப்ரெண்டா போய்ட்டான். கொஞ்சம் பொறுமையா ஹேண்டில் பண்ணலாம்" என்று பிரவீன் தயங்க,

"ப்ரெண்டா போய்ட்டா என்ன வேணாலும் பண்ணலாமா? அவள் அவனை லவ் பண்ணா ப்ராப்லம் இல்ல. பண்ணலன்னு சொன்னதுக்கு அப்பறமும் இம்ச பண்ணுனா என்ன அர்த்தம். காலேஜ்ல மத்த ஜூனியர்ஸ் கூட, இப்போல்லாம் நம்ம திட்டி திட்டி மாறிட்டானுங்க. ஆனா, மத்தவங்களுக்கு முன்னுதாரணமா இருக்க வேண்டியவன், இப்படி பண்ணுனா எப்படிடா? கண்டிப்பா இதை பத்தி அவன்கிட்ட பேசியே ஆகணும் மச்சி." என்றான் தீவிரமாக.

சொன்னதோடு நில்லாமல், ஆகாஷிடமும் வேதா கண்டிக்கவே செய்தான்.

பிரவீன் தயக்கத்துடன், "ஆகாஷ், நானும் அவளும் லவ் பண்-றோம். இதுவரை நாங்க வெளிப்படையா சொன்னது இல்ல. இப்-போதான் சொல்லிகிட்டோம். சாரிடா நான் முன்னாடியே சொல்லி-ருக்கணும்" என்க,

அவனுக்கு கோபம் தான் வந்தது. நம்மளே தேவை இல்லாமல் இவர்களை கோர்த்து விட்டுட்டோமோ என்ற எண்ணமும் தோன்ற, கூடவே, 'நான் லவ் பண்ண பொண்ணை... என்னால விட்டு குடுக்க முடியாது' என்ற கர்வமும் தோன்றியது.

அதனை வெளிக்காட்டாதவன், "ஓகே டா. எனக்கு இத பத்தி தெரியாது... அதான் ப்ரொபோஸ் பண்ணேன்" என சமாதான கொடியை பறக்க விட்டதில், மேற்கொண்டு அவனை எதுவும் கூற இயலவில்லை வேதாவிற்கு.

ஆனால், 'எத்தனை நாளைக்கு உங்க லவ்வு இருக்குன்னு நானும் பாக்குறேன். சும்மா லவ் பண்ணிட்டு, பிரேக் அப் பண்ணிடு-வீங்க. அப்படி இல்லைன்னாலும் நானே பண்ண வைப்பேன்.' என்று உறுதி மொழி எடுத்துக் கொண்டவன், அதற்கான வேலைகளையும்

செய்தான்.

அதன் முதல் படியாக, ரஞ்சனியிடம் நண்பனாக இன்னும் நெருங்க முயன்றான்.

அன்று காலையில் மற்றவர்கள் இன்னும் கல்லூரிக்கு வராதிருக்க, ரஞ்சனியின் அருகில் வந்து அமர்ந்தான் ஆகாஷ். வேதா சற்று தள்ளி அமர்ந்து படித்துக் கொண்டிருந்தான்.

அவன் காதல் பற்றி பேசாமல் இருந்தது அவளுக்கும் நிம்மதியை கொடுக்க, இயல்பாகவே பழகினாள். அப்போது தான் அவன், "என் அப்பா பெரிய ரிசர்ச் பண்றவரு. மலை மேல, காட்டுக்குள்ள இருக்குற அதிசய பொருள் எல்லாம் எடுத்துட்டு வருவாரு. அது மூலமா யாராலயும் நம்ப முடியாத அளவு புது கெமிக்கல் கண்டுபிடிக்க ட்ரை பண்றாரு. நானும் கெமிஸ்ட்ரி ஸ்டூடன்ட் நால, இப்போ இருந்தே நானும் அந்த வேலைல இறங்கிட்டேன்..." என்று பெருமையடிக்க அவள் பிரவீனின் நினைவில் தலையாட்டிக் கொள்வாள் அவன் பேசுவதை சரியாக கவனியாமலேயே.

ஆனால், இதனை எல்லாம் அசுவாரஸ்யமாக வேதா கேட்டுக்கொண்டிருந்தான். அப்போதும் அவன் அவனை தவறாக எண்ணவில்லை.

இப்படியாக அவளை அவன் நெருங்க முயல, ஒரு கட்டத்தில் அவளை வீட்டிற்கு அழைத்து தன் பண செழுமையை காட்டிட, அவள் அதனை பெரியதாக கண்டுகொள்ளவில்லை.

அவன் தான், "இப்போவே நான் வெல் செட்டில்டு தான் ரஞ்சி. அதுலயும் இந்த ஆராய்ச்சி மட்டும் சக்சஸ் ஆச்சுன்னா, நான் வேர்ல்ட் பேமஸ்" ஆகிடுவேன் என்றிட, "வாவ். ஆல் தி பெஸ்ட் டா." என்றாள் அவளும் புன்னகை முகத்துடனே.

"இப்போ சொல்லு... இப்பவும் நீ அவனை தான் லவ் பண்றியா?" என்று கேட்டு விட, அவ்வளவு தான் பாவைக்கு சுறுசுறுவென கோபம் வந்தது.

"என்னை என்ன பச்சோந்தின்னு நினைச்சியா ஆகாஷ்? காசு பணத்தை பார்த்து காதல விக்கிற அளவு நான் மோசமானவ இல்ல. சே... நான் கூட உன் மனச மாத்திக்கிட்டன்னு நினைச்சேன். இப்படி ஒரு நினைப்போட தான் என்கூட பழகிட்டு இருக்கீல." என்று வார்த்தைகளை துப்ப,

அவனோ "ஆமா, அப்டித்தான். நீயும் காசு இருக்குற நால தான நான் லவ் பண்றேன்னு சொல்லியும் என்கூட பழகுன. அது

அந்த ப்ரவீனுக்கும் நல்லா தெரியும். இப்போ நீ போய் அவன்கிட்ட பேசுனா கூட அவன் உன்ன அப்படி தான் நினைப்பான்" என்றான் எகத்தாளமாக.

முந்தைய நாளே, பிரவீனின் மனதை கலைத்து விட்டிருந்தான் ஆகாஷ். "அவள் கூட உன்ன உண்மையா லவ் பண்றான்னு நினைச்சேன் பிரஷ்ஷு. ஆனா, என் கூட பழக பழக தான் அவளுக்கு உண்மை புரியுது. எதுக்கும் நீ மனச தேத்திக்கோ" என்று தனியாக அவன் மனதில் நஞ்சை கலக்கி இருக்க, இப்போதோ அதனை கேட்டு ரஞ்சனிக்கு கண் கலங்கியது.

மறுநாளே அவன் முன் நின்றிருந்தாள் காளியாக.

ஏற்கனவே ஏதோ சிந்தனையில் இருந்த பிரவீனை வேதாவும், ஜெகதீஷும் என்ன வென்று கேட்டுக்கொண்டிருக்க, இப்போது அவள் முகத்தில் தெரிந்த ரௌத்திரத்தில் குழம்பினர் ப்ரவீனும் தான்.

"என்ன ஆச்சு ரஞ்சு?" என அவன் கேட்டதும்,

"அவன் என்ன சொன்னாலும் நீ நம்பிடுவியா டா? என்ன தப்பா நினைச்சியாடா உன்னை விட்டு போய்டுவேன்னு" என நேரடியாக கேட்க, அவனோ திகைத்தான்.

"லூசா நீ? நான் அப்படி சொன்னேனா?" என்று பிரவீன் முறைக்க, "அப்போ என்னை பத்தி தப்பா சொல்லும்போது நீ ஏன் அமைதியா இருந்த. நான் அவன்கிட்ட பழகுனப்ப நீ என்ன கேள்வியாவது கேட்டு இருக்கலாம்ல" என்று எகிறினாள்.

ப்ரவீனோ, "என்ன பேசுற ரஞ்சு? லவ் பண்றேன்ற ஒரே காரணத்துக்காக உன் பெர்சனல்ல நான் எப்படி தலையிட முடியும். நம்ம எல்லாரும் நமக்குள்ள ஒற்றுமையா இருக்கோம். கேர்ள்ஸ் பாய்ஸ்ன்ற பாகுபாடு பார்க்காம. நீயும் வேதா ஜெகான்னு எல்லார்கிட்டயும் ஒரே மாதிரி தான் பழகுற. என்ன லவ் பண்ணிட்டன்னு நான் இவனுங்களோட பேசாதேன்னு எப்படி சொல்லுவேன். அது நான் உன்னையும் அசிங்கப்படுத்துற மாதிரி. இவனுங்களையும் அசிங்கப்படுத்துற மாதிரி. அதே மாதிரி தான் ஆகாஷையும் நினைச்சேன். ஆனா என் நினைப்பு தப்புன்னு அவன் உன்ன பத்தியே என்கிட்ட தப்பா பேசும்போது தான் புரிஞ்சுது..." என்றான் நெற்றியில் கை வைத்து.

அவன் புரிதலில் அவள் தான் உருகி விட்டாள். வேதாவும் ஜெகாவுமோ அவனை ஆதூரமாக பார்க்க,

ரஞ்சனி, "அவன் சொன்னமாதிரி, காச பார்த்து அவன் பின்னாடி போய் இருந்தா என்ன பண்ணிருப்பியாம்" என ஆழம் பார்க்க,

அவளை அழுத்தமாக பார்த்த பிரவீன், "நிலையில்லாத அவனோட சீப் மெண்டாலிட்டி காதல் மேலயே அவனுக்கு இவ்ளோ நம்பிக்கை இருக்குன்னா, எனக்கு உன்மேல எவ்ளோ நம்பிக்கை இருக்கணும். எப்படினாலும் என் அன்பு, என்னை உங்கிட்ட இருந்து பிரிக்காதுன்னு எனக்கு முழு நம்பிக்கை இருக்கு. அதனால தான் அவன் உன்ன தப்பா சொன்னப்பவும், உங்கிட்ட நான் ஒரு வார்த்தை கூட கேட்கல" என்றதில் கல்லூரி என்றும் பாராது, அவனை அணைத்துக்கொண்டாள் கண்ணீருடன்.

வேதாவிற்கு தான் கோபம் பொத்துக்கொண்டு வந்தது. கூட இருந்தே நாரதர் வேலை பார்க்குறானே... என்று அவனை பிடித்து திட்டி விட்டான். தன் திட்டம் அனைத்தும் பாழடைந்து விட்டதில் வெறுப்பு அவனுள் மூண்டது.

இன்னும் கூட அவனுக்கு நம்பிக்கை இருந்தது. தான், பேசி பேசி எப்படியும் அவளை சம்மதிக்க வைத்து விடுவேன் என்று. ஆனால், அதற்கு வேதா விடவில்லை.

"இனிமே எங்க யார் கூடவும் பேசுற வேல வைச்சுக்காத. முக்கியமா ரஞ்சனிகிட்ட பேசுனன்னு தெரிஞ்சுது. குடலை உருவிடுவேன்..." என்று தீப்பிழம்புடன் அவன் எச்சரித்த விதமே, ஆகாஷினுள் பயப்பந்தை உருவாக்கியது.

ஆனால், அதனை அப்படியே விட அவனின் குணமும் மனமும் ஒப்புக்கொள்ளவில்லை. அதிலும், அவனின் மற்ற நண்பர்களும் விடாமல் அவனிடம் வந்து அட்வைஸ் சொல்ல, சொல்ல அவனுக்கு மொத்த கோபமும் வேதாவின் மீது திரும்பியது.

"என் காதலை ஒன்னும் இல்லாம ஆக்கிட்டானே. பெரிய இவனா இவன்... காதலிச்சிருந்தா தான தெரியும் அதை இழக்குற வலி. அதுலயும் எனக்கு பிடிச்ச பொண்ணை இன்னொருத்தனுக்கு விட்டு குடுப்பேனா. அப்படியே நான் அவளை டார்ச்சர் பண்ணாலும் இவனுக்கு என்ன வலிக்குது. இவன் எதுக்கு என்ன மிரட்டுறான். அதுவும் என்னைய தப்பு சொல்ல இவனுக்கு என்ன உரிமை இருக்கு... பார்த்துக்கறேன் டா. எனக்கா அட்வைஸ் சொல்றீங்க. உங்க யாரையும் நிம்மதியாவே இருக்க விடமாட்டேன். எனக்கு கிடைக்காத காதல் உங்க யாருக்குமே கிடைக்காது. கிடைக்க விடமாட்டேன்..." என்று தனக்குள் உறுதி எடுத்து, மனதினுள் வஞ்சத்தை விதைத்தவன், அவன் தந்தை அப்போது தான் கண்டு பிடித்துக்கொண்டிருந்த கெமிக்கலை உபயோகித்து பிரவீனை அழிக்க

எண்ணினான்.

இதை எல்லாம் கேட்ட பிரவீனிற்கு தலை சுற்றியது. தான் அவளை இந்த அளவு காதலித்தோமா என்றே மனம் தவிக்க, ஆகி-னும் அவனுக்கு ஒன்றுமே நினைவு வரவில்லை. வந்தால் மட்டும் என்ன ஆகிட போகிறது என்ற விரக்தி மட்டுமே அவனுள் முதன் முறை எட்டிப்பார்த்தது.

மீண்டும், பிரவீனின் நினைவை மீட்டிப்பார்த்த ரஞ்சனிக்கு இத்-தனை வருடமாகியும் சிறு துளியும் அவன் மேல் இருக்கும் காதல் குறையாமல் இருந்ததில் கண்ணை கரித்தது. 'என் ஞாபகத்துல இருந்து மறந்து தான் போயேண்டா...' என்ற ஆற்றாமை அவளுள்.

***

அத்தியாயம் 22

வேதா கோபம் தாளாமல் ஆகாஷின் வயிற்றின் மீது மிதி மிதியென மிதித்தான்.

"நீ எல்லாம் மனுஷனாடா? பச்சை துரோகி. கூடவே இருந்து குழி பறிச்சு இருக்கியேடா. நீ அப்படி எல்லாம் பண்ணதுக்கு அப்-பறமும் கூட, நாங்க உன்ன எங்க பிரெண்டா தான்டா நினைச்-சோம். ஏன் கொஞ்ச நேரத்துக்கு முன்னாடி வர. ஆனா, நீயே உன் வாயால என்கிட்ட மாட்டிக்கிட்ட..." என்றான் எகத்தாளமாக.

ஆகாஷிற்கும் புரியவில்லை. இவன் எப்படி என்னை கண்டு-பிடித்தான் என்று. அதில் வயிற்றை பிடித்துக்கொண்டு குழப்பமாக பார்க்க,

வேதாவோ, "புரியலைல. நீ காலேஜ் படிக்கும் போதே உன் அப்பா இதுவரை யாரும் கண்டுபிடிக்காத கெமிக்கல கண்டுபிடிக்க ட்ரை பண்றாருன்னு நீ சொன்னது இன்னும் எனக்கு ஞாபகம் இருக்கு.

அன்னைக்கு மஹியை கூட்டிக்கிட்டு நான் இதே பங்களால இருக்குற ஸ்விம்மிங் பூலுக்கு தான் வந்தேன். இது திவாகருக்கு சொந்தமான வீடு. நான் அவன்கிட்ட இந்த வீட்டு சாவி கேட்-டப்போ. இங்க வரும் போது நீ தான் இந்த வீடை யூஸ் பண்றதா சொன்னான். நான் உனக்கு போன் பண்ணி, உங்கிட்ட இந்த வீட்டு சாவி கேட்டப்போ நீ தடுமாறுன. அப்பறம் நான் ஜஸ்ட் ஸ்விம்-மிங் பூல்ல மட்டும் இருந்துட்டு அவளை கூட்டிட்டு போய்ட்டேன். அப்போ எல்லாம் கூட எனக்கு சந்தேகம் வரல டா.

ஆனா நீயா ஒன்னு சொன்ன பார்த்தியா" என்று இதழை விரித்து சிரித்தவனின் சீறல் முகம் ஆகாஷிற்கு லேசாக நடுக்கத்தை தந்தது.

"உன்கிட்ட போன் பண்ணி அந்த கெமிக்கல் பத்தி கேட்டப்போ, எல்லாம் சொல்லிட்டு, கடைசியா எல்லாரும் கேர்ஃபுல் ஆ இருங்-கன்னு ஒரு வார்த்தை சொன்னியே. அந்த வார்த்தையை நீ சொல்-லும் போது அதுல இருந்த எகத்தாளம் எனக்கு நல்லா புரிஞ்சுது.

அது மட்டும் இல்லாம, நான் உன்கிட்ட இங்க நடக்குற எதையுமே சொல்லல. ஆனா, நீயா எங்களுக்கு பிரச்சனைன்னு நினைச்சு ஆறுதல் சொன்ன பார்த்தியா அங்க தான் சிக்குன மவனே. உன்னை இங்கயே இந்த கெமிக்கலோட கெமிக்கலா கரைச்சு, புதைக்கல..." என பல்லைக்கடித்தவனுக்கு, பிரவீனின் நினைவு வந்து விழிகளை கலங்க செய்தது.

"உனக்கு கோபம்ன்னா என்னை என்ன வேணாலும் பண்ணிருக்கலாம்லடா. என் என்... பிரஷ்ஷு என்னடா பண்ணுனான். அவனை ஏன் டா..." என துயரம் தாங்க இயலாமல், உதட்டை அழுந்த மடித்தவன், கேவலை கட்டுப்படுத்த முயன்று தோற்றான்.

ஜெகாவும் பிரவீனை பார்த்து கண் கலங்க, ரஞ்சனி அழுத்தம் தாளாமல் அழுதே விட்டாள். பிரவீனிற்கு இப்போது தான் என்ன செய்ய வேண்டும் என்று ஒன்றும் புரியவில்லை. அவனின் உயிரானவர்களின் கண்ணீரை தாங்கவும் இயலாது துவண்டான்.

வேதா, "சொல்லுடா. அவனை ஏன்டா கொன்ன. அதுலயும் அதுலயும் அவன் லவ் பண்ணதெல்லாம் ஏன்டா மறக்க வைச்ச. ஏன்டா...?" என முகத்திலேயே நங்கென்று குத்த, ஆகாஷோ இளக்காரமாக சிரித்தான்.

"பேயா உங்ககூடவே இருக்குறவனை பார்த்து பார்த்து வலிக்குதா. நல்லா வலிக்கட்டும்டா. இன்னும் உனக்கு வலி டோஸ் முடியல..." என கர்ஜிக்க, அதற்கு மேல் சினத்தை அடக்க இயலாமல் வேதா அவனை பிழிந்து எடுத்தான்.

தலையிலும் வாயிலும் குருதி கொட்ட, பைத்தியம் பிடித்தவன் போல் அவனை அடித்து தீர்த்தவன் ஜெகா தடுத்தும் நிறுத்தவில்லை.

"இவனை கொல்லாம விடமாட்டேன் விடுடா" என மீண்டும் அடிக்க, அவனின் அடி தாளாமல் ஆகாஷ் தான், "பிரவீனை நான் கொல்லல." என்றான் மூச்சு வாங்க.

அதில் சட்டென அடியை நிறுத்தி விட்ட வேதா, புருவ முடிச்சுடன் "என்ன சொல்ற?" என வினவ,

எச்சிலை விழுங்கியவன், "ஆமா. அவனை நான் கொல்லல. அவன் மேல நான்... நான்... 'மைவிழி' அப்படின்ற பேர் சூட்டப்பட்ட 'ஹைட்ரோமெட்மைசைட்' கெமிக்கலை செலுத்தினேன். அது... அது... நார்மலா நம்ம இஞ்செக்ட் பண்ண முடியாது. அது ஒரு வாயு. அந்த வாயு நம்ம உடம்புக்குள்ள போய், அவங்க காதல் உணர்வை அழிக்கும். அது மட்டும் இல்ல, ஒரு வாரம் வரைக்கும்

அவங்க என்னோட கட்டுக்குள்ள இருப்பாங்க. நான் சாக சொன்னா சாவாங்க. அப்படி தான் மத்த எல்லாரையும் கொன்னேன். ஆனா, முதல் முதல்ல நான் ப்ரவீன்க்கு பண்ணும் போது, அது பெயிலியர் ஆகிடுச்சு.

அவன் ரஞ்சனியை மறக்கவே இல்ல. அது எனக்கு ரொம்ப கோபம் வந்துருச்சு. அதனால தான், அன்னைக்கு நீங்க குடிச்சுட்டு இருந்தத எனக்கு சாதகமா பயன்படுத்தி மறுபடியும் அவன்மேல் அந்த வாயுவை செலுத்தினேன். ஆனா, அப்பவும் அது பெயிலியர் ஆனதோட இல்லாம, வேற மாதிரியான பக்க விளைவுகளை குடுத்துருச்சு..." என்றவன், மூக்கிலிருந்து வழிந்த ரத்தத்தை துடைத்து, கண்ணை சொருகினான்.

"வே. .வேற மாதிரியான பக்க விளைவுகள்ன்னா?" வேதா தடுமாற்றத்துடன் கேட்க,

"அதாவது, அவன் அவன் சாகவே இல்ல. வசியத்துக்கு கட்டுப்பட்டு அவன் தூக்கு மாட்டினான் தான். அவன் தூக்கு மாட்டுற வரை தான் நீ பார்த்த. ஆனா, நீ மயங்கினதும், அவனும் மயங்கிட்டான். கொஞ்ச நேரம் அவன்கிட்ட பேச்சு மூச்சே இல்ல. அப்ப தான் மத்தவங்க அவனை பார்த்து, அவன் தற்கொலை பண்ணிக்கிட்டான்னு நம்பிட்டாங்க. அவனை புதைக்கவும் செஞ்சாங்க. ஆனா, ஆனா, எனக்கு தெரியும் அந்த 'கேஸ்' தான் கொஞ்ச நேரம் அவன் துடிப்புகளை ஸ்டாப் பண்ணி வைச்சுருக்குன்னு. அதுக்கு மேல அவனுக்கு என்ன தான் ஆகுதுன்னு பார்க்க எனக்கு ஆர்வமா இருந்துச்சு.

சோ அவனை புதைச்சதுமே நான் தோண்டி எடுத்துட்டேன். அவனுக்கு பல்ஸ் இருந்தது. ஆனா, மயக்கத்துல இருந்தான். அது மட்டும் இல்லாம, கொஞ்ச கொஞ்சமா அவனோட உருவமும் மறைய தொடங்குச்சு. இதை பத்தி நான் அப்பாகிட்ட கேட்டப்போ, இன்னும் முழுசா கண்டுபிடிக்காத கெமிக்கல்ன்ற னால, இந்த சைட் எபக்ட் வந்து இருக்கும்ன்னு சொல்லி அவனை கூட்டிட்டு வர சொன்னாரு.

நானும் அவனை தூக்கிட்டு போனப்போ, அவன் சுத்தமா மறைஞ்சுட்டான். அவன நான் கண்டுபிடிக்கணும்ன்ற தால, அவன் கையில ஒரு பூவை குடுத்து வைச்சு இருந்தேன். அதனால. அப்பா ஏதோ ஊசி போட்டு, அவனை மறுபடியும் உருவத்துக்கு கொண்டு வந்தாரு. ஆனா அந்த ஊசி நிரந்தரம் இல்ல. கொஞ்ச கொஞ்சமா

அவன் மறைஞ்சுருவான். இதுக்கு இன்னும் கெமிக்கல் கண்டுபிடிக்கவே இல்லைன்னு சொன்னாரு.

எப்படியோ அவன் தொலைஞ்சா சரிதான்னு, நான் தான் அவனை ஹாஸ்டல்ல போட்டேன். அங்க பேய் இருக்குன்னு காலேஜூம் நம்புச்சு. எட்டு வருஷமா, உள்ளுக்குள்ளேயே பேயா அலைஞ்சவனை ரசிச்சேன். அவன் செத்துட்டான்னு நினைச்சாவது, ரஞ்சனி என்ன லவ் பண்ணுவான்னு நினைச்சேன்.

ஆனா அவ... அவ... என்ன அவாய்ட் பண்ணிட்டே இருந்தா. அந்த கோபம் தான், எல்லாரையும் பழி வாங்கணும்னு தோணுச்சு. அதனால வெறித்தனமா 'ஹைட்ரோமெட்மைசைட்' அ கண்டுபிடிச்சு எல்லா பொண்ணுங்களையும் கொன்னேன். இப்போ வினியையும், உன் ஆருயிர் காதலியையும் கண்டிப்பா கொல்லுவேன்..." என்று அவன் கூறி முடிக்கும் முன்னே, அவன் நெஞ்சில் மிதித்தான் வேதாந்த்.

அவன் கூறியதை நம்ப இயலாதவாறு அனைவரும் உறைந்தனர். அதிலும் ப்ரவீனுக்கோ ஒன்றுமே புரியவில்லை. "இப்போ நான் ஆவின்னு சொல்றானா, ஆசாமின்னு சொல்றானா... அப்போ நான் பேயே இல்லாதது நாலதான் எனக்கு எந்த பவருமே இல்லையா." என்று தலையை பிய்த்துக்கொள்ள, ஜெகாவோ "மச்சி... அங்க பாருடா" என்றான் அவசரமாக.

அங்கோ, மஹதி தான் கையில் கத்தியை வைத்து தன்னை குத்திக் கொள்ள ஆயத்தமாகி இருந்ததில், வேதா அதனை தடுக்க போக, ஆகாஷ் அவன் காலை பிடித்து இழுத்தான்.

"எங்க போற? அவள் சாகுறதை இங்க இருந்தே பாரு." என்று எக்களிக்க, ஜெகதீஷ் ஆகாஷினை பிடித்து இழுத்தான். அதில் அவன் தடுமாறியதும், வேதா பதறி எழுந்து "மஹி... வேணா." என்று அவளை பிடிக்க, அவளோ அவனை தள்ளி விட்டு, அவள் காரியத்தை சாதிக்க எண்ணினாள்.

வசியத்தினுள் கட்டுப்பட்டிருந்தவளை அவனால் அத்தனை சீக்கிரம் தடுக்க இயலவில்லை.

"மஹி. ப்ளீஸ்டி. இங்க பாரு. மஹி இங்க பாருடி." என்றபடி கத்தி அவளை கீறாதவாறு தடுத்தவனின் கைகளில் அது பல கீறல்களை ஏற்படுத்தியது. விழிகளோ ஆய்வுக்கூடம் முழுதும் விழிகளை சுழற்ற விட, இறுதியில் "ஜெகா, அங்க க்ளோரோஃபார்ம் இருக்கு. போய் எடு" என்றிட, ஆகாஷை விட்டு விட்டு அவன் அங்கு ஓட

ஆகாஷோ அவனை விடவில்லை.

கொலை வெறியான பிரவீன் தான், அங்கிருந்த பூச்சாடியை எடுத்து ஆகாஷின் தலை மீது போட அவன் மூர்ச்சையாகி விட்டான். நல்லவேளையாக வினிதா இன்னும் மயக்க நிலையில் தான் இருந்தாள். இதில் ப்ரீத்தி ஒன்றும் புரியாமல் விழிக்க, ரஞ்சனிக்கோ பிரவீன் சாகவில்லை என்ற வார்த்தை தேனாக இனித்தது. அதே நேரம், பூச்சாடி காற்றில் மிதந்ததை கண்டு இமைக்க மறந்தாள்.

உடனடியாக ஜெகா க்ளோரோஃபார்ம் - ஐ ஊசியில் ஏற்றி வேதாவிடம் கொடுக்க, அவன் மஹதிக்கு அந்த மருந்தை ஏற்றி விட்டு, அவள் மயங்கியதும் வலியுடன் நகர்ந்தான். பின் வினிதாவிற்கும் அந்த ஊசியை போட்டு விட்டவன், "கரெக்ட்டான மருந்து கண்டுபிடிக்கிற வரை இவங்க மயக்கத்துல தான் இருக்கணும்..." என்றவனின் குரலில் வேதனை நிறைந்தோடியது.

பிரவீன் சாகவில்லை என்றால், அவனை எப்படி மீட்பது? இத்தனை வருடமாக வாழ்க்கையை இருட்டிலேயே வாழ்ந்திருந்த அவனின் நிலை அவனின் இதயத்தை பிழிந்து எடுக்க, ஜெகா அவன் தோளை தொட்டான்.

"மச்சி. இப்ப நீ என்ன யோசிக்கிறன்னு எனக்கு புரியுது. ஆனா, நம்ம இதை தடுக்க ஏதாவது பண்ணனும் மச்சி. இல்லன்னா, நம்ம மூணு பேரையுமே இழக்க வேண்டியது வரும். டூ சம்திங்." என்று பிசிறடிக்கும் குரலில் கூற, அதனை மனதில் ஏற்றியவன், அங்கிருக்கும் கெமிக்கலை ஆராய, ரஞ்சனிதான் "நான் ப்ரஷ்ஷை பாக்கணும்" என்றாள் உணர்ச்சியற்ற குரலில்.

அதில் நிமிர்ந்த வேதா, பிரவீன் நிற்கும் திசையை பார்க்க அவளும் தவிப்புடன் அதே திசையை பார்த்தாள்.

ஆனால், பிரவீன் முடிவாக மறுத்து விட்டான்.

ஜெகா, "அவன் உன் முன்னாடி வரமாட்டுறான் மச்சி..." என்று பாவமாக கூற, அவளுக்கு கண்ணீர் நிறைந்தது. "ஏனாம்?" என அவள் மூக்கை உறிஞ்சியபடி கேட்க,

வேதா, "அவன் உன்ன லவ் பண்ணதை மறந்துட்டான் ரஞ்சி. அனேகமா, ஆகாஷ் குடுத்த மருந்து அவனுக்கு லேட்டா ஒர்க் ஆகி இருக்கணும்." என்று கூற, "அவன் என்ன மறந்துருந்தாலும் பரவாயில்ல என் முன்னாடி வரச்சொல்லு" என்றாள் தேம்பலாக.

ப்ரவீனோ, "வேணாம் மச்சி. ஒருவேளை இதுக்கு மருந்தே கண்டுபிடிக்காம, நான் திரும்ப வராமையே போய்ட்டா, என்ன விட

அவளுக்கு தான் கஷ்டம். நான் அவள் முன்னாடி வரல..." என இறுகிய குரலில் கூறியதில், இரு ஆண்களுக்கும் ஒன்றும் புரிய-வில்லை.

ஆனால், ப்ரவீனும் ரஞ்சனியும் ஒவ்வொரு விதத்தில் அடம்-பிடிக்க, ஒரு கட்டத்தில் கடியான வேதா, "அட ச்சீ. இப்ப நான் மருந்து கண்டுபிடிக்கவா வேணாமாடா. ஓரமா போய் செண்டிமெண்ட் சீன் போடுங்க ரெண்டு பேரும்." என்று கத்தி விட,

அவள் முகத்தை சுருக்கினாள் என்றால், பிரவீன் தான், "கல்-நெஞ்சக்காரன்... எவ்ளோ பெரிய சீன் போயிட்டு இருக்கு கரையு-றானா..." என சிலுப்பிக் கொண்டான்.

ஏற்கனவே, 'ஹைட்ரோமெட்மைசைட்' ரசாயனத்தின் சக்தியை குறைக்கும், அடிப்படை ரசாயனத்தை அவன் கண்டறிந்ததால், அதனை வைத்து முதலில் பெண்களுக்குள் இருக்கும் வசிய மருந்தை அழிக்க எண்ணினான்.

இதில், ஆகாஷிற்கும் காயத்திற்கு கட்டிட்டு, அவன் விழிக்கும் சமயம் எல்லாம் அடித்து துவைத்தனர்.

"இந்த கருமத்தை எல்லாம் கண்டுபிடிச்சு இருக்கன்னா, இதுக்கு தீர்வும் உங்கிட்ட தான் இருக்கும். சொல்லு... பிரவீனை எப்படி திரும்ப வரவைக்கிறது. இவங்க உடம்புக்குள்ள இருக்குற ரசா-யனத்தை எப்படி அழிக்கிறது..." என்று அவனிடமே கேட்க, அவனோ வில்லங்கமாக சிரித்து வைத்தான்.

"எனக்கு தெரியும். ஆனா சொல்லமாட்டேன்..." என்றதில் மீண்-டும் அடி வாங்கினான்.

அந்த ஆய்வுக்கூடத்தில் ஒரு இடத்தையும் விடாமல் தேடினான். ஒவ்வொரு கெமிக்கலையும் ஆராய்ச்சிக்கு உட்படுத்தினான் கிட்டத்-தட்ட இரு நாட்களாக.

ஆனால், எந்த வித பயனும் அளிக்கவில்லை எதுவும். தூங்-காமல், ஒரு பொட்டு நீர் அருந்தாமல், பைத்தியக்காரன் போல ராசனத்தையே வெறித்தவனின் அருகில் செல்ல கூட அனைவரும் பயந்தனர்.

ஆகாஷின் தந்தையும் சில வருடங்களுக்கு முன்பு இறந்திருக்க, இப்போது ஆகாஷால் மட்டுமே உண்மையை சொல்ல முடியும் என்ற நிலை.

அப்போது தான், மயக்கத்தில் இருந்து கண் விழித்த மஹதி, திருதிருவென விழித்தாள். "நான் எங்க இருக்கேன். நான்... நான்

வீட்டுக்கு போகணும்..." என்றதில், அவளை அமைதியாக பார்த்தவன், "நீ எங்கயும் போக முடியாது. பேசாம உட்காரு" என்றான்.

"ம்ம்ஹூம். நான் போறேன். என் அம்மா என்னை தேடுவாங்க." என்று கிட்டத்தட்ட அழ தொடங்கியவளின் முன்பு அவளின் தாய் ரேகா நின்றிருந்தார்.

'ஒரு நாள் கூட யார் வீட்டிலும் தங்க மாட்டாளே...' என பதறி இருந்தவரிடம், வேதா தான் நடந்ததை பொறுமையாக விளக்கி, இங்கு அழைத்து வந்தான். அவரோ இது எதையும் நம்பவில்லை. தன் பெண்ணை கடத்தி விட்டனரோ என்று தான் மிரண்டார்.

இப்போதும் அவளை இங்கிருந்து அழைத்து சென்றிட வேண்டும் என்ற எண்ணம் தான் தீவிரமாக இருக்க, அவளோ திடீரென ரேகாவிடம் இருந்து விலகி அருகினில் கத்தியை தேடினாள். அது கிடைக்காமல் போக, அங்கிருந்த பாட்டில் ஒன்றை உடைத்து, தன்னை தாக்கிக்கொள்ள போக எத்தனிக்க, ரேகா அதிர்ந்து விட்டார்.

ஆனால் வேதா அழுத்தமாக அவளை பிடித்து, அந்த கண்ணாடியை தூக்கி எறிய, அவளோ மாடியில் இருந்து குதிக்க போக நகர எத்தனித்தாள். ஆனால் அவன் விடவில்லை.

"நான் சாகனும். என்ன விடு சாகனும்..." என்று கத்தியவளை கண்டு அவனுக்கு தான் உயிரே போனது.

சிறிதும் காற்று புகாமல் அவளை இறுக்கி அணைத்துக்கொண்டவன், முதுகில் அவள் அடித்தும் கண்டுகொள்ளாமல், "டின்பீரு! உன் வேதாளம் பாவம்டி. என்னை சாகடிக்காத." என்றவனின் குரலில் அத்தனை ஏக்கம்.

ஆனால், அவள் அவனின் சட்டையின் முதுகுப் புறத்தை எல்லாம் நகத்தால் கீறி கிழித்திருந்தாள். பின் மெல்ல, மெல்ல அவனின் தீண்டலில் மயங்கியும் விட்டாள்.

இதனை எல்லாம் திகைத்து பார்த்திருந்த ஜெகா தான், லேசாக வினியிடம் அசைவு தெரிந்ததுமே, மயக்க ஊசியை போட்டு விட்டான்.

மெல்ல மஹதியை சோபாவில் படுக்க வைத்தவனின் விழிகள் சிவந்து வற்றி காய்ந்து போயிருந்தது.

அதிர்ச்சியின் உச்சத்தில் நின்றிருந்த ரேகாவிடம், "கவலைப்படாதீங்கமா. இவளை மறுபடியும் நார்மல் ஆக்குறது என் பொறுப்பு. என்னை நம்புங்க." என்று உடைந்த குரலில் கூறியவனை கண்டு

சந்தேகப்பட தோன்றவில்லை அவருக்கு. ஆனால், மகளின் நிலை கண்ணீரை கொடுத்தது.

அதன் பிறகு, சிறிதும் ஓய்வெடுக்காமல் அந்த பங்களாவையே புரட்டி போட்டவனின் வலி மிகுந்த நெஞ்சத்தின் காயம் ஆற்றவே சிக்கியது அந்த ரசாயனங்கள். அவன் எதிர்பார்த்தவை கிடைத்த மகிழ்வு அவன் விழிகளில் மின்ன, "நீ என்னடா நாயே சொல்லாம இருக்குறது நானே கண்டுபிடிச்சுக்குறேன்." என இறுமாப்பு கொண்டவன்,

அவன் கண்டறிந்த ரசாயனத்தையும், வீட்டில் கிடைத்த ரசாயனங்களையும் வைத்து, தீவிர ஆராய்ச்சிக்கு உட்படுத்திட, அதில் வெற்றியும் கண்டான்.

அவசரமாக "பிரஷ்ஷு... இங்க வா!" என அழைக்க, தவிப்பில் தோய்ந்திருந்த தன்னவளையே ரசித்துக்கொண்டிருந்த பிரவீன் தான், "மறுபடியும் என்னை வைச்சு தான் டெஸ்ட் பண்ண போறீங்களா டா" என்ற பயத்துடனே அவனருகில் சென்றான்.

"இந்த இன்ஜெக்ஷனை உனக்கு போட்டு பாக்கலாம். கண்டிப்பா ஒர்க் ஆகும். இது தான் ஆகாஷோட அப்பா கண்டுபிடிச்சதுன்னு நினைக்கிறேன். ஆனா, உன் உடம்புல இருக்குற 'ஹைட்ரோமெட்மைசைட்' அதாவது இவன் பாஷைல சொல்லணும்ன்னா 'மைவிழி' ன்ற ரசாயனத்தோட வீரியத்தை குறைச்சுட்டா, உனக்கு ஏற்பட்ட சைட் எஃபக்ட் - உம் போய்டும்..." என்றிட,

அவனோ "பார்த்து மச்சி. வேற ஏதாவது சைட் எபக்ட் ஆகி, உண்மையிலேயே போய் சேர்ந்துட போறேன்." என்றான்.

அதில் தீயாக வேதாவும் ஜெகாவும் முறைக்க, அவன் அசடு வழிந்தான்.

ஆனால், வேதாவிற்கு தான் கை நடுங்கியது. என்னதான் முழுதாக டெஸ்ட் செய்தது என்றாலும், ஒருவேளை அவன் கூறியது போல் ஏதாவது ஆகி விட்டால், என்ற நினைவே அச்சத்தை தர, ஊசி போட இயலவில்லை.

அதனை உணர்ந்து கொண்ட பிரவீன், "மச்சி... தைரியமா போடுடா. உன்மேல நம்பிக்கை இருக்கு. நீ கண்டிபிடிச்சது கண்டிப்பா நல்லதா தான் இருக்கும்" என்றதில், கலங்கிய கண்களை முயன்று கட்டுப்படுத்தியவன், துணிந்து அந்த ரசாயனத்தை அவனுக்குள் செலுத்தினான்.

அது உள்ளே புகுந்த மறுநொடி, ‘மைவிழி’ என்கிற ரசாயனத்தை அழிக்க தொடங்க, அவனுள் தொலைந்து போன நினைவுகள் எல்லாம் மீண்டும் மூளைக்குள் பதிய தொடங்கியது. மேலும், அந்த ரசாயனத்தின் விளைவால், மறைந்திருந்த அவனது மேனி இப்போது முழுமை பெற தொடங்க,

அவனோ "மச்சி... எனக்கு எல்லாம் ஞாபகம் வந்துடுச்சு." என்று அனைத்து பல்லையும் காட்டி, ரஞ்சனியிடம் "ரஞ்சு" என திரும்ப, அவளோ அடுத்த நொடி மயங்கியே விட்டாள்.

"அட ச்சை...! காதலால மயங்கி விழுந்தா பரவாயில்ல. பொசுக்கு பொசுக்கு எதுக்கு எடுத்தாலும் மயங்குதுங்கடா இதுங்க..." என்று சலித்தவனை ஜெகாவும் வேதாவும் கண்ணீருடன் கட்டிக்கொண்டனர்.

***

அத்தியாயம் 23

தன்னைத் தழுவி இருந்த இரு நண்பர்களையும் கண்டு ப்ரவீனுக்கும் கண்ணில் நீரூற, அவர்களை வாஞ்சையுடன் அணைத்துக் கொண்டான்.

இத்தனை நாட்களும், ஒருவருக்கொருவர் வருந்துவார்கள் என முயன்று வேதனையை விழுங்கிக் கொண்டவர்கள், இன்று அந்த தடைகள் அனைத்தையும் தகர்த்தெறிந்து விழி நீரில் கரைந்தனர்.

இன்னும் ப்ரவீனால் நம்ப இயலவில்லை, தான் உயிருடன் தான் இருக்கிறோம் என்று. சில நொடிகள் அவர்களுக்குள் மௌனமே ஆட்சி செய்ய, பின் மெதுவாக முறுவலித்துக் கொண்டனர்.

மயங்கி இருந்த ரஞ்சனியை பார்த்த ப்ரவீனுக்கு, ஆயாசமாக இருந்தது. மெல்ல அவளருகில் நெருங்கியவன், அவளைத் தீண்டாமல் வெறித்தபடியே இருந்தான். ஆனால், அவனை கவனியாது, மற்ற இருவரும் தத்தம் காதலியை காப்பாற்றும் வேலையில் தீவிரமாக இருந்தனர்.

'மைவிழி' என்கிற 'ஹைட்ரோமெட்மைசைட்' ரசாயனத்தை அழிக்கும் 'பாட்ராசைட்' ரசாயனத்தை மிகவும் கவனமாக கையாண்ட வேதாவின் முகத்தில் கடும் குழப்ப ரேகைகள்.

ஜெகா, "என்ன ஆச்சுடா?" என வினவ,

சட்டென பாவனையை மாற்றிக் கொண்டவன், "நத்திங்" என்று விட்டு, "முதல்ல வினிக்கும், ப்ரீத்திக்கும் இந்த இன்ஜெக்ஷன போட்டுடலாம்" என்க,

ஜெகாவோ, "மச்சி ஒரு விஷயம் தான் எனக்கு புரியவே இல்ல. ப்ரீத்திக்கு மட்டும் ஏன் இவன் எல்லாத்தையும் மறக்க வைச்சான், அவள் யாருன்னே அவளுக்கு தெரியாத அளவு. அதே மாதிரி அவளுக்கு வசியம் ஏற்பட்ட மாதிரி தெரியல. ரொம்ப நார்மலா தான் இருக்கா..." என்று கேட்டான் புரியாமல்.

"ம்ம்... ப்ரீத்திக்கு அவனை பத்தி ஏதோ தெரிஞ்சுருக்கலாம் ஜெகா. அதனால அவன் இப்படி பண்ணிருப்பான். அதோட, அவளுக்கு வசிய மருந்துகளை கலக்காத வெறும் ஹைட்ரோமெட்-

மைசைட் மட்டும் குடுத்து இருப்பான். வெறும் அழிஞ்சு போன நினைவுகளை மட்டும் வெளிக்கொண்டு வர, நான் தனியா 5 mg எடுத்து வைச்சிருக்கேன். ஹோப், இட் வில் ஹெல்ப்." என்றவனிடம் மேலும் ஜெகதீஷ் ஏதோ கேட்க வர, அதனை கண்டுகொள்ளாமல், முதலில் வினிதாவிற்கு ஊசி போட விழைந்தான்.

ஜெகதீஷிற்கு இதயம் எல்லாம் வெளியில் வந்து விட்ட நிலை தான். பொதுவாக, ஆராய்ச்சி என்றாலே, பல விதங்களில் சோதனைக்குட்படுத்திய பிறகு மட்டுமே அதனை உபயோகிக்க இயலும். ஆனால், இப்போதோ அனைத்தும் சரியாக வேண்டும் என்ற தவிப்பு தான் அவனுள் நிறைந்தது.

வினிதாவிற்குள் இரசாயனம் கலந்த சில நிமிடங்களிலேயே அவளிடம் அசைவு தெரிய இருவருக்கும் பயம் தான்.

மெதுவாக கண் விழித்தவள், "டேய்... இங்க என்னடா பண்ணறோம். ஒன்னும் பிரச்சனை இல்லல." என்று கேட்க, ஜெகா திகிலுடன் தலையசைத்தான்.

தலையை பிடித்துக் கொண்டு அமர்ந்திருந்தவள், தற்கொலைக்கு எதுவும் முயலுவாளோ என்ற அச்சத்துடனே ஜெகா அவளருகில் வந்து, "வினி... நம்ம நம்ம... லவ் பண்ணோம்ல... அது..." என்று பேச வர, அவளோ திகைத்துப் பார்த்தாள்.

அந்த திகைப்பான முகத்தை கண்டதுமே அவனுக்கு கண்ணில் நீர் நிறைந்து விட்டது.

ஆனால், அவளோ "ஆமா, அதுக்கு என்னடா இப்ப? ஏன் பிரேக் அப் எதுவும் பண்ண போறியா" என ஒரு மாதிரியாக கேட்க, ஒரு கணம் அவள் கேட்பது புரியாமல் விழித்தவன் மறுநொடியே அவளைத் தாவி கட்டிக்கொண்டான்.

"யூ ஆர் பேக் வினி. லவ் யூ... லவ் யூ சோ மச்..." என்று முகம் முழுதும் முத்தமிட, பெண்ணவளோ அவனின் திடீர் நடவடிக்கை புரியாது திகைத்து சிவந்தாள்.

ப்ரீத்திக்கு இன்னும் ஒன்றும் புரியவில்லை. வந்ததில் இருந்து இவர்களை மிரண்டு தான் பார்த்திருந்தாள். அதிலும் வேதா ஊசியுடன் நெருங்கியதும் அவள் கத்தத் தொடங்கி விட்டாள்.

பின் அவளை அமைதிபடுத்தி, அவளின் நினைவுகளை மீட்கும் இரசாயனத்தை அவளுள் செலுத்த, அவனின் முயற்சி வீண் போகவில்லை.

இழந்த நினைவுகள் மீட்கப்பட்டதோடு, எதிரில் ரத்த வெள்ளத்தில், காயத்துடன் படுத்திருந்த, ஆகாஷை நோக்கி அதிர்ந்தாள்.

"ஆகாஷ்... இவன்... இவன்... இங்க வந்துட்டானா... வேதா. இவன் இவன். துரோகி, பிராடு. என்னையும் ஏமாத்திட்டான்" என்று முகத்தை மூடி அழுக, அப்போது தான், வினியும் ஜெகாவும் இவளைக் கண்டு புரியாமல் பார்த்தனர்.

வேதா கூர்மையாக "புரியல" என்க,

அவளோ சற்று தயங்கி விட்டு, "வேதா... நான் லவ் பண்றேன்னு சொன்னது இந்த ஃபிராட தான்." என்றதில் அனைவரும் அதிர்ந்தனர்.

பின் அவளே, "சாரி வேதா. நான் இத அலுமினி அன்னைக்கே சொல்லிடலாம்ன்னு தான் நினைச்சேன். ஆனா இவன் தான் சப்ரைஸ் ஆ இருக்கட்டும்ன்னு சொல்ல வேணாம்ன்னு சொன்னான்.

அதும் இல்லாம, அப்போ அப்போ என்கிட்ட சண்டை போடவும் செஞ்சான். ஏன் அப்படி செஞ்சான்னே எனக்கு புரியல. நானும், நம்ம ஹாஸ்டல் போனது, ப்ரஷ்ஷ பார்த்தது, நம்ம பிரெண்ட்ஸ் ஓட லவ்வர்ஸ் டெத் பத்தி எல்லாம் அவன்கிட்ட சொன்னேன். இப்போவாவது உன்ன லவ் பண்றேன்னு எல்லார்கிட்டயும் சொல்றேன்னு சொன்னேன். ஆனா, அவன் கேட்கவே இல்ல.

அது மட்டும் இல்லாம, இங்க என்ன நடக்குதுன்னு ஒன்னு விடாம எனக்கு தெரியணும்ன்னு கேட்டு இம்ச பண்ணுனான். அந்த நேரத்தில தான், நான் அவனை பெசன்ட் நகர்ல பார்த்தேன். புனேல இருக்க வேண்டியவன் இங்க என்ன பண்றான்னு ஒண்ணுமே புரியல. ஆனா, பீச்ல நின்னுட்டு இருந்த மஹதியை தான் வாட்ச் பண்ணிட்டே இருந்தான். நான் புரியாம அவன்கிட்ட கேட்டதும், என்ன பார்த்து ஷாக் ஆகிட்டான்.

நான் கத்தி பேசுனதும், என்ன வாயை பொத்தி கார்ல ஏத்திட்டு போய்ட்டான். அதுக்கு அப்பறம் எதுவுமே ஞாபகம் இல்ல வேதா..." என்றாள் பாவமாக.

ஆனால், அவனுக்கு புரிந்து விட்டது. அப்போதே அவன் மஹதியை தாக்க முயன்றிருக்கிறான். அந்நேரம், ப்ரீத்தி தன்னை பார்த்து விட்டதால், எங்கே என்னிடம் கூறிவிடுவாளோ என்று அவளுக்கு அனைத்தையும் மறக்க செய்திருக்கிறான் என்று.

அதன் பிறகே, ஜெகதீஷ் நடந்ததை பகிர இரு பெண்களுக்கும் அடிவயிற்றில் பயப்பந்து உருண்டது.

நண்பன் என்று நினைத்தவன் இத்தகைய துரோகியா என அதிர, ப்ரீத்திக்கோ தான் உயிருக்கு உயிராக காதலித்தவன் சைக்-கோவாக இருப்பதை எண்ணி கண்ணீர் மல்கியது. அவளுக்கு கல்-லூரியில் ரஞ்சனிக்கும் அவனுக்கும் நடந்த பிரச்சனை தெரியாமல் போனதே விபரீதம் ஆனது.

பின், பிரவீன் உயிருடன் இருப்பதை அறிந்து அவனை இரு பெண்களும் கண்டு மகிழ, அப்போது தான் மயக்கத்தில் இருந்து மெல்ல எழுந்தாள் ரஞ்சனி.

பிரவீனைக் கண்டதும் மீண்டும் கண்ணை இருட்டிக் கொண்டு வர, அவனோ "யம்மா... நீ மறுபடியும் மயங்கி விழுந்துடாத. பாடி தாங்காது..." என்று நக்கலடிக்க, அவள், அவன் தோள்களில் கரங்-களை மாலையாக்கி அழுதாள் அழுதாள் அழுது தீர்த்தாள்.

அவனுக்கும் அவளின் அழுகை கண்டு பெரும் வருத்தம் தான். ஆனாலும், சிறிதும் அவன் விரல் அவள் மீது படவில்லை.

சில கணங்கள் கழித்தே அதனை உணர்ந்தவள், அவனிடம் இருந்து விலகி, புரியாமல் பார்க்க, அவனோ தன்னை நொந்து "சாரி ரஞ்சு. தேவையில்லாம என்னால உனக்கு இப்படி ஒரு சங்கடம். எட்டு வருஷமா என்னையவே அறியாம, நான் மனுசனா இல்லை-யான்னு கூட தெரியாம..." என்று பேசிக்கொண்டே வந்தவனுக்கு வார்த்தை வராமல் சதி செய்தது.

"இத்தனை வருஷமா என்னால உனக்கு எவ்ளோ மன கஷ்டம். நீ... நீ... மேரேஜ் ஆகி செட்டில் ஆனதுக்கு அப்பறமும் என்னால உனக்கு கஷ்டமும் சங்கடமான நிலையும் தான்" என்று வேதனை-யுடன் எச்சிலை விழுங்க,

ரஞ்சனி, "இவ்ளோ நாளா பேயா தானடா சுத்துன. இப்போ பைத்தியமாவும் ஆகிட்டியா" என்று அவன் தலையில் எதுவும் அடி-பட்டிருக்கிறதா என்று ஆராயத் தொடங்கினாள்.

வேதா தான் பொங்கிய சிரிப்பை அடக்கிக்கொண்டு நிற்க, ப்ர-வீன் விழித்து, "டேய்... நீ தானடா இவள் கல்யாணம் ஆகி செட்-டில் ஆகிட்டான்னு சொன்ன..." என்று முறைக்க,

"டேய் லூசு. நீ இவள் இன்னும் உன் நினைப்புல தான் இருக்-கான்னு சொன்னா ஃபீல் பண்ணுவ. அதான் அப்படி சொன்னேன். நீ இவளை மறந்துருப்பன்னு நான் கனவா கண்டேன்" என்று தலை-யில் அடித்துக் கொண்டான்.

அதில் இத்தனை நேரம் பிரவீனின் விழிகளில் இருந்த இருள் மறைந்து சட்டென மின்னியது.

அதனை உணர்ந்து வெட்கத்துடன் புன்னகைத்து கொண்ட ரஞ்சனி, "இன்னும் நான் சிங்கிள் தான்டா. நீ பேய் கேர்ள் ப்ரெண்ட் கூட எதுவும் கமிட் ஆகிடலையே" என உதட்டில் சிரிப்புடனும், கண்ணில் நீருடனும் கேட்டிட, இப்போது இறுக்கி அணைப்பது அவனின் முறையானது.

அவர்களைக் கண்டு அனைவர்க்கும் மனம் நிறைய, வேதாவின் பார்வை மஹதியை ஏக்கத்துடன் தீண்டியது.

ரேகாவும் தன் மகள் எப்போது கண் விழிப்பாள் என தவிப்பாக பார்த்திருக்க, அவன் ஊசியில் ஒரு ரசாயனத்தை ஏற்றி அவளுக்கு நடுக்கத்துடன் போட்டான்.

ஜெகதீஷோ, ஒன்றும் புரியாமல் பார்க்க, சில நிமிடங்களில் அவளும் மலர் விழிகளை மெல்லத் திறந்தாள்.

உடனேயே, "அம்மா..." என ரேகாவை கட்டிக்கொள்ள, அவருக்கோ பயம் கவ்வியது. இப்படித்தானே அப்போதும் கட்டிக்கொண்டு திடீரென தற்கொலை செய்ய துணிந்தாள் என்றே எண்ணி, அவளை மிரட்சியுடன் காண,

அவளோ "நம்ம ஏன்மா இங்க இருக்கோம்." என்று புரியாமல் அனைவரையும் பார்த்து விட்டு, வேதாவை காண, அவன் சலனமின்றி அவளை நோக்கினான்.

மஹதி விழி விரித்து, "நீங்க என் சீனியர் தான. உங்களை நான் போட்டோல பார்த்து இருக்கேன்."

என்றவளை அனைவருமே குழப்பமாகப் பார்க்க, வேதா இறுகிய இதழ்களை மெல்ல விரித்து, "ஓ!" என்றான்.

ரேகாவுக்கு இரு நாட்களாக இங்கு இருந்ததில், இடைப்பட்ட நாட்களில் இருவருக்குள்ளும் என்ன நடந்து இருக்கும் என்ற கணிப்பு இருந்தது. அவள் வேதாவை விரும்பி இருக்கிறாள் என்பது உட்பட.

இப்போதோ அவரும், "இந்த பையனை நீ எந்த போட்டோல பார்த்த?" என வினவ,

அதில் சற்று விழித்தவள், "அது வந்து மா... என் ப்ரெண்ட்ஸ் ரெண்டு பேர் இறந்து போனங்கள்ல. அவங்க சாகுறதுக்கு முன்னாடி அந்த ஹாஸ்டல் பிளாக்குக்கு தான் போனாங்க. அங்க தான் இவங்க ப்ரெண்டும் இறந்து போனாங்க. அங்க ஏதோ ஒன்னு

இருக்கு. அத கண்டுபிடிக்கணும்ன்னா, இந்த பேட்ச் சீனியர்ஸ் வந்தா தான் கரெக்ட் ஆ இருக்கும்ன்னு... நினைச்சேன். அதான் இவங்களை வரவைக்க..." என்று இழுத்தவள்,

"என் பிரெண்டு சில எவிடன்ஸ் கூட விட்டுட்டு தான் போயிருக்காமா. அதை வைச்சு என்ன தான் நடந்துச்சுன்னு கண்டிப்பா கண்டுபிடிக்கலாம்" என்றவளை அனைவரும் உறைந்து பார்க்க, வேதாவிடம் அப்போதும் சலனமில்லை.

"உன் ப்ரெண்ட்ஸ கொன்னது யாருன்னு தெரிஞ்சுருச்சு. இதோ இவன் தான்..." என்று ஆகாஷை கண் காட்ட, அவளோ வியந்து "நிஜமாவா?" என்றாள். விட்டால், அவள் விழிகளுக்குள் அவனை புதைத்து விடுபவள் போல.

"ம்ம்..." என்றவன், "இவன போலீஸ்ல புடிச்சு குடுக்கணும். இந்த நேரத்துல நீங்க இங்க இருந்தா சரி வராது கிளம்புங்க மா..." என்று ரேகாவை பார்த்து கூற, அவருக்கும் சங்கடமான நிலை தான். ஏனோ அவனின் தவிப்பையும், பாவனையையும் அவரால் உதாசீனப்படுத்த இயலவில்லை.

எப்படி இவன் தான் என கண்டு பிடித்தார்கள்... என்று மஹதித்கும் புரியவில்லை. ஆனால், அங்கு இருக்கவே பயமாக இருக்க, "மா... போலாம்மா" என்றாள்.

அதில் வேறு வழியற்று ரேகாவும் அவளை அழைத்து சென்று விட, வேதா உயிரற்று அவளையே வெறித்தான்.

திகைப்பிலிருந்தது மீண்ட பிரவீன், "மச்சி... என்ன ஆச்சுடா? ஏன் அவளுக்கு எதுவும் ஞாபகம் வரல?" என்று கேட்க,

தோளைக் குலுக்கியவன், "என்னை கேட்டா, மே பீ அவளுக்கு கெமிக்கல் ஓர்க் அவுட் ஆகலையோ என்னவோ!" என்றதில் ஜெகதீஷ், "பொய் சொல்லாத வேதா. ஏதோ இருக்கு. ஏண்டா அவளுக்கு மட்டும் எந்த ஞாபகமும் வரல." எனக் கேட்டான் கோபமாக.

"ப்ச்! எனக்கு தெரியல" என சலிப்பது போல் பேசியவன், மீண்டும் ரசாயனங்களுக்குள் புக, ஜெகதீஷிற்கோ பயம் அப்பியது.

'இவனே இப்போ தான், கெமிக்கல விட்டுட்டு காதல்ல விழுந்தான். இப்போ மறுபடியும் பழைய மாதிரியே மாறிடுவானோ' என்று...

"டேய்... இப்ப நீ சொல்ல போறியா இல்லையா. கேட்ட கேள்விக்கு பதில் சொல்லாம என்னடா பண்ற?" பிரவீன் கடுப்பாக,

வேதாவோ, "இந்த நாய அப்படியே விட சொல்றியா. இவன் பண்ண எல்லா தப்பையும் இவன் வாயாலையே ஒத்துக்க வைக்கணும். அதான், ஸ்பெஷலா ஒன்னு ரெடி பண்றேன்." என்று கனலாக ஆகாஷை முறைத்து விட்டு, வேலையில் புதைந்தான்.

வினியும் ரஞ்சனியும் விடவில்லை.

"வேதா... அந்த வீணாப்போனவன விடுடா. முதல்ல, மஹியை பாரு. நீ அவளை லவ் பண்ற தான" வினி ஆதங்கமாக கேட்க, அவனிடம் பதிலே இல்லை.

ஆனால், ஐவரும் மாறி மாறி அவனிடம் வினாத் தொடுக்க ஒரு கட்டத்தில் பொறுமையிழந்தவன்,

"ஐயோ... நிறுத்துறீங்களா? 'மைவிழி' ன்ற இரசாயனம் தயாரிக்கிறதுக்கு வேண்டிய பொருள எல்லாம் சேகரிக்கிறது அவ்ளோ ஈஸி இல்ல. அதே மாதிரி, அதை அழிக்கிறதுக்கான இரசாயன பொருட்களும் அத்தனை ஈஸியா கிடைச்சுடாதுடா. இவன் இதற்கான தீர்வு கண்டுபிடிக்க, பல வருஷமா இந்த கெமிக்கல்ஸ சேர்த்துக்கிட்டு வந்துருக்கான். ஆனா, நான் கண்டுபிடிச்ச பேஸ் கெமிக்கலை அவன் கண்டுபிடிக்கல. சோ, இப்போ வரை கரெக்ட் ஆன மருந்தை கண்டுபிடிக்காம திணறி இருக்கான்.

இப்போ இவன் வச்சுருந்ததையும் நான் கண்டுபிடிச்சதையும் வைச்சு, கெமிக்கல் ரெடி பண்ணி தான் பிரஸ்ஸுக்கும், வினிக்கும் குடுத்தேன். மொத்தமே ரெண்டு பேருக்கு யூஸ் பண்ற மாதிரி தான் அதோட அளவு இருந்துச்சு.

நல்லவேளையா, ப்ரீத்திக்கு ஹிப்னோடைஸ் பண்ற மருந்தை கொடுக்காதது நால, நான் அவளோட நினைவுகளை மட்டும் ரெகவர் பண்ற கெமிக்கலை பிரிச்சு அவளுக்கு குடுத்தேன். ஆனா, மஹிக்கு, ஹிப்னோடைஸ கட்டுப்படுத்துற கெமிக்கல் மட்டும் தான் பாலன்ஸ் இருந்துச்சு. மறுபடியும் முதல்ல இருந்து ரிசர்ச் பண்ணணும்ன்னா, இட்ஸ் அ லாங் ப்ராசஸ். சோ, அதான் அவளுக்கு அந்த கெமிக்கல் மட்டும் குடுத்தேன். காட்ஸ் கிரேஸ். அவள் ஹிப்னோடைஸ்ல இருந்து மீண்டுட்டா." என்று தலையை அழுந்த கோதிக்கொண்டவனுக்கு, துக்கம் தொண்டையை அடைத்தது.

அதிலும், தன்னை யாரென்றே அவளுக்கு தெரியாமல் போனது, மேலும் வலியை பிறக்கச் செய்ய, அவள் இதழ் தீண்டியது, காதல் உரைத்து அவளை களவாடியது எல்லாம் நினைவில் வந்து அவனை வாட்டியது. இச்சூழ்நிலையை கையாள இயலாமல் திணறியவன்,

பேசாமல் மைவிழி ரசாயனத்தை தனக்குள் புகுத்திக் கொள்ளலாமா என்று உடைந்து போனான்.

அந்த அளவு ரணத்தை தந்தது அவளுடனான காதல்.

தன்னை அறியாது விழிக்கும்

மைவிழியின் மையலற்ற

பார்வையில் தயங்குவது ரணமளிக்க...

தன்னவளையே மறந்து போகும்

மைவிழியின் வசியத்தில்

மயங்குவதே சுகமாகாதோ...!!!

சிதைந்திடுவேனோ மைவிழியாளே(லே)???

***

அத்தியாயம் 24

ஒரு நொடி பிரவீனிற்கும், ஜெகதீஷிற்கும் என்ன பேசுவது என்றே புரியவில்லை.

ப்ரவீனோ "முட்டாளாடா நீ. முதல்ல அவளுக்கு மருந்தை குடுத்து இருக்கலாம்ல. எனக்கு ஞாபகம் வரலைன்னாலும் பரவாயில்ல டா. ஏண்டா இப்படி பண்ணுன." என்று அவன் சட்டையை பிடிக்க,

ஜெகதீஷ், "என்ன இருந்தாலும் வினி என் பிரெண்டு தானடா. அவளுக்கு பொறுமையா புரிய வைச்சு கூட அவளை திரும்ப காதலிக்க வைச்சு இருப்பேன். ஆனா மஹிக்கு உன்ன யாருன்னே தெரியாது. இப்போ சுத்தமா தெரியல. அவளை முதல்ல சரி பண்ணாம இப்படி பண்ணிட்டியே டா." என்றான் ஆதங்கத்துடன்.

அதில் வேதா தான், "உங்க லவ் விஷயத்துல என்னால ரிஸ்க் எடுக்க முடியாது..." என்ற ஒற்றை வார்த்தையில் அவர்களை கலங்க விட்டான்.

அதன் பிறகு, தீவிரமாக ஏதோ ஆராய்ச்சியில் புகுந்தவன் வெற்றி மிதப்புடன் ஆகாஷின் அருகில் வந்தான். அவனை ஏற்கனவே கட்டிப் போட்டு இருக்க, அவனோ திமிறினான்.

"என்ன விடுங்கடா..." என்றவனை, அழுத்தமாக பார்த்தவன், அவனுக்குள் வேதா தயாரித்த ரசாயனத்தை ஏற்றி இருக்க, ஆகாஷினுள் பல மாற்றங்கள்.

உடனே அவன் கட்டை அவிழ்த்து விட்டு, "வாங்க நம்ம போலாம்..." என்று வேதா மற்றவர்களை அழைக்க, அவர்களுக்கு ஒன்றும் புரியவில்லை. ஆனால், சில மணிகளிலேயே ஏகப்பட்ட திருப்பங்கள் நிகழ்ந்தது.

அதில் முதலாக, ஆகாஷே போலீசிடம் சரணடைந்திருந்தான்.

பிரவீனிற்கு அவன் கொடுத்த கெமிக்கல் தோல்வியடைந்தது முதல், பல பெண்களை கொலை செய்தது முதற்கொண்டு, மஹதியின் தோழிகளை தன்னை கண்டுகொண்டதால் கொலை செய்து விட்டது வரை அனைத்தும் கூறி இருந்தான். அவனின் அந்த

தவறுக்கு, கல்லூரி நிர்வாகமும் துணை போனது அவன் வாயாலேயே வந்திருக்க, சிறிய இடைவெளியில் மீடியாவிற்கும் பரவி பெரும் அதிர்ச்சியை கொடுத்தது.

அனைவரும் பிரவீனை முற்றுகை இட்டனர். பின்னே, எட்டு வருடமாக அவன் பேய் என்று எண்ணி மறைவாக வாழ்ந்தது பற்றியான கேள்விகளை கேட்கத் தொடங்க, அவனுடைய வீட்டினருக்கோ நம்பவே இயலவில்லை.

இதில் ஒரே நாளில் அவன் தான் உலக பேமஸ் ஆகி விட்டான். மேலும், கடும் ஆபத்தை விளைவிக்கும் ரசாயனத்திற்கு எதிரான இரசாயனத்தை உருவாக்கி, அதனை அழிக்க பாடுபட்ட வேதாவிற்கும், அவனின் நண்பர்களுக்கும் பாராட்டுக்கள் குவிய, வேதாவிற்கு மஹதியின் நினைவு மட்டுமே ஓடியது.

இங்கோ, ரஞ்சனி கடுப்பாகி விட்டாள். பேட்டி எடுக்கும் பெண்மணி, "நீங்க சாகவே இல்லைன்னா, மறைஞ்சு தான் இருந்து இருக்கீங்க. அப்போ எப்படி குளிப்பீங்க, சாப்பிடுவீங்க. உங்களுக்கு பசி எல்லாம் எடுக்குமா?" என்று.

'ஏன் இவள் வந்து குளிப்பாட்டி சாப்பாடு குடுக்க போறாளாமாம்...' என்று அவன் காதை கடிக்க, அவனுக்கோ சிரிப்பாக வந்தது.

அக்கேள்வியை சமாளித்து விட்டவன், ஒருவழியாக 'அப்பாடா' என ஆசுவாசமாக, இப்போது ரஞ்சனிக்கே அப்பெண்மணி கேட்ட கேள்வி உறுத்தியது. மீண்டும் அவளே கேட்டுவிட, அவனோ வாய் விட்டு சிரித்தான்.

கூடவே, "என்ன போய் எல்லா ரூம்லயும் எதையாவது ஆட்டைய போட்டுட்டு வரான்னு எவ்ளோ திட்டுனீங்க..." என்று குறைபட, அவள் புரியாமல் "ஆமா, அதுக்கும் இதுக்கும் என்ன சம்பந்தம்?" எனக் கேட்டாள்.

"பின்ன, அந்த பழக்கம் இருக்க போய்தான் எட்டு வருசமா சமாளிச்சேன்..." என்றிட இன்னும் அவளுக்கு புரியவில்லை. ஆனால், ஜெகாவும் வேதாவும் 'அடப்பாவி' என நகைத்து விட்டனர்.

வினிதா தான், "டேய் டேய் சொல்லிட்டு சிரிங்க டா!" என்று ஆர்வமாக, பிரவீனே, "அதாவது எல்லாரும் காலேஜ் போனதும், நான் பக்கத்து பிளாக்ல போய் குளிச்சுட்டு அவங்க ட்ரெஸ்ஸயே போட்டுட்டு வந்துடுவேன். மெஸ்ல போய் சாப்பாட ஆட்டைய

போட்டு சாப்ட்ருவேன்" என்றிட, மேலும் வெடிப்பு சிரிப்பு சிரித்தனர்.

"அட திருட்டு நாயே..." என்று ரஞ்சனி அவனை திட்டினாலும், கண்ணீருக்கு அணை போட இயலவில்லை. என்னதான், விளையாட்டாக கூறினாலும், எந்த அளவு கஷ்டப்பட்டு இருப்பான் என்ற நினைவே அவளை கூறு போட, இறுதியில் பிரவீன் தான் அவளை சமன்செய்ய வேண்டியதாகி விட்டது.

அவனுக்கு அதெல்லாம் பெரிய விஷயமாகவே தெரியவில்லை. இறந்தே விட்டோம், வாழ்க்கையே இல்லை என்று எண்ணி இருந்தவனுக்கு, மீண்டும் இவ்வாழ்வு கிடைத்தது வரப்பிராசதமாக தான் தெரிந்தது.

இந்நிலையில், அனைத்து தவறுகளையும் ஒப்பித்த ஆகாஷ் மறுநாளே, தன்னை தானே மாய்த்துக்கொண்டான் என்ற விஷயம் பரவ, அனைவரும் அதிர்ந்தனர். வேதாந்த்தை தவிர. ஆகாஷ் தயாரித்த கெமிக்கலிலேயே சிறிது ரசாயனங்களை மாற்றிக் கொடுத்து, இப்படி செய்யத் தூண்டியதே அவன் தானே.

அதிர்ச்சி, திகைப்பு, மகிழ்ச்சி, ஆச்சர்யம் என அனைத்தையும் அனுபவித்து, இரு நாட்களில் மெல்ல மெல்ல இயல்புக்கு திரும்பினர் நண்பர்கள்.

வேதாந்திற்கு தான் எதையும் தாண்டி வர இயலவில்லை. அந்நினைவுகளுள் தான் அவள் இருக்கிறாளே! ஜன்னல் வழியே எங்கோ வெறித்திருந்தவனின் விழிகள் ஆயிரம் பாவனைகளை சுமந்திருந்தது.

அவனைத் தவிப்புடன் கண்ட ஜெகதீஷ், "மச்சி... நீ இப்படி இருக்குறத பார்க்க கஷ்டமா இருக்குடா! ஏதாவது பண்ணி அவளோட மெமரிஸ திரும்ப வரவைடா." என்றான் பாவமாக,

உணர்வுகளை சுமக்க மறந்த வேதாவின் விழிகள், "கஷ்டம். ஆனா... என்னால அவளை விட முடியாது" என தீர்மானமாக உரைக்க, ஜெகதீஷ் புரியாமல் பார்த்தான்.

"என்ன யாருன்னே தெரியாத பொண்ணுகிட்ட, லவ்வ சொல்லி, அவள் அதை அப்போஸ் பண்ணி, நான் அவளை காம்ப்ரோமைஸ் பண்ணி... இதெல்லாம் எனக்கு சுத்தமா பிடிக்கல மச்சி. காதல் தானா வரணும். அத பிடுங்க நினைச்சா, ஆகாஷ் மாதிரி தான் நம்மளும் பைத்தியமா அலையனும்.

ஆனா, கண்டிப்பா ட்ரை பண்ணுவேன். அழிக்கப்பட்ட டோபமைன தான, ரெகவர் பண்ண முடியாது... புதுசா டோபமைன கிரி-

யேட் பண்ணலாம்ல..." என மெதுவாக முறுவலிக்க, ஜெகதீஷ் விழி விரித்து,

"வாவ்! பண்ணலாமே மச்சி. கண்டிப்பா அவளுக்கு உன்மேல மறுபடியும் லவ் வரும்..." என்றான் உறுதியாக.

"ம்ம்... தெரியல. ஒரு வாரம் டைம். அதுக்குள்ள அவளுக்கு ஃபீலிங்ஸ் வரலைன்னா, நான் ஹைத்ராபாத் வந்துடுவேன். அவளை ஃபோர்ஸ் பண்ண மாட்டேன்." என்னும் போதே அவனுக்குள் பெரும் வேதனை!

"ப்ச், மச்சி. நான் சொல்றேன். அவள் உன்ன லவ் பண்ணுவா. டாட்! அவள் கூட தான் நீ ஹைதராபாத்க்கு திரும்பி வரப்போற. ஐ ஆம் சியூர்." என்று ஊக்கப்படுத்தியவனை கண்டு புன்னகைத்த-வனின் மனதில் சற்றே நம்பிக்கை வர, அவளைத் தேடி சென்றான்.

செய்தியில் வந்த ஆகாஷ் பற்றிய அனைத்தையும் கேட்டு உறைந்திருந்தவளுக்கு, தன் தோழிகளை கொன்றவனின் மேல் கொலைவெறியே வந்தது. ஆனால், தன்னிடம் இருந்த ஆதாரம் எப்படி வேதாந்திடம் சென்றிருக்கும்? இது அனைத்தும் எப்படி நடந்-தது? கடந்த ஒரு வாரமாக தனக்கு என்ன தான் நடந்தது? என புரியாமல் தலையை உருட்டினாள்.

அவள் குழம்பித் தவிப்பதை காண இயலாத ரேகா, அவளிடம் கடந்த ஒரு வாரமாக நடந்ததை கூறினார், அவள் வேதாவை விரும்பியதை தவிர்த்து. வேதாவும் அவரிடம் விவரமாக அதனை பற்றி கூறவில்லையே அதனால், அவரும் அவருக்கு தெரிந்த மற்ற விவரங்களைக் கூற, அவளுக்கோ ஒரே ஆச்சர்யம்.

'ஒரு வாரமாக அவருடன் தான் இருந்து இருக்கிறோம். ஆனால், எப்படி எனக்கு எதுவுமே ஞாபகம் வரவில்லை... ஆகாஷ் கூட, ஏதோ ஊசி போட்டதாக கூறினானே. அதனால மறந்து விட்-டோம் என்றால் கூட, அவன் மீடியாவில் கூறியதை வைத்துப் பார்த்-தால் காதல் உணர்வை அழிக்கும் கெமிக்கலும் அதோடு வசிய மருந்தும் தான் தனக்குள் சென்றிருக்க வேண்டும். பின் எப்படி எனக்கு கடந்த ஒரு வாரமாக நடந்தது மறக்கும்...' என்று சிந்தித்துக் கொண்டே வந்தவள் விலுக்கென நிமிர்ந்து அமர்ந்தாள்.

"அப்போ... அப்போ... நான்... அவரை..." என்று நினைக்கவே மனதில் பட்டாம்பூச்சி பறப்பது போல் படபடவென இருந்தது. அதி-லும், அவள் தன்னை மறந்து சாக துணிகையில், அவன் தான், அவள் ஏற்படுத்திய காயங்களை ஏற்றுக்கொண்டு அவளை காத்தான்

என்று ரேகா கூறியதும், மேலும், தான் கிளம்புகையில் தன் மீது அவன் வீசிய ஏக்கப்பார்வையும் அவளை அணு அணுவாக கொன்-றது.

ஆனால், அவளால் இதை எதையும் ஏற்கத்தான் இயலவில்லை. முன்பின் பார்த்திராதவனின் முதல் அறிமுகம் கூட தனக்கு நினை-வில்லாத போது, இவ்வுணர்வை எப்படி ஏற்றுக்கொள்வது என்ற குழப்பம் தாங்கியவளுக்கு, உண்மையாகவே தான் அவனை விரும்பி இருந்தால், அவன் இந்நேரம் இங்கு வந்து தன்னை ஒருமுறையா-வது பார்த்திருக்க வேண்டும் அல்லவா? என்ற தவிப்பும் ஒருங்கே தோன்றியது.

அதற்குமேல் பாரம் தாங்காமல், சமையலறைக்குள் புகுந்து கொண்டவள், மனதை மாற்றும் பொருட்டு, சமைக்கத் தொடங்கி-னாள்.

அந்நேரம் காலிங் பெல் அழைக்க, மகளின் நிலையிலேயே தோய்ந்திருந்த ரேகா கதவை திறக்க வெளியில் வேதாந்த் தான் நின்றிருந்தான்.

"சாரிமா. உங்களை டிஸ்டர்ப் பண்றதுக்கு. ஆனா, நான் மஹியை ஒரு தடவை பார்க்கணும்!" எனக் கேட்டான் அழுத்தமாக. அந்த தோரணையே நீங்கள் மறுக்கக்கூடாது என்ற மறைமுக செய்-தியைக் கொடுக்க, மறுக்கவும் அவருக்கு தோன்றவில்லை.

"வாப்பா." என்று அழைத்தவர், "அவள் உள்ள தான் இருக்கா. கூப்புடுறேன்." என்னும் போதே அவரை தடுத்தவன், "நானே பாத்-துக்குறேன்மா" என உள்ளே சென்றான்.

ஏதோ சிந்தனையில் காய்கறிகளை நறுக்கிக் கொண்டிருந்தவ-ளின் அருகில் சற்று இடைவெளி விட்டு நின்றவன், "ம்ம்க்கும்..." என்று தொண்டையை கனைக்க, மஹதி தான் அவனைக் கண்டு திகைத்தாள்.

***

நிறைவு பகுதி

இப்போது தானே இவன் வந்து பார்க்கவில்லை என்று எண்ணினோம் என்ற திகைப்பு அவள் முகத்தில் அப்பட்டமாக தெரிய, வேதா-விற்கோ அவளை அப்படியே அள்ள வேண்டும் என்றிருந்தது.

"நீ... நீங்க?" அவள் திணற,

"நான் ஹைதராபாத்க்கு போறேன். அதான் உன்னை பார்த்துட்டு கிளம்பலாம்ன்னு..." என்று அவன் நிறுத்தியதில், அவள் தான் சுர-மின்றி "ஓ" என்றாள்.

அவளின் ஏமாற்றம் மிகுந்த முகமே அவனுக்கு மென்னகையை கொடுக்க, அவள் மீண்டும் தன்னிடம் வந்து விடுவாள் என்ற உறுதி மிகுந்தது.

"ஒரு வாக் போலாமா ஆர் ஒரு ட்ரைவ்?" விழி உயர்த்தி அவன் வினவ,

"ம்ம்!" என வேகமாக தலையாட்டியவள், பிறகே தன்னை உணர்ந்து "அது... அது... அம்மா கிட்ட கேட்டுட்டு வரேன்!" என்-றாள் தயக்கமாக.

அவளின் பாவனைகளை வெகுவாக ரசித்தவன், "ஓஹோ! அம்-மாகிட்ட பெர்மிஷன் கேட்டுட்டு தான் மேடம் எல்லாம் பண்ணுவீங்க அப்படித்தான?" என்றான் நக்கலாக.

'நம்மள கலாய்க்கிறானோ' என்ற எண்ணத்தில் அவனை ஓரக்-கண்ணால் அளவெடுத்தவள், 'போட்டோல பார்த்ததை விட, நேர்ல செம்மயா இருக்கான்...' என்று லேசாக சைட் அடித்தாள்.

அவள் பார்வையை உணர்ந்தாலும் கண்டுகொள்ளாதவனாய், ரேகாவிடம் அனுமதி கேட்டு அவளை வெளியே அழைத்துச் செல்ல, அவளுக்கோ 'அம்மா எப்படி என்ன விட்டாங்க' என்றே ஆச்சர்யமாக இருந்தது.

இருவரும் அமைதியாக நடைப்பயணத்தை தொடர, அவளே அவ்வமைதியை உடைத்தாள்.

"ஒரு வாரமா என்ன நடந்துச்சுன்னு அம்மா சொன்னாங்க. தேங்க்ஸ் எல்லா பிரச்சனையையும் சால்வ் பண்ணி, என் ப்ரெண்ட்ஸ

கொன்னவனை கண்டுபிடிச்சதுக்கு..." என்றாள் மனமுவர்ந்து.

சிறு சிரிப்புடன் அதனை ஏற்றுக்கொண்டவன், "உன் அம்மா வேற என்ன சொன்னாங்க?" என்று ஆழம் பார்த்தான்.

"ம்ம்... உங்க கூட சேர்ந்து நான் உங்களுக்கு ஹெல்ப் பண்ணேன்னு சொன்னாங்க. ஆனா எனக்கு எதுவுமே ஞாபகம் இல்ல" என்றாள் உதட்டை பிதுக்கி.

"ஒரு சின்ன இன்சிடென்ட் கூட ஞாபகம் இல்லையா மஹி?" தாங்கலாக வெளிவந்தது அவன் குரல்.

"ம்ம்ஹூம்..." என மறுப்பாக தலையசைத்தவள், "ஆனா, கவிக்கா டெத் மட்டும் லைட்டா ஞாபகம் இருக்கு." என கூறியவளிடம் அமைதியையே கொடுத்தான்.

துப்பட்டாவின் நுனியை திருகிக் கொண்டே வந்தவள், ஏதோ கேட்க வருவதும் பின் அமைதியாவதுமாக இருக்க, அவனே "என்ன கேட்கணுமோ கேளு டின்பீரு" என்றான் பழக்க தோஷத்தில்.

"என்ன டின்பீரா?" என அவள் உறுத்து விழிக்க, அவனோ சலிக்காமல் அவள் பார்வையை தாங்கினான்.

ஒரு கட்டத்தில் அவள் தான் விழிகளை தாழ்த்தும்படி ஆனது.

பின் அவளே, "அதெப்படி எனக்கு உங்களை ஃபர்ஸ்ட் டைம் பார்த்தது கூட ஞாபகம் இல்லாம போய்டுச்சு?" என்று கேள்வி கேட்க,

"அதை என்ன கேட்டா எப்படி தெரியும்?" என்றான் குறும்பாக.

அவனின் குறும்பில் அவளுக்கு தான் காரணமின்றி ரோமங்கள் சிலிர்த்திருக்க, பேச்சை மாற்றும் பொருட்டு, "நான்... நான் உங்களை அலுமினி பங்க்ஷன்ல இன்வைட் பண்றதுக்காக ஸ்பீச் எல்லாம் ரெடி பண்ணிருந்தேன் தெரியுமா? அதெல்லாம் சொன்னேனா இல்லையான்னு தெரியல..." என்றாள் யோசனையாக.

"ம்ம்க்கும்... எது, அந்த உதிர்ந்த மலர்கள், கண்ணின் மணிகள், கோல்ட் ஸ்டூடண்ட்ஸ், கல்லூரி முத்துக்கள், பிளா பிளான்னு பேசுனியே அந்த மொக்கை ஸ்பீச் தான..." என அவன் அசட்டையாக கூற,

"என்னது? மொக்கை ஸ்பீச்சா?" என்று அவள் கண்ணை சுருக்கினாள் முறைப்புடன்.

"அதை ரெடி பண்ண எனக்கு ஒரு வாரம் ஆச்சு தெரியுமா?" மேல்மூச்சு கீழ் மூச்சி வாங்கியவளை அடக்கப்பட்ட நகையுடன் பார்த்தவன்,

"ஹா ஹா... நான் தான் சொன்னேனே. பேசாம நீ கெமிஸ்ட்ரிய விட்டுட்டு கவிதை எழுதி கவிதாயினி ஆகிடு. கூப்பிட்டோமா விருத குடுத்தோமா போனோமான்னு இல்லாம, எதுக்கு உனக்கு இந்த தேவையில்லாத வேலை... என்ன? என்னை இம்ப்ரெஸ் பண்ண ட்ரை பண்ணியா?" என அருகில் வந்து அவன் கேட்டதில், அவளுக்குத் தான் மூச்சு அடைத்தது.

ஆனால், 'இம்ப்ரெஸ்' என்ற வார்த்தை ஏனென்று அறியாமல் கோபத்தைக் கொடுக்க, "நான் ஒன்னும் உங்களை இம்ப்ரெஸ் பண்ண ட்ரை பண்ணல..." என்றாள் வெடுக்கென.

"ஓ! அப்போ இங்க நடக்குற மர்மங்களை கண்டுபிடிக்க, எனக்கு ஐஸ் வைச்ச அப்படின்னு சொல்லலாமா?" என்றவன் மேலும் நெருங்கி இருந்தான்.

"அது... அது... ஐஸ்ன்னு சொல்ல முடியாது. ஆனா, லைட்டா சொல்லிக்கலாம்" என்று அசடு வழிந்தவள், மெல்ல அவனை விட்டு நகர, அவனோ "சரக்க பாட்டில்ல குடிச்சேன்னு சொன்னா என்ன, க்ளாஸ்ல ஊத்தி குடிச்சேன்னு சொன்னா என்ன? எல்லாம் ஒன்னு தான டின்பீரு" என்றான் உதட்டை மடித்து.

தன்னை கேலி செய்கிறான் என்று உணர்ந்தவள், "வேதாளம்... வேதாளம் மாதிரி என் தலைல ஏறி உட்காந்து எனக்குள்ள டார்ச்சர் பண்றதும் இல்லாம, வெளியவும் கிண்டல் பண்றான்." என்று முணு-முணுத்தவளின் வார்த்தைகள் அவனுக்கும் கேட்டுவிட, வேதாவிற்கு அவனை கட்டுபடுத்தத் தான் பெரும் பாடாக இருந்தது.

பின், "சரி வா வீட்டுக்கு போலாம்..." என்று அவளை வீட்டில் விட்டவன், "பை மஹி!" என ஆழமாக அவளை ஒரு பார்வை வீச, அவளுக்கோ வீட்டினுள் செல்லவே கால் ஒத்துழைக்கவில்லை.

ஏதோ பேச வேண்டும் அவனிடம்... ஆனால் என்ன பேசுவது என்று புரியவில்லை.

கிளம்ப சென்றவனைத் தடுத்தவள், "நீங்க எப்போ ஊருக்கு கிளம்புறீங்க?" எனக் கேட்டாள்.

"நாளைக்கு கிளம்பிடுவேன்" அவளை நோட்டம் விட்டுக்-கொண்டே அவன் கூறிட, அவளுக்கு தான் முகம் அனிச்சம்பூவாக சுருங்கியது.

விட்டால் அழுது விடுவேன் என்று கண்கள் கலங்கத் தயாராக இருக்க, "எப்... எப்போ வருவீங்க..." குரல் உள்ளே சென்றிருந்தது அவளுக்கு.

"இங்க நான் ஏன் வரணும் மஹி. நான் வந்த வேலை முடிஞ்சுது. சோ... இனிமே இங்க இருக்க வேண்டிய அவசியம் இல்லல!" என்றான் பார்வையால் அவளின் முகத்தை வருடியபடி.

'அவசியம் இல்லையா? அப்போ நான்... நான் என்ன பண்ணுவேன்?' என்ற கேள்வி அவளுக்கே அபத்தமாக தான் இருந்தது.

"ஆமா. அவசியம் இல்லாதப்போ இங்க இருந்து என்ன பண்ண! பை." என்றவள் விருட்டென உள்ளே புகுந்தாள்.

ஏனென்று அறியாமல், எதற்கென்று தெரியாமல், இன்ன வலியென்று புரியாமல் கண்ணீரில் கரைந்தாள் அவள். சிறிது நேரத்தில் கண்ணீரை அழுந்த துடைத்தவள், 'அவன் யாருன்னே எனக்கு தெரியல. நான் ஏன் அவனுக்காக அழுகணும். ஸ்ட்ராங் ஆ இரு மஹி...' என தனக்குத் தானே ஆறுதல் கூறிக்கொண்டாலும், சில நிமிடங்களில் அதே அழுத்தம்! அதே வெறுமை! அதே கண்ணீர்!

ஒரு வாரம் கடந்த போதிலும் இந்நிலையில் மாற்றம் இல்லை. சுற்றி என்ன நடக்கிறது என்று கூட அவளுக்கு புரியவில்லை. ரேகாவிற்கு அவளின் உணர்ச்சி துடைத்த முகத்தை காண சகிக்கவில்லை. கணவர் இறந்த பின்பு, அவளின் குறும்பு மட்டுமே அவரை மீட்டது. இன்றோ, தன் மகளே எதையோ பறிகொடுத்தது போல் அல்லவா இருக்கிறாள்.

பாவம், அவள் மீள நினைத்தும் மீள வழி தெரியாமல் தவித்தாள். ஆனால், எதற்கும் முடிவென்று ஒன்று உள்ளது அல்லவா. அன்றும், ரேகா காலையிலேயே வேலைக்கு சென்றிருக்க, காலிங் பெல் ஒலித்தது.

அசுவாரஸ்யமாக கதவை திறந்தவளின் விழிகள் அப்போது தான் உயிர்பெற்றது. எதிரில் வேதாந்த் தான், "ஹாய் டின்பீரு!" என்று கண்சிமிட்ட, நொடியும் யோசியாமல் அவனை இறுக்கி அணைத்துக் கொண்டாள்.

மென்னகையுடன் அவனும் அவளை கரங்களால் சுற்றிக் கொள்ள, அவளோ தேம்பி தேம்பி அழுதிருந்தாள்.

"மஹி... என்ன இது?" என பதறி அவன் நிமிர்த்த முயல, அவளின் அழுகை சத்தத்தின் தீவிரமும் இன்னும் அதிகமானது.

"எனக்கு ஒன்னும் புரியல வேதா. ஆனா, ஆனா... எனக்கு அழுகையா வருது நீங்க இல்லாதப்போ. இதெல்லாம் தப்புன்னு மூளைக்கு புரிஞ்சாலும் மனசுக்கு புரியல. நான் என்ன பண்றதுன்னு எனக்கே தெரியல..." என்று கேவினாள்.

அவள் கண்ணீர் அவன் மனதை பிசைய, தவறிழைத்து விட்டோமோ என்று வருந்தியவன், "மஹி பேபி. இங்க பாரேன். என் குட்டி டின்பீரு தான நீ. இப்படி எல்லாம் அழுதா என்னால தாங்க முடியாதுடி. என் செல்லம்ல. ப்ளீஸ்டி அழுகாத." என்று கொஞ்சிட,

அவளோ அவன் நெஞ்சில் அடித்து, "உன் டின்பீர விட்டுட்டு நீ தான் போய்ட்டீல நான் அவசியம் இல்லன்னு. இப்ப மட்டும் எதுக்கு வந்த வேதாளம்?" என்றவளின், கன்னத்தை அழுந்த பற்றியவன்,

"என்ன காதலிச்சத்தையே நீ மறந்ததுக்கு அப்பறம், நீயே என் லைஃப்ல இல்லைன்னு ஆனதுக்கு அப்பறம், இங்க இருக்க வேண்டிய அவசியம் என்னன்னு தான் நான் சொன்னேன் மஹி. பிகாஸ், ஐ காண்ட்... ஐ காண்ட் லீவ் யூ. உன்ன தள்ளி வைச்சு என்னால பாக்க முடியல. உன்ன கிஸ் பண்ணனும்னு தோணுது. கட்டிப்பிடிக்கணும்னு தோணுது. என்ன கொஞ்சம் கூட ஞாபகம் இல்லாதவளை நான் எப்படி கஷ்டப்படுத்த முடியும்டி." என்று கண்ணில் நீருடன் கேட்க, அவள் தான் திகைத்தாள்.

அப்படி என்றால், தன்னுள்ளுணர்வு சரி தானா? நான் இவனை காதலித்தேனா? என்றே அவள் உறைந்திருக்க, அவனோ "வா..." என்று அவளின் வீட்டு மொட்டை மாடிக்கு அழைத்து சென்றான்.

அங்கு சென்றவளுக்கோ இன்னும் விழிகள் வியப்பில் விரிந்தது.

அவளுக்கு பிடித்த நீச்சல் குளம் அவள் வீட்டு மாடியில். ஆனால் "இது எப்படி வந்துச்சு..." வாய் விட்டே அவள் கேட்டு விட,

"ம்ம்... வழி தவறி வந்துடுச்சு" என்றான் சிரிப்புடன்.

ஆனால், அவள் இன்னும் அதனை அதிர்வுடன் காண்பதை பார்த்தவன், "உனக்கு ஸ்விம்மிங் பூல்ன்னா அவ்ளோ பிடிக்கும்ல மஹி. அதுலயும் படில உட்காந்து, தண்ணில கால நனைச்சுக்கிட்டே, மனசுக்கு பிடிச்சவங்க கூட 'ஸ்வீட் நத்திங்ஸ்' பேசுறது ரொம்ப ரொம்ப பிடிக்கும்ல..." என்று தலை சாய்த்து வினவ, அவளோ சிலையாகி இருந்தாள்.

வேதா தான், அவளை கையில் அள்ளி, நீச்சல் குளத்தில் கால் நனையுமாறு அமர வைத்து, அருகிலேயே அவனும் அமர்ந்திட, மஹதி, "நான் உங்களை இவ்ளோ லவ் பண்ணுனேனா...?" எனக் கேட்டாள்.

அவன் புரியாமல், "அதென்ன இவ்ளோ லவ்?" என்று கண்ணடிக்க,

"என் மனசுல இருக்குற சின்ன சின்ன ஆசையை நான் அவ்ளோ சீக்கிரம் யார்கிட்டயும் சொல்லிட மாட்டேன். அதை வெளிப்படுத்தவும் மாட்டேன். ஆனா, இதை பத்தி உங்ககிட்ட சொல்லி இருக்கேன்னா... அப்போ..." என்று நிறுத்தியவளை, ரசித்தவன் "அப்போ?" என்றான் புருவம் உயர்த்தி.

அவளுக்கோ அழுகையே முட்டியது. "என்னதான் ஆச்சுன்னு சொல்லுங்க வேதா. இதுக்கு மேல முடியல என்னால...?" என்று கலங்கிட, அவளை இழுத்து தன் மேல் சாய்த்துக் கொண்டவன், அவளின் கூந்தலை கோதியபடி நடந்தது அனைத்தையும் கூறினான், இருவருக்குள் நிகழ்ந்த முத்த பரிமாற்றத்தை மறைத்து விட்டு.

"ஓ மை காட்! இவ்ளோ நடந்துச்சா வேதா? அப்போ ஏன் என்னை அன்னைக்கு பார்க்க வந்தப்போவே சொல்லல நீங்க?" எனக் கேட்டாள் ஆற்றாமையுடன்.

"என்ன சொல்லடி? நீ என்ன லவ் பண்ணுன. நான் உன்ன லவ் பண்ணுனேன்னா? ஒருவேளை நீ இதெல்லாம் நம்பலைன்னா? அதை என்னால டாக்கில் பண்ண முடியாதுடி. எல்லாத்தையும் மீறி உன் மனசுல என்மேல சின்னதா சலனம் இருந்தா தான் நான் உன்ன நெருங்கனும்னு முடிவு பண்ணேன்." என்று அழுத்தமாக கூற, இப்போதோ ரசிக்கும் முறை அவளுடையதாகியது.

"நீங்க முதல் முதல்ல பேச வரும்போதே என் மனசுல சலனம் தான்..." சிறு புன்னகையுடன் அவள் கூற, அவனும் அதே புன்னகையை இதழில் தாங்கி, "தெரியுமே. எப்போ வருவீங்கன்னு கேட்ட, உன் கசங்குன முகமே சொல்லுச்சு, என் மேல உனக்கு இருக்குற சலனத்தை" என்றான் கன்னத்தில் அழுத்தமாக முத்தம் பதித்து.

குப்பென சிவந்தவள், மீசை குறுகுறுத்த கன்னத்தை வருடி விட்டு, "அப்பறம் ஏன் என்னை விட்டு போனீங்களாம்" என்றாள் சிலுப்பிக்கொண்டு.

"வெறும் சலனத்தை வைச்சு நான் எப்படி முடிவுக்கு வர்றது பேபி. அதான், கொஞ்ச நாள் உன்ன பாக்க வராம வெய்ட் பண்ணலாம்னு நினைச்சேன். ஒருவேளை அது வெறும் சலனமாவே போய்டலாம்ல." என்றதில், அவள் தீயாக முறைத்தாள்.

"அடப்பாவி... உன் நினைப்புல ஒரு வாரமா நான் பைத்தியக்காரி மாதிரி சுத்திட்டு இருக்கேன். நீ என்னன்னா அசால்ட்டா பேசுற வேதாளம்." என அவனின் தோள்களை வலிமையாக அடித்தவளின் கரங்களை பற்றிக்கொண்டவன்,

"தெரியும் பேபி. நீ என்ன பாக்காம கஷ்டபட்டன்னு. அதான், உன்ன சர்ப்ரைஸ் பண்ணலாம்ன்னு இந்த செட் அப் ஓட மீட் பண்-ணுனேன்... அட்லீஸ்ட், நீ என்னை காதலிச்சன்னு இது மூலமா என்னை இன்னும் நம்புவீல.?" என்றவனின் முகத்தில் தான் அத்-தனை தவிப்பு.

அதில், அவன் நெஞ்சில் புதைந்து கொண்டவள், "நீங்க உங்-களை நிரூபிக்கணும்ன்னு அவசியம் இல்ல வேதா. நீங்க என்ன சொன்னாலும் என் மனசு நம்பும்... பிகாஸ் ஐ லவ் யூ" என்றாள் வதங்கிய குரலில்.

உலகையே வென்று விட்டவன் போல, மகிழ்வில் மிதந்தவன், "லவ் யூ டி டின்பீரு. லவ் யூ சோ மச் பேபி. லவ் யூ அ லாட்..." என்று கட்டுப்பாடின்றி முத்தங்களைக் குவித்தான்.

அந்நேரம், பட்டென வெடி சத்தம் கேட்க, அங்கு பிரவீன், ஜெகதீஷ் இருவரும் "மச்சி... கடைசில நீயும் இப்படி மாட்டிக்கிட்-டேயேடா..." என்று பாவம் போல் கூறியதில், தத்தம் துணைகளின் முறைப்புக்கு ஆளாகினர்.

பிரவீன், "சரி சரி... சீக்கிரம் கீழ வாங்க. உன் அப்பா அம்மா, நிச்சயம் பண்ண வந்துடுவாங்க." என்று கூறி விட்டு, அவர்கள் கீழே செல்ல,

மஹதி தான், "என் அம்மா ஓகே சொல்லிட்டாங்களா?" எனக் கேட்டாள் ஆர்வமாக.

"ஓகே சொல்லாம விட்டுடுவேனா. என் வீட்லயும் பேசியாச்சு ஓகே வாங்கியாச்சு பேபி. இது சப்ரைஸ் நம்பர் 2..." என்று காற்றி-லேயே முத்தத்தை பறக்க விட இன்னும் அவனுள் ஒன்றினாள்.

இருவரும் காதலை கூறி, ஆர்ப்பரித்து சற்றே அணைப்பில் தங்களை ஆசுவாசப்படுத்திட, வேதாந்த்தோ "பேபி. நான் என்ன சொன்னாலும் நம்புவேன்னு சொன்னீல, அப்போ நமக்குள்ள இருந்த ஜென்டில் மேன் அக்ரிமெண்ட்ட சொன்னாலும் நம்புவியா?" எனக் கேட்க,

அவள் நிமிர்ந்து "என்ன அக்ரிமெண்ட் வேதா?" எனக் கேட்-டாள் யோசனையாக.

அதில் குறும்பு புன்னகை பூத்தவன், "அதாவது, நம்ம மேரேஜ் பண்ணி ஹைதரபாத் போனதும், நான் உன்ன மாசத்துக்கு ரெண்டு தடவை ஸ்விம்மிங் பூல்க்கு கூட்டிட்டு போவேன்..." என்று இழுக்க, "ஹை... ஜாலி!" என்று குதூகலித்தவளுக்கு அவனின் பார்வை

சற்றே வெட்கம் கொடுத்தது.

"இன்னும் முடிக்கல பேபி. அதுக்கு பதிலா, நம்ம ஹைதரபாத் போற வரைக்கும், நம்ம மீட் பண்ற நேரம் எல்லாம் எனக்கு கிஸ் தருவேன்னு நீ ஒத்துக்கிட்ட..." என ஹஸ்கி குரலில் கூற, பாவை தான் திணறி விட்டாள்.

"அதெல்லாம் இல்ல. நீங்க சும்மா சொல்றீங்க. நான் அப்படியெல்லாம் ஓகே சொல்லிருக்க மாட்டேன்..." என்று வேகமாக மறுத்தவளின் இதழ்கள் அவன் வசம் இருந்தது.

மெல்ல மெல்ல வேகம் கூட, மூச்சு விடுவதற்கும் அருள் புரியாதவன் போல, பெண்ணிதழ்களை மென்மையாக வதைத்தான்.

வசியத்திற்கு கட்டுப்பட்டவள் போல, முற்றும் தன்னிலை மறந்தவள், அவனின் பின்னந்தலை முடிகளை கொத்தாக பிடித்துக் கொண்டு அவனுக்குள் மூழ்கினாள்.

சில நிமிடங்கள் கழித்தே, மெதுவாக அவளை விட்டு விலகியவன், "இப்ப சொல்லு பேபி. நீ ஓகே சொல்லிருப்பியா இல்லையா?" கட்டை விரலால் உதட்டின் ரேகைகளை வருடியபடி கேட்டவனைக் காணவே வெட்கம் பிய்த்துத் தின்ன,

"சொல்லிருப்பேன்..." என்று முகத்தை மூடிக்கொண்டதில், வாய்விட்டு நகைத்தவன், மீண்டும் அவளிதழை நாடினான் மயக்கத்துடன்.

முற்றும்...

மேகா!

***

www.ingramcontent.com/pod-product-compliance
Lightning Source LLC
LaVergne TN
LVHW040431051026
849517LV00002B/558

* 9 7 9 8 8 8 6 2 9 6 3 2 7 *